പഠനം

കളിയച്ഛന്റെ കാവ്യപാഠങ്ങൾ

ഡോ. എൻ.പി. വിജയകൃഷ്ണൻ

ചിത്രമെഴുത്ത്

നമ്പൂതിരി

ഗ്രീൻ ബുക്സ്

green books private limited
gb building, civil lane road, ayyanthole,
thrissur- 680 003, kerala
ph: +91 487-2381066, 2381039
website: www.greenbooksindia.com
e-mail: info@greenbooksindia.com

(malayalam)
kaliyachante kavyapatangal
(study)
by
dr.n.p.vijayakrishnan

first published january 2017

cover painting & illustrations : namboothiri
cover design : rajesh chalode

branches:
thrissur 0487-2422515
palakkad 0491-2546162
kannur 0497-2763038
Thiruvananthapuram 9846670899

isbn : 978-93-86120-92-2

GBPL/862/2017

മുഖക്കുറി

ഒരു നിറനിലാവു പോലെ കാല്പനികതയുടെ
തത്സ്വരൂപമായി, ആത്മാന്വേഷിയുടെ
വേറിട്ടൊരു സഞ്ചാരപഥത്തിൽ ജീവിതം
കവിതയ്ക്കുവേണ്ടി മാത്രം സമർപ്പിച്ച ഒരു മഹാത്മാവ്;
സ്നേഹഗായകൻ, പി. കുഞ്ഞിരാമൻ നായർ.
അദ്ദേഹത്തിന്റെ അനശ്വരകാവ്യമായ കളിയച്ഛനെ
കുറിച്ചുള്ള ഒരപൂർവ്വ പഠനപുസ്തകമാണിത്.
ഗുരുകൃപയിൽ അലിഞ്ഞുചേരുമ്പോൾ
അവ ഒരു സ്നേഹനദിയായി ഒഴുകുന്നു.
കവിതയ്ക്കൊപ്പം ഇത് കഥയും ജീവിതപാഠവുമാകുന്നു.
ചന്ദനശീതളഗന്ധമായ് വീശുന്ന ഈ അപൂർവ്വ
കാവ്യപാരമ്പര്യം അവാച്യമായ ഒരനുഭൂതിയാണ്.
കാലത്തിന്റെ കേളികൊട്ടായ് നിറയുന്ന പലവിധ
ഭാവങ്ങൾ. നമ്പൂതിരിയുടെ വരയും വരികളുടെ
അനുഭൂതിക്കൊപ്പം ഗുരുദക്ഷിണയുടെ നിവേദ്യമാകുന്നു.

കൃഷ്ണദാസ്
മാനേജിങ് എഡിറ്റർ

കളിയരങ്ങിന്റെ പ്രലോഭനീയവും
വിലോഭനീയവുമായ സൗന്ദര്യത്തിലേക്ക്
ഉത്സവരാത്രികളിൽ എന്നെ കൈപിടിച്ചു
നടത്തിയ അച്ഛന്,
അനശ്വരയായ അമ്മയ്ക്ക്,
ഒപ്പം സജിക്കും നിരഞ്ജനും.

ഉള്ളടക്കം

തിരനോട്ടം

പി.കുഞ്ഞിരാമൻ നായരുടെ കവിതകളിൽ ഏറ്റവും അധികം പഠിക്കപ്പെട്ട കവിതയാണ് 'കളിയച്ഛൻ'. അടിസ്ഥാനപരമായി ഒരു കഥകളിനടന്റെ കലാജീവിതസംഘർഷമാണ് കവിതയുടെ പ്രമേയം. തികച്ചും കഥകളീയമായ കവിതയുടെ നിലയിൽ നിന്ന് വിടുതി ചെയ്യിപ്പിച്ചുള്ള സ്വതന്ത്രആഖ്യാനങ്ങൾ കളിയച്ഛന്റെ നിരൂപണത്തിൽ ഉണ്ടായിട്ടുണ്ട്. മനുഷ്യകഥാപാത്രങ്ങൾ കുറവായ കുഞ്ഞിരാമൻ നായരുടെ കവിതകളിൽ അപൂർണ്ണ മനുഷ്യനെ പൂർണ്ണനാക്കാൻ ഉപദേശിക്കുന്ന കവിത കൂടിയായ കളിയച്ഛന്റെ വായനയിൽ മനുഷ്യകഥ കൂടി കാണുന്നു. പി.യുടെ മനുഷ്യകഥാനുഗായിയായ കളിയച്ഛനെ പലനിലയിലും വായിക്കാം. പഠിക്കാം, പഠിപ്പിക്കാം. കഥകളി സാങ്കേതിക സംജ്ഞകൾ കൊണ്ട് സമ്പന്നമായിട്ടുകൂടി ഈ കവിത പ്രിയങ്കരമാവുന്നു.

പല കാലങ്ങളിൽ കളിയച്ഛനെ കഥകളീയമായും അല്ലാതെയും വായിച്ചപ്പോൾ ഉരുത്തിരിഞ്ഞ പാഠങ്ങളുടെ സാകല്യമാണ് ഈ പുസ്തകം. മലയാളത്തിൽ ഒരു കവിതയെ ആസ്പദമാക്കി ഒരു പഠനപുസ്തകം തന്നെ വേണ്ടിവരുന്നു എന്നത് കളിയച്ഛന്റെ കാലാതിവർത്തിത്വത്തിന് ഉദാഹരണമാവുന്നു.

ഉദാത്ത കാവ്യസ്വരൂപമായി കഥകളിയെ കണ്ട കുഞ്ഞിരാമൻ നായർ ഈ കലയെ കേന്ദ്രപ്രമേയമാക്കി എഴുതിയ കളിയച്ഛൻ 'കളി അറിഞ്ഞുകൊണ്ട് വായിക്കാനും പഠിക്കാനും' പര്യാപ്തമായ രീതിയിൽ പ്രയോജനപ്പെടുന്ന വിചാരങ്ങളാണ് ഈ പുസ്തകത്തിലുള്ളത്.

1999–ൽ ദേശാഭിമാനി വാരികയിൽ കളിയച്ഛനെക്കുറിച്ച് എഴുതിയ ലേഖനത്തെ അഭിനന്ദിച്ചുകൊണ്ട് വി.കെ.എൻ. എനിക്ക് എഴുതി. വി.കെ.എന്നിന്റെ പ്രോത്സാഹനമാണ് തുടർന്ന് കവിതയുടെ വ്യത്യസ്ത വായനകളിലേക്ക് എന്നെ നയിച്ചത്. മാതൃഭൂമി ആഴ്ചപ്പതിപ്പ്, മലയാളം വാരിക, മാധ്യമം

ആഴ്ചപ്പതിപ്പ്, ഭാഷാപോഷിണി, കലാകൗമുദി എന്നിവയിൽ പ്രസിദ്ധീകരിച്ച ലേഖനങ്ങളുടെ സമാകലനമാണ് ഈ പഠനം. എസ്. ജയചന്ദ്രൻ നായർ, കമൽറാം സജീവ്, കെ.സി. നാരായണൻ, സജി ജെയിംസ്, ടി. ബാലകൃഷ്ണൻ, സിദ്ധാർത്ഥൻ പരുത്തിക്കാട്, പി.കെ. പാറക്കടവ്, എം.വി. ബെന്നി, എൻ.ആർ.എസ്. ബാബു, പി.ടി. നാസർ എന്നീ പത്രാധിപന്മാരോടുള്ള കടപ്പാട് രേഖപ്പെടുത്തുന്നു.

ഈ പുസ്തകത്തിന്റെ ധന്യതകളിലൊന്ന് ഇക്കാലത്തിന്റെ കളിയച്ഛനും കളിയരങ്ങിലെ സൗന്ദര്യസാരസർവ്വസ്വവുമായ കലാമണ്ഡലം ഗോപിയുടെ അവതാരികയാണ്. മലയാളത്തിന്റെ മഹാചിത്രകാരൻ നമ്പൂതിരിയുടെ ആമുഖവരികളും വരകളും ഈ പുസ്തകത്തിന്റെ സമ്പന്നതയാവുന്നു. അക്കിത്തത്തിന്റെ അനുഗ്രഹവചനങ്ങൾ ധന്യതയും. ഗ്രീൻബുക്സ് പി. കുഞ്ഞിരാമൻ നായർക്കും കളിയച്ഛനും നൽകുന്ന ആദരമുദ്രകൂടിയായി ഈ പ്രസാധനത്തിന്റെ നിർവ്വഹണത്തെ നോക്കിക്കാണുന്നു.

ഡോ. എൻ.പി. വിജയകൃഷ്ണൻ

കളിയച്ഛന്റെ മനസ്സ്

കലാമണ്ഡലം ഗോപി

"ഗുരുകൃപ' എന്നാണ് ഞാൻ വീടിന് പേരിട്ടിരിക്കുന്നത്. കഥകളിയിൽ എനിക്ക് എന്തെങ്കിലും ചെയ്യാൻ കഴിഞ്ഞിട്ടുണ്ടെങ്കിൽ അതിനുള്ള കടപ്പാട് മഹാഗുരുക്കന്മാരായ കലാമണ്ഡലം പത്മനാഭൻനായർ ആശാനോടും കലാമണ്ഡലം രാമൻ കുട്ടിനായർ ആശാനോടുമാണ്. പട്ടിയ്ക്കാംതൊടി രാമുണ്ണിമേനോന്റെ ആദ്യത്തെ ശിഷ്യൻ തേക്കിൻകാട്ടിൽ രാവുണ്ണിനായരാണ് എന്റെ ഒന്നാമത്തെ ഗുരുനാഥൻ. അവരുടെ കീഴിൽ കർക്കശമായ ശിക്ഷണത്തിൽ അഭ്യസിച്ചതിന്റെ ബലത്തിലാണ് 79-ാം വയസ്സിലും ഞാൻ അരങ്ങിൽ വരുന്നത്. പഠിക്കുന്ന കാലത്ത് ഗുരുനാഥന്മാർ ശിക്ഷിച്ചിട്ടുണ്ട്. ശിക്ഷ പേടിച്ച് കഥകളി ഉപേക്ഷിക്കാൻ വരെ പുറപ്പെട്ടതാണ്. ശിക്ഷയോടൊപ്പം അളവറ്റ വാത്സല്യവും ഗുരുനാഥന്മാർ നൽകിയിരുന്നു. അവരുടെ സ്നേഹവാത്സല്യങ്ങളും ശിഷ്യന്റെ ഉയർച്ചയ്ക്കായുള്ള പ്രാർത്ഥനയുമാണ് എന്റെ ഗുരുത്വം. പിന്നീട് അവരുടെ ഒപ്പം വേഷം കെട്ടാൻ സാധിച്ചു. കളിയച്ഛന്മാരായ അവർ എനിക്ക് അവസരങ്ങൾ നൽകി. കലാമണ്ഡലത്തിൽ ഗുരുനാഥന്മാർക്കൊപ്പം പ്രവൃത്തിയെടുക്കാനുള്ള മഹാഭാഗ്യവും ഉണ്ടായി. കൂട്ടുവേഷക്കാരാനായി അരങ്ങിൽ വരുമ്പോഴും ഞാൻ എന്നും ശിഷ്യബോധത്തോടെയാണ് പ്രവർത്തിച്ചത്. വീട്ടിൽ എല്ലാവരുടെയും ഛായാപടങ്ങളുണ്ട്. അവരെ സ്മരിക്കാത്ത ഒറ്റ ദിവസവും ജീവിതത്തിൽ ഉണ്ടായിട്ടില്ല. നിത്യവും പ്രാർ ത്ഥിക്കും. ഈ നിലയ്ക്ക് കഥകളി കൊണ്ട് ഉണ്ടാക്കിയ വീടിന് 'ഗുരുകൃപ' എന്നതിനപ്പുറമൊരു പേര് ആലോചനയിൽ വന്നില്ല.

ഏതൊരു കലാകാരനെ സംബന്ധിച്ചും കലയിലെ നിലനില്പിനും ഉയർച്ചയ്ക്കും വളർച്ചയ്ക്കും ഗുരുത്വം പ്രധാനമാണ്. ഗുരുത്വക്കേട് തളർച്ചയ്ക്ക് കാരണമാകും, എന്ന് മാത്രമല്ല പഠിച്ചത് പ്രയോഗിക്കാനാവാതെ ജന്മം നിഷ്ഫലമാകും.

അതായത്, ഒരു കലാകാരൻ ഏത് ഉയർച്ചാസ്ഥാനത്ത് എത്തിയാലും ഗുരുക്കന്മാരെ ഓർക്കണം. രാമൻകുട്ടി ആശാൻ പ്രസംഗവേദികളിൽ 'ഗുരുതാൻ ദൈവമെന്നുള്ളിൽ തോന്നീടേണമെപ്പോഴും' എന്നു തുടങ്ങുന്ന വരികൾ ആമുഖമായി ചൊല്ലിയിരുന്നു. എന്നിട്ട് ഗുരുനാഥാ എന്ന് പ്രാർത്ഥിക്കും. പട്ടിക്കാംതൊടി ആശാൻ പത്മനാഭനാശാനും രാമൻകുട്ടി ആശാനും നൽകിയത് അവർ എനിക്കു പകർന്നു തന്നു. ഞാൻ അത് എന്റെ ശിഷ്യന്മാർക്ക് കൈമാറി. എന്നെപ്പോലെ അവരും അടുത്ത തലമുറകൾക്ക് കൈമാറി ഗുരുത്വം എന്ന മൂന്നക്ഷരവും മുറുക്കവും ജീവിതത്തിൽ ധന്യമാണെന്ന് സങ്കല്പിച്ച് മുന്നോട്ട് കൊണ്ടുപോകുവാൻ ശ്രമിക്കണം. ചെറുപ്പത്തിലേ ആദ്യവസാനവേഷം കെട്ടാൻ എനിക്ക് അവസരം ഉണ്ടായത് ഗുരുകൃപാകടാക്ഷം കൊണ്ടാണ് എന്ന് വിശ്വസിക്കുന്നു. ഒപ്പം ദൈവാനുഗ്രഹവും. 'പച്ച'യാണ് എന്റെ രംഗം എങ്കിലും ഏതുവേഷവും കെട്ടാനുള്ള മാനസികധൈര്യം നൽകുന്നത് ഗുരുസ്മൃതിയാണ്.

ഇതെല്ലാം ഇപ്പോൾ ആലോചിക്കാൻ കാരണം പി. കുഞ്ഞിരാമൻ നായർ എന്ന മഹാകവിയുടെ 'കളിയച്ഛൻ' എന്ന കവിതയാണ്. ആശാനെ എതിർത്ത് തന്നിഷ്ടക്കാരനായി നടന്ന ഒരു ശിഷ്യന്റെ തകർച്ചയുടെ അല്ലെങ്കിൽ ദുരന്തമായ കലാജീവിതത്തിന്റെ കഥയാണ് കളിയച്ഛനിൽ വായിക്കാൻ കഴിയുന്നത്. ഗുരുനിന്ദ കാരണമാണ് ശിഷ്യൻ എങ്ങും എത്താതെ പോയത്. ഗുരുത്വക്കേട് മാറാൻ ഗുരുനാഥനോട് സമസ്താപരാധം പറയാൻ കവി ഉപദേശിക്കുന്ന മട്ടിലാണ് കവിത അവസാനിക്കുന്നത്. അവസാനം ഗുരുവായൂരപ്പന്റെ സാന്നിധ്യവും കവിതയിൽ തെളിയുന്നു.

കഥകളിക്കാരെന്നല്ല എല്ലാ കലാകാരന്മാരും നിശ്ചയമായും വായിക്കേണ്ട കവിതയാണിത്. അറുപത്തിമൂന്നു കൊല്ലം മുമ്പ് എഴുതിയതാണെങ്കിലും ഈ കവിതയ്ക്ക് എല്ലാ കാലത്തും പ്രസക്തിയുണ്ട്. ഗുരുനാഥൻ അല്ലെങ്കിൽ കളിയച്ഛൻ പറഞ്ഞത് അനുസരിച്ചാലേ ഉയർച്ചയുണ്ടാവൂ. ഗുരുവിനെ വെല്ലുവിളിച്ചാൽ നാശമാകും ഫലം എന്ന് മുന്നറിയിപ്പ് കൂടിയാണ് ഈ കവിതയിൽ അടങ്ങിയിട്ടുള്ള സന്ദേശം എന്ന് എനിക്കു തോന്നുന്നു.

കഥകളിയുമായി ബന്ധപ്പെട്ട സാങ്കേതിക പദങ്ങൾ കവിതയിൽ ധാരാളമുണ്ട്. അതിലെ കഥകളിപദങ്ങളുടെ അർത്ഥങ്ങളൊക്കെ മനസ്സിലാക്കിയുള്ള പഠനം ആവശ്യമാണ്. ഈ നിലയ്ക്ക് കവിതയെ വളരെ വൃത്തിയായി പഠിച്ച്

അവതരിപ്പിക്കുന്ന ഒരു പുസ്തകമാണ് എൻ. പി. വിജയകൃഷ്ണൻ എഴുതിയിട്ടുള്ളത്. കവിത ആസ്വദിക്കാനും മനസ്സിലാക്കാനും പര്യാപ്തമായ രീതിയിലുള്ള എഴുത്താണ് വിജയകൃഷ്ണന്റേത്. കഴിഞ്ഞ ഇരുപത്തിയഞ്ചുകൊല്ലമായി കഥകളിയെക്കുറിച്ചും കഥകളികലാകാരന്മാരെക്കുറിച്ചും എന്നല്ല എല്ലാ കലാകാരന്മാരെക്കുറിച്ചും എഴുതി വരുന്ന വിജയകൃഷ്ണൻ ഈ കവിത അസ്സലായി വായിച്ചിരിക്കുന്നു. അത് എങ്ങനെ പഠിപ്പിക്കാം എന്നുതുടങ്ങി കവിതയുടെ വ്യത്യസ്ത കോണുകളിലൂടെയുള്ള അന്വേഷണം അദ്ദേഹം സാധിക്കുന്നു. വിജയകൃഷ്ണന്റെ സാഹിത്യബോധമാണ് ഈ പുസ്തകത്തിൽ ഉയർന്നു നില്ക്കുന്നത്. സാഹിത്യത്തെ കഥകളിയുമായി യോജിപ്പിച്ച് അദ്ദേഹം എഴുതുന്നതിൽ പുതുമയുണ്ട്. ഒരു കവിതയെ പല പ്രകാരത്തിൽ വായിക്കാം എന്നതിന്റെ ഉദാഹരണം കൂടിയാണ് ഈ പുസ്തകം. കഥകളി ഭാഷയിൽ ആട്ട പ്രകാരം തന്നെ. ഇങ്ങനെയൊരു പുസ്തകം കഥകളിക്കും ഭാഷയ്ക്കും ആവശ്യമാണ്. എൻ. പി. വിജയകൃഷ്ണൻ ഈ പുസ്തകം അവതരിപ്പിക്കാൻ എന്നോട് ആവശ്യപ്പെട്ടതും എന്റെ ഗുരുത്വം. പല കളിസ്ഥലത്തും അണിയറയിൽ വന്നിരുന്ന് കഥകളിക്കാരോട് വർത്തമാനം പറഞ്ഞിരിക്കുന്ന പി. കുഞ്ഞിരാമൻ നായർ എന്ന മഹാനെ കണ്ടിട്ടുണ്ട്. അദ്ദേഹം എന്നെ സ്വന്തം മകനെപ്പോലെ വാത്സല്യത്തോടെയാണ് കണ്ടിരുന്നത്. കഥകളി കാണലൊക്കെ ഇങ്ങനെ കവിതയാക്കാനുള്ള അദ്ദേഹത്തിന്റെ വൈഭവത്തിന് ഉദാഹരണം കൂടിയാണ് കളിയച്ഛൻ. കഥകളിയുടെ കാഴ്ചസംസ്കാരം കൊണ്ടാണ് ഇങ്ങനെയൊരു പുസ്തകം എഴുതാൻ എൻ.പി. വിജയകൃഷ്ണന് സാധിച്ചതും. അങ്ങേയറ്റത്തെ സന്തോഷത്തോടെ ഈ അവതാരിക അവസാനിപ്പിക്കട്ടെ.

കളിയച്ഛന് ഒരു വരപ്രകാരം

നമ്പൂതിരി

ജീവിതത്തിൽ കാണാൻ മോഹിച്ച കവിയായിരുന്നു പി.കുഞ്ഞിരാമൻനായർ. അക്കിത്തം എഴുതിയതുപോലെ കേശാദിപാദം കവി തന്നെ. നീണ്ട ശരീരം, നീണ്ട ജുബ്ബ, കട്ടിയുള്ള കണ്ണട, ഒതുങ്ങിക്കിടക്കാത്ത മുടി. ജുബ്ബയുടെ പോക്കറ്റിൽ മിഠായിയും കടലയും. അത് എനിക്കുനേരെ നീട്ടിയ കുഞ്ഞിരാമൻനായരെ ഓർമ്മ വരുന്നു. കവിത്വശക്തി കൊണ്ട് അദ്ദേഹത്തിന്റെ നേർക്കു കൈകൂപ്പാൻ തോന്നുന്ന ബഹുമാനം തോന്നി. മഹാകവിയാണെന്ന നാട്യശേലമില്ലാത്ത നിഷ്കളങ്കത. എഴുതിയതെല്ലാം കവിതയായി മാറുകയാണ്. ഇപ്പോൾ ചിലർ എഴുതുന്നത് കവിതയാണെന്ന് കരുതി വായിക്കേണ്ടി വരുമ്പോഴാണ് ഇടശ്ശേരിയും പി. കുഞ്ഞിരാമൻനായരും വൈലോപ്പിള്ളിയുമൊക്കെ എഴുതിയതിലെ സൗന്ദര്യം അതിശയമായി നിലനിൽക്കുന്നത്.

കുഞ്ഞിരാമൻനായർ എഴുതിയ 'കളിയച്ഛൻ' എന്ന കവിത ഓർമ്മിക്കാനൊരു സന്ദർഭം ഉണ്ടായി. ഈയിടെ ഒറ്റപ്പാലം വഴി കടന്നുപോയപ്പോൾ അവിടെവെച്ച് നടന്ന പ്രശസ്തമായ സാഹിത്യപരിഷത്ത് സമ്മേളനത്തെക്കുറിച്ച് ചിന്തിക്കാനിടയായി. ഒറ്റരാത്രിയിലെ വിചാരത്തിൽ മണിക്കൂറുകൾകൊണ്ട് ഒറ്റയിരിപ്പിന് എഴുതിയ 'കളിയച്ഛൻ' എന്ന കവിതയാണ് പി.കുഞ്ഞിരാമൻനായർ അവിടെ വായിച്ചത്. അന്നുതൊട്ട് തുടങ്ങിയതാണ് 'കളിയച്ഛന്റെ' പ്രശസ്തി. പലവിധത്തിലുള്ള പഠനങ്ങൾ വന്നു. പാഠപുസ്തകത്തിൽ വന്നു. പി. കുഞ്ഞിരാമൻനായർക്ക് വാഴേങ്കട കുഞ്ചുനായരുമായും കോട്ടയ്ക്കൽ ശിവരാമനുമായൊക്കെ നല്ല അടുപ്പമായിരുന്നു. കളിയോഗമുള്ള തറവാട്ടിൽ നിന്നാണ് കുഞ്ഞിരാമൻനായർ പട്ടാമ്പിയിൽ എത്തുന്നത്. അങ്ങനെ ഒരു കവിക്ക്; കവിത്വം മാത്രമുള്ള കവിക്ക് 'കളിയച്ഛൻ' എഴുതുക അനായാസമാണ്. അദ്ഭുതം തോന്നുകയാണ്. ഒരു കഥകളിവേഷക്കാരന്റെ ദുരന്തജീവിതം

ഇത്രമേൽ മനോഹരമായി ആവിഷ്കരിക്കുവാൻ പി. ക്കല്ലാതെ സാധിക്കുകയില്ല. നിശ്ചയം.

'കളിയച്ഛൻ' വായിച്ചു. ഒരു ആശയം തോന്നി. കവിത ദീർഘമാണെങ്കിലും പ്രസക്തസന്ദർഭങ്ങൾ വരച്ചാലോ? കളിയച്ഛനെക്കുറിച്ച് ഒറ്റക്കവിതാപഠനപുസ്തകം തന്നെ എഴുതുന്നു എന്ന് എൻ.പി. വിജയകൃഷ്ണൻ പറഞ്ഞു. തൃശൂരിലെ ഗ്രീൻ ബുക്സ് അത് പ്രസിദ്ധീകരിക്കുന്നു. ഞങ്ങൾ കളിയച്ഛനെക്കുറിച്ച് ചർച്ച ചെയ്തു. ആട്ടപ്രകാരം എന്നു പറയുന്നതു പോലെ 'വരപ്രകാരം' എന്നൊരു ആശയം തോന്നി. വരികളുടെ പുനരാഖ്യാനം പോലെ വരകൾ ആവും നല്ലത് എന്നു തോന്നി. ധാരാളം വരയ്ക്കാനുണ്ട്. വരയ്ക്കാൻ പാകപ്പെടാത്ത വരികളും ഉണ്ട്. മറ്റെന്തൊക്കെ പഠനങ്ങൾ വന്നാലും ഈ കവിതയെ ഒരു കഥകളിവേഷക്കാരന്റെ കഥയായിട്ടേ നമുക്ക് വായിക്കാനാവൂ. 'മൗനശില്പം' എന്നൊരു വിശേഷണമാണ് കുഞ്ഞിരാമൻനായർ കഥകളിക്കു നൽകുന്നത്. പി. കുഞ്ഞിരാമൻനായരെ വരച്ചുകൊണ്ട് തന്നെ തുടങ്ങി. കവിക്കുള്ള സമർപ്പണം. തുടർന്ന് പ്രധാനപ്പെട്ട സന്ദർഭങ്ങൾ വരച്ചു. കളിയച്ഛനിലെ വരികളിൽ മനസ്സിലുടക്കിയതിനെല്ലാം ചിത്രഭാഷ്യം നൽകി.

നോവലിനും കഥയ്ക്കും നാടകത്തിനും കവിതകൾക്കുമൊക്കെയായി കഥകളി ധാരാളം വരച്ചിട്ടുണ്ട്. പൊതുവേദികളിൽ വേറെയും. കളിയച്ഛനിൽ നല്ലൊരു കഥയുണ്ട്, ജീവിതപാഠവും. അത് ചിത്രീകരണത്തിനുമപ്പുറത്താണ്. പാട്ടുകഴിഞ്ഞൊരു ഗായകൻ വച്ചതാം ചേങ്ങിലപോലെ മയങ്ങുന്ന വിണ്ടലം കവിതയായിത്തന്നെ നിൽക്കട്ടെ. കവിത പകർന്നു നൽകുന്ന അനുഭൂതിയുടെ ചില അംശങ്ങളാണ് വരകളായി വരുന്നത്. നഷ്ടപ്പെട്ടുപോകുന്ന സംസ്കാരം തിരിച്ചുപിടിക്കാനുള്ള ഉപദേശമാണ് കളിയച്ഛൻ നൽകുന്നത്. ഗുരുത്വത്തിന്റെ ശക്തിയെക്കുറിച്ചുള്ള കാഴ്ചപ്പാട് കൂടിയാണ് ഈ കവിത. എൻ.പി. വിജയകൃഷ്ണന്റെ പഠനം വായിച്ചപ്പോൾ ഒരു കവിതയെ പലകാലത്ത് പലവിധത്തിൽ വായിക്കാം എന്നതിലെ കൗതുകം ആശ്ചര്യമായി. രസമായി വരച്ചു. അതൊരു അനുഭൂതിയായി. ഞാനും എന്റെ ഗുരുനാഥന്മാരെ ഓർമ്മിച്ചു. മനസാ നമസ്കരിച്ചു. തൊണ്ണൂറുകഴിഞ്ഞിട്ടും വരയ്ക്കാൻ സാധിക്കുന്നത് അവരുടെ അദൃശ്യമായ അനുഗ്രഹബലത്താലാണല്ലോ. ■

കളിയച്ഛൻ

അക്കിത്തം

ഒറ്റപ്പാലം സാഹിത്യ പരിഷത്തിൽ കവിത വായിക്കാൻ വരിക യാണ് പി. കുഞ്ഞിരാമൻ നായർ. ഞങ്ങൾ കവികൾ താമസി ച്ചിരുന്ന വീട്ടിലേക്കാണ് കുഞ്ഞിരാമൻ നായരും എത്തിയത്. സന്ധ്യ കഴിഞ്ഞിരുന്നു. പിറ്റേദിവസം വായിക്കാൻ കവിത കൈയിലില്ലാത്തതിന്റെ അസ്വസ്ഥത അദ്ദേഹത്തിന്റെ സംസാരത്തിലും പ്രവൃത്തിയിലും കണ്ടു. രാത്രി അദ്ദേഹം ഒരു മുറിയിലേക്ക് പോയി. മെഴുകുതിരി കത്തിച്ചുവെച്ചിട്ടുണ്ട്. ഇടയ്ക്കിടയ്ക്ക് പുറത്തേക്ക്പോയി മുറുക്കിത്തുപ്പിവരും. ഞാൻ ഇത് കാണുന്നുണ്ടായിരുന്നു. ഒരിക്കൽ പുറത്തേക്ക് വന്നപ്പോൾ പകുതി സ്വഗതമായും പകുതി എന്നോടായും പറഞ്ഞു. "വള്ളത്തോളിനെപ്പറ്റിയാണ് കവിത. വെളിച്ചാവു മ്പോഴേക്ക് എഴുതിക്കഴിഞ്ഞില്ലെങ്കിൽ നാളെ വായിക്കാൻ തരാ വില്ല." കവിത മുഴുമിപ്പിക്കാനുള്ള ജാഗ്രത ശുണ്ഠിയായി പുറത്ത് വരികയാണ്. രാത്രി മുഴുവൻ മുറിയിൽ മെഴുകുതിരി കത്തുന്ന വെളിച്ചം കണ്ടു. അന്ന് രാത്രി കുഞ്ഞിരാമൻനായർ ഉറങ്ങിയിട്ടില്ല. രാവിലെ കണ്ടപ്പോൾ കവിത മുഴുമിച്ചു എന്നൊന്നും പറഞ്ഞില്ല. കുഞ്ഞിരാമൻനായരെ പിന്നീട് കാണുന്നത് കവി സമ്മേളനവേദിയിലാണ്. മീറ്റിങ്ങിനിടയിൽ കവികൾ കവിത വായിക്കുന്നു. അങ്ങനെയായിരുന്നു രീതി. കളിയച്ഛൻ വായിച്ചുതുടങ്ങിയതും കുഞ്ഞിരാമൻനായർ വള്ള ത്തോളിന്റെ കാൽക്കൽവീണ് നമസ്കരിച്ചു. വള്ളത്തോൾ ചാരുകസേരയിലെന്നപോലെ ഇരിക്കുകയായിരുന്നു. കുഞ്ഞി രാമൻനായരുടെ പ്രവൃത്തികണ്ട് വള്ളത്തോൾ അമ്പരന്നു. കുഞ്ഞിരാമൻ നായർ "കളിയച്ഛൻ" വായിക്കുന്നത് ഞാൻ കേട്ടിരുന്നു. മലയാളത്തിലെ വിശിഷ്ട കവിതകളിലൊന്നായി സ്ഥാനം പിടിക്കാൻ പോകുന്ന കവിതയാണിതെന്ന് അന്നേ നിശ്ചയിച്ചു. ഇപ്പോൾ വായിക്കുമ്പോൾ ഇത്രയ്ക്ക് ഉത്കൃഷ്ട മായ വേറൊരു കവിത കുഞ്ഞിരാമൻനായർ എഴുതിയിട്ടില്ല എന്ന് വരെ തോന്നിപ്പോകും. പി.യുടെ എല്ലാ കവിതകൾക്കും

മേലെയാണ് ഞാൻ കളിയച്ഛനെ പ്രതിഷ്ഠിക്കുക. ഈ കവിതയെഴുത്തിന് സാക്ഷിയാവാൻ കഴിഞ്ഞത് ഭാഗ്യം തന്നെ.

കളിയച്ഛൻ കുറ്റസമ്മതത്തിന്റെ കവിതയാണ്. ഗുരുനാഥനും ശിഷ്യനും തമ്മിലുള്ള അകൽച്ചയെ ഫലപ്രദമായി ആവിഷ്കരിക്കാൻ കുഞ്ഞിരാമൻ നായർക്ക് സാധിച്ചിട്ടുണ്ട്. കഥകളിയുമായി ബന്ധപ്പെട്ട പദങ്ങളൊന്നും ആസ്വാദനത്തിനു തടസ്സമാവാത്തവിധത്തിലാണ് കവിതയുടെ നില.

എന്റെ കാരണവന്മാരിൽ പരമേശ്വര മുത്തപ്ഫൻ കടമ്പൂരിൽ ഓതിക്കനായിരുന്നു. അദ്ദേഹത്തിന് കലശലായ കഥകളിഭ്രമം ഉണ്ടായിരുന്നു. കഥകളി പഠിക്കാൻ മോഹമുണ്ടെന്ന് പറഞ്ഞ് സമീപിച്ച കുട്ടിക്ക് വേണ്ട ചെലവുകളൊക്കെ കൊടുത്ത് അഭ്യസിപ്പിച്ച് വലുതാക്കിയ വ്യക്തികൂടിയായിരുന്നു പരമേശ്വര മുത്തപ്ഫൻ. കടമ്പൂർ ഗോപാലൻ നായർ എന്ന പ്രസിദ്ധ നടനായി ആ കുട്ടി മാറി. ഹനുമാൻ, ബ്രാഹ്മണൻ വേഷങ്ങളിൽ അതുല്യനായിരുന്നു അദ്ദേഹം. കവളപ്പാറ നാരായണൻ നായർക്കും മീതെ ഗോപാലൻനായർ എന്ന കാലം ഉണ്ടായിരുന്നു. പരമേശ്വര അപ്ഫന്റെ കൂടെ ഞാൻ ധാരാളം കളികൾക്ക് പോയിട്ടുണ്ട്. അങ്ങനെപോയ ചില ദിക്കുകളിൽ കളിവിളക്കിന് മുന്നിലിരുന്ന് കളി കാണുന്ന കുഞ്ഞിരാമൻ നായരെ കണ്ടിട്ടുണ്ട്. തിരുവനന്തപുരത്തെ സാഹിത്യപരിഷത്തിനു കഥകളി ഉണ്ടായിരുന്നു. കുഞ്ഞിരാമൻ നായരും ഞാനും ഒപ്പമിരുന്നാണ് അന്ന് കളി കണ്ടത്. പിന്നെയും പല കളിസ്ഥലങ്ങളിലും അദ്ദേഹത്തെ കണ്ടുമുട്ടിയിരുന്നു. ഈ ഒരനുഭവം കളിയച്ഛൻ എഴുതാൻ കുഞ്ഞിരാമൻനായർക്ക് എളുപ്പമായിരുന്നിട്ടുണ്ട്.

വള്ളത്തോൾ കഥകളിയെക്കുറിച്ച് എഴുതിയതിനേക്കാൾ പൊന്തിനിൽക്കുകയാണ് കളിയച്ഛൻ. കഥകളി വിഷയമാക്കി എഴുതപ്പെട്ടിട്ടുള്ള മലയാളത്തിലെ ഏറ്റവും മികച്ച കവിതകൂടിയാണിത്. വായിക്കാനും പഠിക്കാനും നല്ല വകയുള്ള കവിത തന്നെ. എം.പി. ശങ്കുണ്ണിനായർ കളിയച്ഛനെക്കുറിച്ച് എഴുതിയിട്ടുണ്ടല്ലോ. ഇപ്പോൾ എൻ.പി. വിജയകൃഷ്ണൻ ഈ കവിതയെക്കുറിച്ച് ഒരു പുസ്തകം തന്നെ എഴുതുന്നു. കഥകളിയെക്കുറിച്ചും സാഹിത്യത്തെക്കുറിച്ചും നല്ല ഗ്രഹിതവും എഴുതിഫലിപ്പിക്കാൻ കഴിവുമുണ്ട് വിജയകൃഷ്ണന്. മലയാളത്തിലെ മികച്ച ഈ കവിതയ്ക്ക് കഥകളിയുടെ അന്തരീക്ഷത്തിൽ വിശദമായ ഒരു വ്യാഖ്യാനം തന്നെ വേണ്ടതുണ്ട്. അത് എൻ.പി. വിജയകൃഷ്ണൻ സമർത്ഥമായിത്തന്നെ നിർവ്വഹിച്ചിട്ടുണ്ട് എന്ന് ഈ പുസ്തകം ബോധ്യപ്പെടുത്തുന്നു.

കളിയച്ഛനെക്കുറിച്ച് മാത്രമുള്ള ഈ അപൂർവ്വപുസ്തകം കാലത്തിന്റെ ആവശ്യമാകുന്നു. ■

ആശാന്റെ തൃക്കരപ്പൊന്മുടി ചൂടിയ-
ന്നാദ്യം കളിയരങ്ങേറിയ വാസരം !

കളിയച്ഛന്റെ പാഠങ്ങൾ

പി. കുഞ്ഞിരാമൻനായരുടെ 'കളിയച്ഛൻ' എന്ന കവിതയാണ് മലയാളത്തിൽ എഴുതപ്പെട്ട ഒരു കഥകളിനടന്റെ ആദ്യത്തെ ആത്മകഥ എന്നു പറയാം. കാവ്യത്തിലെ ആത്മകഥ എന്നും വിശേഷിപ്പിക്കാം. കഥകളിയിലെ വിചാരപ്പദം പോലെയും ഈ കവിത വായിക്കാം. കഥാപാത്രത്തിന്റെ മാനസിക വിചാരങ്ങളും ആത്മസംഘർഷങ്ങളുമാണ് വിചാരപ്പദത്തിൽ വരുന്നത്. കളിയച്ഛനെക്കുറിച്ചുള്ള പഠനങ്ങളിൽ കഥകളീയമായ വായനാസാധ്യത കുറവായിട്ടാണ് കാണുന്നത്. അതിനുമപ്പുറമുള്ള വായനകൾ ധാരാളം വന്ന സ്ഥിതിക്ക് കഥകളി പശ്ചാത്തലത്തിൽ കളിയച്ഛനെ വിലയിരുത്തുന്ന, ഒരു കഥകളികാവ്യപാഠവായനയ്ക്ക് സാംഗത്യം ഉണ്ട്.

'കളിയച്ഛൻ' എന്ന പേരിൽ പിതൃസൂചനയുണ്ട്. ഗുരുനാഥനോ പ്രധാന വേഷക്കാരനോ ആകാമെന്നിരിക്കെ കഥകളി സംഘത്തിന്റെ തലവനെയാണ് കളിയച്ഛൻ എന്ന് വിശേഷിപ്പിക്കുന്നത്. ഒരു കുടുബത്തിൽ അച്ഛന്റെ സ്ഥാനവും അധികാരവുമാണ് കഥകളി സംഘത്തിൽ കളിയച്ഛനുള്ളത്. വേഷത്തിന്റെ, പാട്ടിന്റെ, മേളത്തിന്റെ ചുമതല അദ്ദേഹത്തിനാണ്. കഥകളിക്കാർക്ക് പ്രതിഫലം നിശ്ചയിക്കുന്നതും കളിയച്ഛനാകുന്നു. കളിയോഗത്തിന്റെ അധിപനായ കളിയച്ഛന്റെ കനിവും കാരുണ്യവും വാത്സല്യവും ഒരു വേഷക്കാരനെ സംബന്ധിച്ച്, അയാളുടെ ഉയർച്ചയ്ക്ക് പ്രധാനമായ കലാഘടകമാണ്. പതിറ്റാണ്ടുകൾക്കു മുമ്പുള്ള കഥകളിയന്തരീക്ഷത്തിൽ കളിയച്ഛന്റെ അധികാരം ചോദ്യം ചെയ്യപ്പെടാത്തതാകുന്നു. തൗര്യത്രികത്തിലെ സകലകലാകാരന്മാർക്കും ബാധകമാണ് കളിയച്ഛന്റെ നിശ്ചയങ്ങൾ. കല ജീവിതമായിരിക്കെ കളിയച്ഛനുമായുള്ള നീക്കുപോക്കുകൾക്ക് കലാകാരന്മാർ സന്നദ്ധരായിരിക്കേണ്ട അവസ്ഥകളിലാണ് കളിയച്ഛനിലെ കഥ നടക്കുന്നത്. നിഷേധത്തിന്റെ അന്തരീക്ഷത്തിലാണ് കവിത തുടങ്ങുന്നത്.

കളിയച്ഛനോട് ഒത്തുതീർപ്പില്ല എന്ന അസന്ദിഗ്ദ്ധതയിലാണ് വേഷക്കാരന്റെ വിചാരങ്ങൾ ആരംഭിക്കുന്നത്. ഈ കവിതയിൽ ഗുരുതന്നെയാണ് കളിയച്ഛൻ. ഗുരുവിനും ശിഷ്യനും പേരില്ല.

ഒക്കില്ലൊരിക്കലും മേലിലിനിക്കിനി –
യിക്കളിവട്ടത്തിലൊത്തുകളിക്കുവാൻ

ഒക്കില്ല – ഒത്തുകളിക്കുക എന്നീ പ്രയോഗങ്ങൾ ശ്രദ്ധിക്കുക. ഒക്കില്ല എന്നത് അവസാനത്തെ തീരുമാനമാണ്. ഇനിമേലിൽ ഈ കളിവട്ടത്തിൽ ഗുരുനാഥന്റെ നിർദ്ദേശത്തിൽ വേഷം കെട്ടില്ല എന്നാണ് തീരുമാനം. കഥ കളിക്ക് കലാകാരന്മാർ പറയുന്ന പേര് 'കളി' എന്നാണ്. കളിക്കുപോകുക, ഇന്നലെ 'കളി'യുണ്ടായിരുന്നു, എവിടെയാണ് അടുത്ത 'കളി' എന്നൊ ക്കെയാണ് അവരുടെ വിനിമയഭാഷ. സിനിമാപ്രദർശനത്തിനും കളി എന്നാണ് പറയുക. ദിവസേന മൂന്നുകളികൾ എന്ന് പഴയ സിനിമാനോട്ടീ സിൽ കാണാം. ഇന്നത് 'പ്രദർശനങ്ങൾ' എന്നാക്കിയിട്ടുണ്ട്. കുടിയാട്ട ക്കാരും കൃഷ്ണനാട്ടക്കാരും കലയുടെ പേര് ചേർത്താണ് പറയുക. ചില പ്പോൾ 'പരിപാടി' എന്നും പറയും. വാദ്യകലാകാരന്മാർ മുഴുവൻ പരി പാടി എന്നാണ് അവതരണങ്ങളെ വിശേഷിപ്പിക്കുക. 'കളിവട്ടം' കളി യോഗം തന്നെയാണ്. വാഴേങ്കട കുഞ്ചുനായർ സ്മാരകട്രസ്റ്റ് കഥകളി ഏറ്റെടുത്തു നടത്താറുണ്ട്. 'കളിവട്ടം' എന്നാണ് അവർക്ക് പേര്. ഇവ രോടൊത്തു കളിക്കുവാൻ സാധിക്കില്ല എന്നതിൽ കൂട്ടുവേഷക്കാർ പ്രതി സ്ഥാനത്തു വരുന്നില്ല. ഗുരുനാഥന്റെ കീഴിൽ കളിക്കാൻ വയ്യ എന്നേ അർത്ഥമുള്ളൂ. കവിതയുടെ തുടക്കത്തിൽത്തന്നെ പ്രതിനായകനായ കത്തിവേഷമായി ഗുരുനാഥൻ വന്നുകഴിഞ്ഞു.

'സ്മേര മനോഹര വേഷങ്ങൾ കച്ചുപോയ്
ഘോരഗുരുശാപകാമിലബാധയാൽ'

ഇവിടെ 'സ്മേരമനോഹര വേഷ'ത്തിൽ പച്ചവേഷത്തിന്റെ ധ്വനി യുണ്ട്. കച്ചുപോവുക എന്നത് അതൃപ്തിയുടെ സൂചന ഉൾക്കൊള്ളുന്നു. ഗുരുശാപം ഘോരമാണ്. ഗുരുത്വത്തിന് പ്രസക്തിയേറുന്ന ഒന്നാണ് കലാ പഠനം. പ്രായത്തിന്റെ അന്തരം കുറവാണെങ്കിലും ഗുരുവിനുള്ള സ്ഥാനം അർഹിക്കുന്ന തരത്തിൽ നൽകാൻ ശിഷ്യൻ സദാസന്നദ്ധനായിരിക്കും. ഗുരുനാഥനും ആദ്യത്തെ ശിഷ്യനും തമ്മിൽ പ്രായപരമായ അന്തരം പഴയകാലത്ത് കുറവായിരുന്നു. പഠനത്തിന്റെ അഭ്യാസത്തിന്റെ അവ സാനവർഷത്തിലെത്തിയവർ ആദ്യവർഷക്കാർക്ക് ഗുരുസ്ഥാനീയരാകാ റുണ്ട്. 'കളിയച്ഛനിൽ' പ്രായത്തിന്റെ സൂചനയില്ല. ചെറുപ്പത്തിന്റെ ഊർജ്ജവും വീര്യവും നിഷേധവുമുള്ള ശിഷ്യനെയും പാകതയുടെ രൂപ മായ ഗുരുനാഥനെയുമാണ് കവിതയിൽ കാണുന്നത്.

താവിത്തുളുമ്പും സഭാകമ്പമേല്ക്കയാൽ
മെയ് വിയർക്കുന്നു; തുടവിറയ്ക്കുന്നുമേ!

കലാകാരനെ സംബന്ധിച്ച് 'സഭാകമ്പ'ത്തിന് പ്രസക്തി കുറവാണ്. തന്റെ മുന്നിലിരിക്കുന്നവരോട് സംസാരിക്കാൻ അവർ വിമുഖരാകും. കലാ വതരണങ്ങളിൽ കാണികളെ കേന്ദ്രീകരിച്ചാവണം പ്രകടനം. എല്ലാ കണ്ണുകളുടെയും കേന്ദ്രപുരുഷൻ താനാണെന്നും താൻ സൂക്ഷ്മമായി

വിലയിരുത്തപ്പെടുകയാണ് എന്നുമുള്ള ബോധ്യം അയാളിൽ ഉണ്ടാവണം. അവിടെ വ്യക്തിയല്ല കലാകാരനാണ് സ്ഥാനം. വ്യക്തിയോട് വിപ്രതി പത്തിയുള്ളവരും കലാകാരനെ മാനിക്കും. ശരീരം വിയർക്കുകയും വിറയ്ക്കുകയും ചെയ്യുന്നത് 'സഭാകമ്പ'ത്തിന്റെ പ്രധാനലക്ഷണങ്ങ ളാണ്. ഒരു കഥകളി വേഷക്കാരന് 'സ്ഥായി'യും 'നില'യും നഷ്ടപ്പെടാൻ, ആട്ടത്തിലും പാട്ടിലും മുദ്രയിലും അശ്രദ്ധവരുത്തുവാൻ സഭാകമ്പത്തിന് സാധിക്കും. അയാൾ പരാജയപ്പെടും.

പതിനെട്ടുവരികൾക്കു ശേഷം ശിഷ്യന്റെ ആത്മകഥനം ആരംഭിക്കു കയാണ്. എനിക്ക് സുഖം ഭവിക്കുന്നു; അതിനുള്ള കാരണം എന്ത്? എന്ന് കഥകളിയിലെ കത്തി വേഷക്കാരൻ ആടാറുണ്ട്. (ഉദ്ഭവത്തിലെ രാവ ണൻ വിശദമായും.) ഇവിടെ വിപരീതമായ ആട്ടമാണ്. 'എനിക്ക് ശാപം ഭവിക്കുന്നു അതിനുള്ള കാരണം എന്ത്?' എന്ന് ആട്ടത്തിലാണ് യഥാർത്ഥ ത്തിൽ കളിയച്ഛൻ തുടങ്ങുന്നത്. അതിനുമുമ്പുള്ള തിരനോട്ട സമാന മായ വരികളാണ് കുഞ്ഞിരാമൻനായർ എഴുതുന്നത്.

ദേശികവര്യൻ തിരുമിഴിക്കോണിനാൽ
ദേഹമുഴിഞ്ഞ സുരഭിലവാസരം!

ദേശികവര്യൻ എന്ന വിശേഷണത്തിൽ നിന്ന് ഗുരുവിന്റെ പ്രായം അളക്കാം. ഗുരു വരിഷ്ഠനാണ്. ഗുരുനാഥനെന്ന നിലയിലും വേഷക്കാരൻ എന്ന നിലയ്ക്കും പേരെടുത്തയാളാണ് ഗുരുനാഥൻ. ഒരു ഗുരുനാഥന് ഒറ്റനോട്ടത്തിൽത്തന്നെ ശിഷ്യന്റെ ഭാവി തിരിച്ചറിയാം. കണ്ണുകൊണ്ടുള്ള ആ ഉഴിച്ചിലിൽ അയാളുടെ ശരീരഭാഷയെക്കുറിച്ചുള്ള ഭാഷാക്രമക്ക ണക്കു കിട്ടുന്നു. കണ്ണും മുഖവും ദേഹവും തമ്മിലുള്ള പൊരുത്തദീക്ഷ ഒറ്റ നോട്ടത്തിൽ പതിയും. എണ്ണം കൊട്ടിക്കുമ്പോൾ കൊട്ടുകാരനിലെ താളബോധം, നാലുവരിപാടുമ്പോഴുള്ള സംഗീതബോധം ഗുരുനാഥനിൽ പതിയുന്നതുപോലെയാണിത്. സുന്ദരോഷസ്സുമലരിനെയെന്നപോൽ മധുരം അയവിറക്കുകയാണ് ആ ഭൂതകാലം. പഴയകാലത്ത് ഗുരുശിഷ്യ ബന്ധം മാധുര്യം നിറഞ്ഞതായിരുന്നു എന്നതിന്റെ സൂചന ഇതിലുണ്ട്. സുന്ദരം, ഉഷസ്സ്, മലര്, മധുരം തുടങ്ങിയ പദങ്ങൾ ശ്രദ്ധിക്കുക. എല്ലാം ഭംഗിയുടെയും ഹൃദ്യതയുടെയും പദങ്ങൾ.

'ആശാന്റെ തൃക്കരപ്പൊന്മുടി ചൂടി കളിയരങ്ങേറിയവാസരം' എന്ന വരികളിൽ കൃഷ്ണവേഷത്തിൽ അരങ്ങേറാനൊരുങ്ങുന്ന ശിഷ്യന് പ്രാർത്ഥിച്ച് മുടി നൽകുന്ന ഗുരുനാഥന്റെ പരോക്ഷചിത്രമുണ്ട്. വിജയീ ഭവഃ എന്നും 'യശസ്വീഭവഃ' എന്നും ഗുരുനാഥൻ അനുഗ്രഹിച്ചിരിക്കണം. അരങ്ങേറ്റ ദിവസം തന്നെ ഗുരുനാഥൻ ശിഷ്യന്റെ വരുംകാലം ദീർഘ ദർശനം ചെയ്തിരിക്കണം. 'ഫുല്ലനേത്രത്താൽ ഗുരുനാഥൻ ചെറുക്കനായ ശിഷ്യനെ തഴുകി' എന്നതിൽ വാത്സല്യഭാവമുണ്ട്.

ഏതായിരിക്കാം ശിഷ്യന്റെ അരങ്ങേറ്റവേഷം? കൃഷ്ണമുടി വച്ച വേഷ മായിരിക്കണം. കവിതയുടെ അവസാനത്തിൽ കൃഷ്ണവേഷം വരുന്നുണ്ട്.

സുഭദ്രാഹരണത്തിൽ കൃഷ്ണനായിട്ടാണ് പിന്നീട് പ്രഗല്ഭരായ പലരും അരങ്ങേറിയിട്ടുള്ളത്. കലാമണ്ഡലം രാമൻകുട്ടിനായർ ഉദാഹരണം.

ശിഷ്യന് ഗുരുനാഥനെ വേഷത്തിൽ അനുഗ്രഹിക്കാനുള്ള അവസര രംഗം കൂടിയാണിത്. കൃഷ്ണനായി ശിഷ്യനും അർജുനനായി ഗുരുനാഥനും അരങ്ങിൽവരും.

ഈ രംഗത്തെക്കുറിച്ച് കലാമണ്ഡലം കൃഷ്ണൻകുട്ടിപ്പൊതുവാൾ 'മേളപ്പദ'ത്തിൽ എഴുതുന്നു.

"രാമുണ്ണിമേനോൻ എന്ന് കേട്ടാൽ മൂത്രം പോകുന്ന രാമൻകുട്ടിയതാ ഗുരുനാഥനെ അനുഗ്രഹിക്കുന്നു. കളിയിൽ വാപ്പ മോനാകും." (പുറം:40)

ഈ അസുലഭസൗഭാഗ്യം ലഭിച്ച നടന്, ശിഷ്യവാത്സല്യം ലഭിച്ച ഗുരുവിന്റെ കറുത്തമുഖം കാണേണ്ടിവന്നു.

"ദുർമുഖം കാണേണ്ടെനിക്കോതി ദേശികൻ
ദുർമൃതി ഘോരഗ്രഹണമാം ശാപമായ്!"

"കാണേണ്ട" എന്ന് ഗുരു തീർപ്പു കല്പിക്കുന്നു. വേഷപ്പറ്റുള്ള, മനയോലപ്പറ്റുള്ള മുഖചന്ദ്രനിൽ ഗ്രഹണം നടക്കുകയാണ്. ഗുരുശാപം മരണതുല്യമായി. കലാകാരനുനേരേയുള്ള ശാപം കലയുടെ അസ്തമയമാകുന്നു. കലാകാരന്റെ പതനം മരണം തന്നെയാണ്. കേശഭാരം വയ്ക്കേണ്ട ശിരസ്സ് ഗുരുശാപത്താൽ വെന്തുപോവുകയാണ്. ആശാന്റെ തൃക്കരപ്പൊന്മുടി ചൂടിയ അതേ ശിരസ്സ്. മുടിയിൽ നിന്നും കേശഭാരത്തിലേക്കുള്ള ഉയർച്ചയും വളർച്ചയും ശ്രദ്ധിക്കുക. അനുഗ്രഹസ്പർശമാർന്ന നെറുകയിൽ ശാപത്തിന്റെ ആഘാതം. 'മസ്തകം' എന്നാണ് കവി എഴുതുന്നത്. കേശഭാരകിരീടം എന്നുവേണമെന്നില്ല. ഒരു തലയെടുപ്പുള്ള വേഷക്കാരനായി അയാൾ മാറിക്കഴിഞ്ഞതിന്റെ ചിത്രം മസ്തകം എന്ന വാക്കിലുണ്ട്. (പി. യെപ്പറ്റി ആറ്റൂർ രവിവർമ്മ എഴുതിയ 'മേഘരൂപനിൽ' 'പൊൻകോലം കേറ്റുവാൻ/കുമ്പിട്ടീലല്ലി നിന്റെ മസ്തകം'എന്ന് വായിക്കാം.) ശാപത്തെ ഇടിത്തീയായി കല്പിച്ചിരിക്കുന്നു. ഇടിത്തീപോലെ, അശനിപാതമായി വന്നുവീണ ശാപത്തിന്റെ കാരണം എന്താണ്? അത്തരമൊരു അവസ്ഥാന്തരത്തിൽ ശിഷ്യൻ എത്തിപ്പെട്ടതിന്റെ പശ്ചാത്തലം എന്താണ്? 'ഉഗ്ര ഗുരുത്വപ്പിഴയുടെ കരിനിഴൽ' തന്നെ, വിടാതെ പിന്തുടർന്നെത്തുന്നതായി അയാൾ സ്വയം സാക്ഷ്യപ്പെടുത്തുന്നു. ഉഗ്രം- കരിനിഴൽ എന്ന വാക്കിൽ നിന്ന് നിഴലുപോലെ അത് അയാളെ പിന്തുടരുന്നു എന്ന് വ്യക്തമാണ്. ഗുരുശാപം അയാളെ തളർത്തി. ഉത്സവക്കളികൾക്ക് പോകാതെ, അമ്പലങ്ങളിൽ തൊഴാൻ പോകാതെ അയാൾ സ്വയം പിൻവാങ്ങുകയായിരുന്നു. കറുപ്പിന്റെ രൂപകങ്ങളിലൂടെയാണ് ഈ അവസ്ഥ വിവരിക്കുന്നത്. ചൂടുറ്റ വീർപ്പ്, ഏകാന്തം, വലയൽ, ഇരുൾ മൂടുന്ന അന്തി തുടങ്ങിയ പ്രയോഗങ്ങളാൽ ഒറ്റപ്പെടലിന്റെ ചിത്രമുണ്ട്.

ക്ഷേത്രത്തിലെ താഴികക്കുടം അയാളെ മാടിവിളിക്കുകയാണ്. അവിടെ ചെന്ന് പ്രാർത്ഥിക്കാൻ അയാൾ ഒരുക്കമല്ല. കുളവും ആലും അരയാൽത്തറകളും അയാൾക്ക് അന്യമാവുകയാണ്.

'സ്മേരം ഗുരുവിൻ മുഖം കറുത്തീടവേ
ഘോര തമസ്സിലേക്കൊട്ടൊട്ടു നീങ്ങി ഞാൻ'

മുമ്പും ദുർമുഖത്തിന്റെ ഘോരതയെപ്പറ്റി കവി എഴുതിയിട്ടുണ്ട്.

'ദുർമുഖം കാണേണ്ടനിക്കോതിദേശികൻ
ദുർമ്മൃതിഘോരഗ്രഹണമാം ശാപമായ്!"

കറുപ്പിന്റെ പ്രതീകങ്ങൾ കൂടിവരികയാണ്. കറുപ്പിന്റെ പശ്ചാത്തലത്തിലാണ് കഥകളിക്ക് ജൈവികതയും സ്വാഭാവികതയും. രാത്രിയുടെ കലയാണ് കഥകളി. മലയാളിയുടെ രാത്രികൾ കഥകളിക്കു കടപ്പെട്ടിരിക്കുന്നു. 'വാസര'ത്തിലെ - പകലിലെ-നന്മകൾക്കുശേഷം (കളിയരങ്ങേറിയ വാസരം, സുരഭിലവാസരം) ഇരുട്ടിന്റെ അവസ്ഥയിലേക്കു നീങ്ങുകയാണ്. ഗുരുപ്രീതിയുടെ പകലിനു വിരുദ്ധമായി ഗുരുശാപത്തിന്റെ ഘോരരാത്രികൾ. ഒരു കഥകളികലാകാരന് രാവാണ് ആശ്രയം. ഗുരുശാപകാമിലബാധയാൽ രാത്രിയുടെ ഘോരത വർദ്ധിക്കുന്നു. ഈ തമസ്സ് അയാളുടെ കലയെ അവ്യക്തമാക്കുന്നു.

ഇന്നൊരുവേഷവും കിട്ടാതുഴന്നുപോ-
യൊന്നാം കിടക്കാരനാകാൻ മുതിർന്നവൻ.

ഒന്നാം കിടക്കാരനാവുക എന്നതായിരുന്നു അയാളുടെ ലക്ഷ്യം. വിവിധ വേഷങ്ങൾ കെട്ടി പരിചയം നേടി വേണം ഒന്നാം കിടക്കാരനാവാൻ. അമിതമായ ആത്മവിശ്വാസം തുടക്കം മുതലെ അയാളെ ഗ്രസിച്ചിരുന്നു. ഈ ആത്മവിശ്വാസം അഹങ്കാരത്തോളം എത്തി. ഉയർച്ചയുടെ അഗ്രഗണ്യതയിലേക്കാണ് അയാളുടെ മനസ്സുചെല്ലുന്നത്. 'കളിയോഗ'ത്തിൽ ഗുരുനാഥനു വശപ്പെട്ട്, അദ്ദേഹം നൽകുന്ന ചെറിയ (കുട്ടിത്തരം -ഇടത്തരം -ആദ്യവസാനം എന്നാണ് കഥകളിയിലെ വേഷത്തിന്റെ ഉയർച്ചാകണക്ക്.) വേഷങ്ങൾകൊണ്ട് അയാൾ തൃപ്തനായില്ല. വൻവേഷങ്ങൾ കെട്ടാൻ ശിഷ്യന് പാകതയായിട്ടില്ലെന്നും ഇപ്പൊഴേ വലിയ വേഷങ്ങൾ നൽകുന്നത് അപാകതയാവുമെന്നും ഈ പാകപ്പിഴ അയാളുടെ കലയെ നിശ്ചലമാക്കുമെന്നും ഗുരുനാഥന് തിരിച്ചറിവുണ്ട്. പാകപ്പെട്ട് പഴുത്ത കനിക്കാണ് മധുരം ലഭിക്കുക.

ഉച്ചണ്ഡഗർവമൊരുങ്ങീല; വൻകളി-
യച്ഛന്റെയിച്ഛയ്ക്കു വേഷമെടുക്കുവാൻ.
പൂർണ്ണാധികാരമുണ്ടാവണ, മന്നന്നു
തോന്നിയ വേഷങ്ങൾ കെട്ടി നടക്കുവാൻ
ആദ്യവസാനത്തിനെന്നെ ക്ഷണിക്കാത്തൊ-
രാശാനിലാശങ്കവാരിയെറിഞ്ഞുഞാൻ

ഇച്ഛകൾക്കൊക്കെ കടിഞ്ഞാണിടും; കളി-
യച്ഛന്റെ നേർക്കുതെറിവാക്കു തുപ്പി ഞാൻ,
തോപ്പിൽ കിളർത്തൂ കളിയച്ഛനോടു ഞാൻ
മാപ്പിരക്കില്ലെന്ന ഭീകരമുൾച്ചെടി.

ഇതാണ് 'ഘോരഗുരുശാപകാമില ബാധ'യുടെ തീക്ഷ്ണതയ്ക്കു കാരണം. 'ഉച്ചണ്ഡഗർവ്വ'മാണ് ശിഷ്യനിൽ പ്രവർത്തിച്ചത്. കളിയച്ഛന്റെ ഇച്ഛയ്ക്ക് വേഷം കെട്ടില്ലെന്നും തന്റെ വേഷം നിശ്ചയിക്കേണ്ടത് താനാണെന്നുമുള്ള ഗർവ്വ്. ഗർവ്വിന് അഹങ്കാരം എന്ന് പ്രത്യക്ഷാർത്ഥം. അവനവന്റെ വേഷം ഏതെന്ന് നിശ്ചയിക്കുവാനുള്ള പൂർണ്ണാധികാരം അവനവനു തന്നെയാണ്. 'തോന്നിയ വേഷങ്ങൾ' എന്നതിൽ പച്ചയും, കത്തിയും, ചുവന്ന താടിയും, മിനുക്കും പെടും. ഒരു വേഷക്കാരൻ മുതിർന്നു വരവെ ഒരു മേഖല തെരഞ്ഞെടുക്കും. പച്ചയ്ക്കോ കത്തിക്കോ ഏതിനാണ് തന്റെ മുഖവും മനസ്സും പാകപ്പെടുന്നത് എന്ന സ്വയം നിശ്ചയം, വിലയിരുത്തൽ അയാളിൽ വന്നു ചേരും. അല്ലെങ്കിൽ ഗുരുവിനറിയാം ശിഷ്യന്റെ വഴി. കളിയച്ഛൻ ആ വഴിയിലൂടെ അയാളെ നടത്തിക്കും. 'ആദ്യവസാനവേഷം' എന്നത് ഏതൊരാളുടെയും പ്രതീക്ഷയാണ്. ആ മോഹത്തിന് ഗുരു കടിഞ്ഞാണിടുകയാണ്. എപ്പോഴാണ് ശിഷ്യന് ആദ്യവസാനവേഷം നൽകേണ്ടത് എന്ന് ഗുരുവിനറിയാം. ഭീമൻ, അർജ്ജുനൻ, ധർമ്മപുത്രർ, നളൻ, രാവണൻ, കീചകൻ തുടങ്ങിയ ആദ്യവസാന വേഷങ്ങൾ കെട്ടി ഫലിപ്പിക്കാൻ അരങ്ങു പരിചയവും പ്രായവും പ്രായോഗികതയും ഘടകമാണ്. നല്ല ചൊല്ലിയാട്ടം കിട്ടിയ, വ്യത്യസ്ത വേഷങ്ങൾ കെട്ടിത്തികഞ്ഞു തെളിഞ്ഞയാൾക്കേ ഗുരുനാഥൻ ആദ്യവസാനവേഷം നൽകുകയുള്ളൂ. ആദ്യവസാനവേഷം നൽകാത്ത ആശാനിൽ ആശങ്കയുണ്ടാക്കി എന്നതിൽ നിന്ന് ആശാനോടുള്ള വിമർശനത്തിന്റെ ധ്വനിയുണ്ട്. തന്റെ ഭാഗത്തു നിന്നുണ്ടായ കർക്കശമായ ഇടപെടലുകളെ, തന്റെ നിലപാടുകളെക്കുറിച്ച്, ആശാനോടുള്ള നിർദ്ദയമായ സമീപനത്തെപ്പറ്റി എല്ലാം 'ആശങ്ക' എന്ന വാക്ക് സത്യസാക്ഷ്യം നൽകുന്നു. വാരിയെറിഞ്ഞു എന്നിടത്ത് ഭർത്സനങ്ങളുടെ ആവർത്തനമുണ്ട്. തന്റെ ആത്മവിശ്വാസം; താൻ വളരുന്നതിൽ ആശാനുള്ള അസഹിഷ്ണുത, പുതുതലമുറയ്ക്ക് പഴയ തലമുറ വഴിമാറിക്കൊടുക്കാത്തതിന്റെ നീരസം തുടങ്ങി ആശാൻ വിമർശനങ്ങളുടെ 'തന്റേടാട്ടം' തന്നെ ശിഷ്യൻ നടത്തിയിരിക്കാം. ഒരു വെല്ലുവിളിയും നിഷേധവും ആക്ഷേപവും എല്ലാം അടങ്ങിയ ആക്ഷേപ പരമ്പര തന്നെ ശിഷ്യൻ സൃഷ്ടിച്ചിരിക്കണം. അതെല്ലാം ഗുരുത്വക്കേടായി ശിഷ്യനിൽ തിരിച്ചു പതിക്കുകയാണ്. ആഗ്രഹങ്ങൾക്ക് കടിഞ്ഞാണിടുന്ന കളിയച്ഛന്റെ നേർക്ക് ശിഷ്യൻ തെറിവാക്ക് തുപ്പുകയാണ്. കവി അത് നേരിട്ട് എഴുതുന്നു. അശ്ലീലപദങ്ങൾ കൊണ്ട് സകലശീലങ്ങളെയും നിരാകരിക്കുകയാണ്. 'തെറിവാക്ക് തുപ്പുക' എന്നാണ് പ്രയോഗം. ഈ പദാർത്ഥങ്ങൾ ആശാനിൽ സൃഷ്ടിക്കുന്ന വേദനയും വൈകാരികതയും എത്രയായിരിക്കും. വാക്കുകൾ തുപ്പലായി പതിക്കുകയാണ്. ശിഷ്യൻ

ശാപം സ്വയം ചോദിച്ചു വാങ്ങിയതാണ്. ശിഷ്യന്റെ ശകാരവാക്കുകൾ ഓരോന്നും ഗുരുനാഥനിൽ ഏല്പിക്കുന്ന ആഘാതത്തിന്റെ തീവ്രത അതിന്റെ പതിന്മടങ്ങ് ശക്തിയിൽ ശാപമായി ശിഷ്യനിൽ സ്വയം പതിക്കുന്നു. ഈ ഗുരുനിന്ദയാണ് ഏറ്റവും വലിയ പാപം. ശാപം പാപമാവുകയാണ്. തോന്നിയ വേഷം കെട്ടി നടക്കാനുള്ള പൂർണ്ണാധികാരത്തിനു വേണ്ടിയായിരുന്നു ശിഷ്യന്റെ എതിർപ്പ്. ആത്മബോധത്തിന്റെ അതിപ്രസരമാർന്ന 'നില'യിൽ നിന്ന് നിലവിടുന്ന ശിഷ്യൻ നിലനില്പിനായി പൊരുതുകയാണ്. കളിയച്ഛനാണ് അവസാന വാക്ക്. അയാൾ ഭ്രഷ്ട് കല്പിച്ച ഒരാൾ നാടെങ്ങും ഭ്രഷ്ടനാവുന്ന കാലം. അധികാരസ്ഥാനത്തെ ഒറ്റയ്ക്കു നേരിടാൻ കലാകാരൻ പ്രാപ്തനല്ല. കല ജീവിതം കൂടിയാണ്. ആരൂഢം നൽകിയ മനുഷ്യനെ നിരാകരിക്കുകയാണ് ശിഷ്യൻ. അയാൾക്കുള്ളിൽ അഹങ്കാരത്തിന്റെ കലി ബാധിച്ചിരിക്കുന്നു. 'ഖലൻ കലി' (നളചരിതം) യാണ് ശിഷ്യനിൽ പ്രവർത്തിക്കുന്നത്. 'കളിയച്ഛനോട്' മാപ്പിന് അപേക്ഷിക്കില്ലെന്ന് ശിഷ്യൻ തീരുമാനിക്കുന്നു. ഭീകരമുൾച്ചെടിയായാണ് മാപ്പിരക്കില്ലെന്ന തീരുമാനം മനസ്സിന്റെ പൂന്തോപ്പിൽ കിളർക്കുന്നത്.

'വേഷത്തിനാരും ക്ഷണിക്കാതെയായി' എന്ന ദുരന്തത്തിലെത്തുന്നു ആ തീരുമാനം. കളിയോഗത്തിലെ ലിസ്റ്റിൽ ചെറിയ വേഷമെങ്കിലും ലഭിക്കാതെ അയാൾ ഉഴന്നു നടന്നു. കളിയോഗം വിടുകമാത്രമായി പോംവഴി. ആശാൻ തിരസ്കരിച്ച ശിഷ്യന് വേഷം ലഭിക്കുക പ്രയാസമാവുന്നു. കളിയുടെ വിളംബരശബ്ദമായ 'കേളികൊട്ട്' ഒരു കഥകളി വേഷക്കാരന് കുളിരാവുന്നു. ഇവിടെ 'കേളികൊട്ടുമ്പോൾ നടുങ്ങുന്നു മാനസം'! എന്ന അവസ്ഥയിലായിരിക്കുന്നു. അഗ്രശാലയിൽ കഥകളിക്കാർക്കുള്ള പന്തിയിൽ അയാൾക്ക് ഇലയിട്ടില്ല. അയാൾ ഇന്ന് വെറും കാണിയുടെ നിലയിലാണ്. കളിക്കാരന് വേഷമുള്ള സ്ഥലത്തേ പ്രാധാന്യമുള്ളൂ. അങ്ങനെ ഭക്ഷണം പോലും നിഷേധിക്കപ്പെടുകയാണ്. ചൊട്ടിക്ക് അരി അരയ്ക്കാനുള്ള അവസരം കൂടി ഇല്ലാതാവുകയാണ്. 'കളിയച്ഛനുമായി ഇടഞ്ഞ കാലങ്ങളിൽ പിച്ചനെപ്പോലെയായി ഞാൻ' എന്നും പെട്ടി വച്ചു കളി ഉടനെ നടത്തണമെന്നും അയാൾ സ്വയം തീർപ്പുകല്പിക്കുകയാണ്.

> തോറ്റുതുലഞ്ഞു ഹാ; വയ്യെനിക്കിപ്പടു-
> കൂറ്റൻ കഥകളിപ്പെട്ടികളേറ്റുവാൻ
> പോരുമിപ്പാഴ്ക്കളി; വീട്ടിലേക്കൊന്നിനി
> പ്പോയിവരുവാൻ മുതിരുന്നു മാനസം.

തോറ്റു തുലഞ്ഞു എന്നതിൽ പരാജയത്തിന്റെ കയ്പുനീരിന്റെ രുചിയുണ്ട്. 'പാഴ്ക്കളി' പാഴായ കളിയുമാകാം ഇനി തുടർന്നും പാഴായിപ്പോകുന്ന കളിയുമാകാം.

അപ്പോഴാണ് ഭൗതിക ജീവിതത്തെക്കുറിച്ച് അയാൾ ചിന്തിക്കുന്നത്. ഭാഗപ്രകാരം ലഭിച്ചത് വിറ്റിട്ടാണ് കളി പഠിക്കാനെത്തിയത്. അവിടെയും പരാജിതന്റെ വിലാപഗാഥയായി കവിത മാറുകയാണ്.

ഭീരുവിന്റെ വേഷങ്ങൾ കെട്ടി ഭീരുവായി മാറുന്ന അവസ്ഥയിലേക്ക്, ജീവിതത്തിലെ ഭീരുത്വത്തിലേക്ക് അയാൾ തിരനോക്കുന്നു.

ഒട്ടുരസിക്കുവാൻ ഭീരുവിൻ വേഷങ്ങൾ
കെട്ടി ക്രമാലൊരു ഭീരുവായ് തീർന്നു ഞാൻ!

ഭീരു തിരശ്ശീലയ്ക്കടിയിലൂടെയാണ് തിരനോക്കുന്നത്. ഹാസ്യം ജനിപ്പിക്കുന്ന കഥാപാത്രമാണിത്. നരകാസുരവധം കഥയിൽ ഭീരു വരുന്നുണ്ട്. ചില കഥകളി നടന്മാർ അവർ കെട്ടുന്ന വേഷത്തിന്റെ പേരിൽ പ്രശസ്തരായിട്ടുണ്ട്. നളനുണ്ണി, ആശാരിക്കോപ്പൻ, ദമയന്തി നാരായണപ്പിള്ള, ഹംസം കുഞ്ഞൻ പണിക്കർ. എന്നാൽ ഭീരുവിന്റെ പേരിൽ ഒരു വേഷക്കാരൻ അറിയപ്പെടുന്നതിലെ അസ്വാഭാവികത എന്തായിരിക്കും. ഭീരുവിന്റെ വേഷം കെട്ടി ജീവിതത്തിൽ നടൻ ഭീരുവായി. മനോനിലയും നിയന്ത്രണവും നഷ്ടപ്പെടുമ്പോഴാണ് ഭീരുത്വം തിരനോക്കുന്നത്. കളിയച്ഛനോടുള്ള വെല്ലുവിളിയിലെ ധീരത നിസ്സഹായതയുടെ ഭീരുത്വമായി കലാശിക്കുകയാണ്. കെട്ടുന്ന വേഷത്തിന്റെ കാഴ്ചപ്പാട് നടന്റെ കാഴ്ചപ്പാടു കൂടിയാവുക സ്വാഭാവികം. കലാമണ്ഡലം ഗോപിയുടെ ജീവിതാവസ്ഥ പച്ചയ്ക്കും രാമൻകുട്ടി നായരുടേത് കത്തിക്കും പാകപ്പെട്ടതാണ്. ചുവന്ന താടി വേഷത്തിന്റെ താമസസ്വഭാവ പൂർണ്ണത അരങ്ങിൽ അഗ്രിമമാക്കുന്ന നെല്ലിയോട് വാസുദേവൻ നമ്പൂതിരിയുടെ ജീവിതം ഇതിന് വിരുദ്ധമാണ്. തന്ത്രിയായും കവിയായും ബ്രാഹ്മണാചാരങ്ങൾ നിഷ്ഠയോടെ അനുഷ്ഠിച്ച് സാത്വികതേജസ്സാർന്ന മനസ്സോടെ ജീവിക്കുന്ന നെല്ലിയോടിന് അരങ്ങിൽ ദുഷ്ടകഥാപാത്രങ്ങളെ അവതരിപ്പിക്കൽ ദുഷ്കരമല്ല. കലയും ജീവിതവും ഇവിടെ രണ്ടാവുകയാണ്.

'പലപല വേഷങ്ങൾ കെട്ടി ആത്മസ്വരൂപത്തെയോരാതെയായി ഞാൻ' എന്ന് വേഷക്കാരന്റെ ആത്മഗതമാണ് കവിതയിൽ. കലാമണ്ഡലം കൃഷ്ണൻ നായരെപ്പോലുള്ള വേഷക്കാർ പച്ച, കത്തി, മിനുക്ക് വേഷങ്ങളിൽ തുല്യപ്രാധാന്യത്തോടെ തിളങ്ങി, എങ്കിലും അടിസ്ഥാനപരമായി കൃഷ്ണൻ നായർ പച്ച വേഷക്കാരനായിരുന്നു. ഏതു കഥകളിനടനും ഒരു 'വേഷതട്ടകം' ഉണ്ട്. ഇതരവേഷങ്ങളിൽ അടിസ്ഥാനവേഷത്തിന്റെ ഗരിമ പകരാൻ അവർക്ക് സാധിക്കാറില്ല. കലാമണ്ഡലം രാമൻ കുട്ടി നായരുടെ കത്തി (വെള്ളത്താടിയും)യുടെ പ്രതാപം പച്ചവേഷത്തിനുണ്ടായിരുന്നില്ല. ആത്മസ്വരൂപത്തിനിണങ്ങുന്ന വേഷം തെരഞ്ഞെടുക്കുന്നതിലും അതിൽ ആധിപത്യം ഉറപ്പിക്കേണ്ടതിലുമാണ് നടൻ ശ്രദ്ധിക്കേണ്ടത്. അവനവന്റെ ആവിഷ്കാര സാധ്യതയും അസ്തിത്വവും തന്റെ ശരീരഭാഷയും കലാഭാഷയ്ക്കും ഇണങ്ങുന്നവിധം സ്വതന്ത്രവും സമ്പന്നവുമാക്കേണ്ട ധാർമ്മികത വേഷക്കാരനുണ്ട്.

'രാവണവേഷവും ഞാനുമൊന്നായ് ചമഞ്ഞുപോയ'തിന്റെ വേദന നടൻ ഓർമ്മിക്കുന്നുണ്ട്. വ്യത്യസ്ത ആട്ടക്കഥകളിൽ രാവണന്റെ സ്വഭാവം വ്യത്യസ്തമാണ്. ഉത്ഭവം രാവണവിജയം (രംഭപ്രവേശം), ബാലി വിജയം, ബാലിവധം, തോരണായുദ്ധം കഥകളിലെ രാവണന്മാരെ ശ്രദ്ധിക്കുക.

ഉത്ഭവത്തിലെ രാവണൻ പത്തുശിരസ്സും ഹോമിച്ച് ആത്മ തപോബല ത്താൽ ബ്രഹ്മാവിൽ നിന്നും വരം വാങ്ങുകയാണ്. 'രാവണൻ പത്താ മത്തെ ശിരസ്സും സ്വയം വെട്ടാൻ/രാമുണ്ണിമേനോനിൽ വന്നുത്ഭവിപ്പതു നോക്കി'യിരിക്കുന്നത് ഒളപ്പമണ്ണ 'ദഹനംപതനം' എന്ന കവിതയിൽ എഴു തുന്നുണ്ട്. ബാലിവിജയത്തിലെ രാവണൻ ബാലിയുടെ കരുത്തിൽ തോറ്റ കഥാപാത്രമാണ്. കളിയച്ഛനിലെ രാവണൻ ബാലിവിജയത്തിലെ രാവ ണനായിരിക്കാം. ആവണം. പഞ്ചരാവണകഥകളിൽ നാലും രാവണന്റെ വിജയഗാഥയും ബാലിവധം വിലാപഗാഥയുമാണ്. ബാലിയുടെ വാലിൽ തൂങ്ങി സമുദ്രതീരമാകെ സഞ്ചരിച്ച രാവണന്റെ ദൈന്യം പോലെയാണ്. തന്റെ ആദ്യവസാനക്കരുത്തിൽ അഹങ്കരിച്ച വേഷക്കാരന് ലഭിക്കുന്ന തിരിച്ചടി.

'താൻ, കാര്യം മറന്ന വെറും കളിക്കാരനായി' എന്ന ദൈന്യം അയാൾ തിരിച്ചറിയുന്നു. കളിമറന്ന കാര്യവും, കാര്യം മറന്ന കളിയും കഥകളി വേഷക്കാരനുണ്ടാവരുത്. കളിയിലെ കെടുകാര്യസ്ഥതയാണ് അയാളെ വഴി തെറ്റിച്ചത്. നളചരിതത്തിലെപ്പോലെ 'വഴിയേതുമേപിഴയാതെ' അയാൾ സഞ്ചരിച്ചില്ല. സ്വയം വഴി പിഴയ്ക്കുകയാണ് ഉണ്ടായത്. കളിക്കു പോകുക; എന്നാണ് കഥകളിക്കാരുടെ ഭാഷ. ഇന്ന് ഇന്ന ദിക്കിൽ കളി യുണ്ട്. എന്നാണ് പറയുക. കളിയോഗം; കളിവട്ടം, ഇങ്ങനെ 'കളി'യു മായി ബന്ധപ്പെട്ടാണ് കഥകളിയിലെ വാക്ക്സംസ്കാരം. 'കാര്യം മറന്ന വെറും കളിക്കാരൻ' എന്ന വിശേഷണത്തിൽ അസാമാന്യമായ ഭാവിയെ സ്വയം അസ്തമിപ്പിച്ച് വെറും സാധാരണക്കാരനായിത്തീർന്ന ഒരു വേഷ ക്കാരന്റെ അവസ്ഥാന്തരമുണ്ട്. കാര്യം മറക്കൽ എന്നത് കലാനിയമവ്യ വസ്ഥകൾക്ക് വിധേയപ്പെടാതിരിക്കലാണ്. ആര്യപരമ്പരാദർശം തകർന്നു പോയി എന്നവരികളിൽ പി. കുഞ്ഞിരാമൻ നായർ പിൻപറ്റുന്ന ആദർശം ഉണ്ട്. തന്റെ ആദർശാത്മകതയെ വേഷക്കാരനിലേക്ക് അന്വയിക്കുകയാണ് കവി. കളിക്കോപ്പ് ചുമന്ന് ഏറെ പടികൾ കയറിയിറങ്ങി, നിരാശനായി, ദുർലഭമായ ജീവിതത്തെ സ്വയം ഇല്ലാതാക്കിയതിന്റെ സ്വയം സാക്ഷ്യങ്ങ ളാണ് തുടർന്നുവരുന്നത്. കലാകാരന് കല ജീവിതമാണ്, ജീവിതമാർഗ്ഗ മാണ്. കുട്ടികൃഷ്ണമാരാര് എഴുതിയപോലെ 'കല തന്നെ ജീവിതം.' കല പഠിക്കുന്നത് ജീവനോപാധിയായിട്ടാണ്. അരങ്ങു പ്രതിഫലത്തിൽ നിന്നാണ് അന്നത്തിനുള്ള വക ലഭിക്കുന്നത്. അരങ്ങ് സമം അന്നം എന്ന താണ് സമവാക്യം. അരങ്ങില്ലാതായാൽ ജീവിതം ഇല്ലാതാവൽ തന്നെ യാണ്. നിസ്ത്രപം എന്ന കുഞ്ഞിരാമൻ നായർ എഴുതുന്നു. ഈ നാണമി ല്ലാത്ത അവസ്ഥ നടൻ അനുഭവിക്കുന്നു. (നിസ്ത്രപനാമിവനെ സമ്മാനി ക്കൊല്ലാ എന്ന് നളചരിതം രണ്ടാം ദിവസത്തിൽ പുഷ്കരന്റെ ആജ്ഞ യുണ്ട്.)

'മഞ്ഞിൽക്കുളിച്ചു കുതിരാർന്നൊരാതിരത്തെന്നൽ' എന്നു തുടങ്ങി 'വാനത്തു മോഹപ്പുകക്കോട്ടകെട്ടണം' എന്നുവരെയുള്ള വരികളിൽ ഫാന്റസിയുണ്ട്. വേഷക്കാരന്റെ കാല്പനികമായ ആത്മഗതങ്ങളാണിവ.

കളിയരങ്ങിലെ മായിക നിമിഷങ്ങളോടുള്ള ആസക്തിയാണിത്. അഥവാ വേഷക്കാരുടെ അരങ്ങു സങ്കല്പങ്ങളാണ് അതുമല്ലെങ്കിൽ വേഷസങ്കല്പ മാണ് ഈ വരികളിൽ കാണുന്നത്. അതൊരു മനോധർമ്മത്തിന്റെ ആട്ട മാണ്. ഇളകിയാട്ടമാണ്. ജീവിതത്തിന്റെ ഇളകിയാട്ടം. ഭാവനാശാലിയായ വേഷക്കാരന് ഇത്തരം കാല്പനികമായ ജീവിത തന്റേടാട്ടങ്ങൾ സാധിക്കും. ഇത്തരം സ്വതന്ത്രവ്യാഖ്യാന സാധ്യത പ്രയോജനപ്പെടു ത്താൻ ഇച്ഛിക്കുന്നവർക്ക്

മേലാ, ഗുരുപദം പിൻ പറ്റിയിക്കലാ-
ലോലമാം ജീവിതകാലം തുലയ്ക്കുവാൻ!

'കലാലോലമായ ജീവിതകാലം' എന്നാണ് പി. എഴുതുന്നത്. ഗുരു വിനെ ആശ്രയിക്കുക എന്ന അസ്വാതന്ത്ര്യത്തിൽ നിന്ന് കലാജീവിതം ആഘോഷിക്കാനുള്ള സ്വാതന്ത്രവാഞ്ഛയിലേക്ക് ആ മനസ്സ് ചെന്നെ ത്തുന്നു.

ധാടിയും മോടിയുമാർന്ന ഞാനെങ്ങനെ
താടി നരച്ചദുർവാശിക്കു കീഴ്പ്പെടും?

നീതിയുക്തമല്ലാത്ത വിശേഷമാണ്. അയാളുടെ സഞ്ചാരപഥ വൈക ല്യങ്ങളുടെ പട്ടിക മാത്രമാവുന്നു അത്.

കച്ചു കളിപ്പന്തൽ, കൂട്ടിക്കലർത്തി ഞാൻ
പച്ചയിലിച്ഛയാകത്തിയും താടിയും

പി.ക്കു മാത്രം എഴുതാൻ സാധിക്കുന്ന വരികൾ. കളിപ്പന്തൽ കയ് ക്കുക എന്നത് മടുപ്പിന്റെ അനുഭവം. പച്ചയിൽ ഇച്ഛപോലെ കത്തിയും താടിയും കൂട്ടിക്കലർത്തൽ എന്നത് ഫാന്റസിയാണ്. കൊളാഷ് സങ്ക ല്പവും.

പൂർണ്ണാധികാരമുണ്ടാവണ, മന്നന്നു
തോന്നിയ വേഷങ്ങൾ കെട്ടി നടക്കുവാൻ

എന്ന് റിബൽ സ്വഭാവത്തിന്റെ മറ്റൊരു മുഖമാണത്. ഇങ്ങനെയൊരു വേഷ കല്പന കഥകളിയിൽ ഇല്ല. പച്ചയ്ക്കു തേക്കുമ്പോൾ അയാളിൽ കത്തിയും താടിയും - സാത്വികതയിൽ രാജസതാമസവികാരങ്ങൾ - കുടിയേറുന്നു; തിര നോക്കുന്നു; പകർന്നാടുന്നു. അവിടെ കലാകാരൻ വേഷമേഖലയെക്കുറിച്ചോ തന്റെ സ്ഥാനത്തക്കുറിച്ചോ ബോധവാനല്ല. ആരും എടുക്കാത്ത വേഷങ്ങൾ കെട്ടി മറ്റൊരു പ്രതികാരം ചെയ്യുന്നു. ആത്മകലയുടെ ദുരുപയോഗത്തിൽ തുരീയാനന്ദം കണ്ടെത്തുന്നു. അനു ഭൂതിയെ ഹനിക്കുന്നു. പതിഞ്ഞ പദം ആടുന്ന നേരത്ത് ആലസ്യവാനാ കുന്നു; മേളത്തിനൊത്തു മുദ്രകൂടാൻ, താളത്തിൽ ചേരാൻ, പാട്ടിന് അനു സരിച്ച് ആടാൻ കഴിഞ്ഞില്ല; അയാൾ അരങ്ങിനു അനുഗുണമായി ആടാൻ കഴിയാതെ നിസ്സഹായനായി.

മെച്ചം തഴച്ച, വനാരു ഞാനീക്കളി-
യച്ഛന്റെ മുമ്പിലോച്ഛാനിച്ചു നില്ക്കുവാൻ?

മൂപ്പെത്തി മുതിർന്നു നിൽക്കുന്ന ഒരു വേഷക്കാരനായി അയാൾ സ്വയം സാക്ഷ്യപ്പെടുത്തുന്നു. മെച്ചം തഴച്ചവൻ എന്നാണ് വിശേഷണം. ഈ മുതിർച്ച കാരണം കളിയച്ഛന്റെ മുന്നിൽ വിനീതവിധേയനായി (ഓച്ഛാനിച്ച്) നിൽക്കാൻ താൻ ആളല്ലെന്നും അയാൾ അസന്ദിഗ്ദ്ധനാകുന്നു. അതിന്റെ ആവശ്യകത ഇല്ല. താൻ ഗുരുവിനു തുല്യനോ അതിനുമപ്പുറമോ ആയിരിക്കുന്നു എന്നുള്ള അമിത ആത്മവിശ്വാസത്തിന്റെ, അഹങ്കാരത്തിന്റെ ആത്മഗതമാണ് ഈ വരികൾ. അഹങ്കാരത്തിന്റെ, താൻ വലിയ കലാകാരനായി എന്ന സ്വയം ഭാവനയുടെ അഹങ്കാരം കാളസർപ്പം പോലെ അയാളിൽ ഇഴഞ്ഞു നടക്കുകയാണ്. അപ്പോഴേക്കും നേര് വെടിഞ്ഞ അവസ്ഥയിലേക്കും അയാൾ ചെന്നു വീഴുന്നു.

തോഴനാം കൊച്ചു മിടുക്കന്റെ യുർവ്വശീ-
വേഷമിരുട്ടത്തു കണ്ടുമിരണ്ടനാൾ
കോലവും കെട്ടു; കൈവിട്ടു പോയ്ക്കൂട്ടരും
'കാലവിചാര'ത്തിലുൾപ്പെട്ട ധൂർത്തനെ.

ഉർവ്വശീവേഷത്തിന്റെ സ്ത്രൈണതയിൽ തിളങ്ങുന്ന വേഷക്കാരനിൽ അവിഹിതമായ ഒരാഗ്രഹം ജനിക്കുകയും പ്രകൃതിക്കു നിരക്കാത്ത ആഗ്രഹശമനം സാധിക്കുകയും ചെയ്തപ്പോൾ അസാന്മാർഗ്ഗിയുടെ മുദ്രകളും അയാളിൽ പതിഞ്ഞു. ഭ്രഷ്ടിന്റെ മറ്റൊരു തലത്തിലേക്ക് അയാൾ സ്വയം നിപതിച്ചു. 'ധൂർത്തൻ എന്നാണ് കവി വേഷക്കാരനെ വിശേഷിപ്പിക്കുന്നത്. കഥകളിനടന്റെ സ്ത്രീസംഗമം ഭ്രഷ്ടായി ചരിത്രത്തിൽ രേഖപ്പെട്ടിട്ടുണ്ട്. ഇവിടെ ഭ്രഷ്ടിലേക്ക് നയിച്ചത് സ്വവർഗ്ഗ രതിയാണ്. ആണി നാലുണ്ടായ ഭ്രഷ്ട് എന്നും പറയാം. ചുട്ടി അടർന്നും കിരീടം ചെരിഞ്ഞും, ദേഹം കുഴഞ്ഞും അയാൾ അരങ്ങിന് അഭികാമ്യനല്ലാതായി. 'കോപ്പില്ല വേഷ'ത്തിന് എന്ന പ്രതിഷേധം. കഥകളിസദസ്സിൽ നിന്ന് തത്സമയ പ്രതിഷേധമോ കല്ലേറോ അസ്വാഭാവികം എങ്കിൽക്കൂടി ആ തലത്തിലേക്ക് എത്തുന്ന അവസ്ഥയെക്കുറിച്ച് പി. എഴുതുകയാണ്.

'കെട്ടേണ്ട വേഷം മുഖശ്രീ തൊടാത്തവൻ' എന്നെഴുതിയപ്പോൾ പി. ശരീരശ്രീയെക്കുറിച്ചും സൂചന നൽകുന്നു. അലർച്ച അസ്വാരസ്യമാകുന്നു; തിരനോട്ടത്തിൽ കിരീടം ചെരിഞ്ഞ് അഭംഗിയാവുന്ന രംഗശ്രീയില്ലാത്ത കത്തി വേഷത്തിനെതിരെ പ്രതിഷേധസ്വരങ്ങൾ അലയടിച്ചു. അയാൾ, സമ്പൂർണ്ണ വിജയിയാവേണ്ടയാൾ സമ്പൂർണ്ണ പരാജയത്തിലേക്ക് വഴുതി വീഴുകയാണ്. അതിന്റെ പ്രകടവശങ്ങൾ പി. എഴുതുന്നുണ്ട്. വരികളായിത്തന്നെ.

ഉത്സവക്കളിയുടെ അവസാനം- പെട്ടിവച്ചു കളി- യായി. പുതിയ വേഷവുമായി അരങ്ങിൽ വരാൻ ഭോഷനായ വേഷക്കാരൻ ശ്രമിക്കുന്നു. ഗുരുശാപമേറ്റവൻ വേഷം കെട്ടേണ്ട എന്ന് പ്രതിഷേധത്തിന്റെ ഗർജ്ജനം കേൾക്കുന്നു. ഈ ഗർജ്ജനം പി. യിൽ നിന്നു തന്നെ പുറപ്പെടുന്നതാണ്.

കളിവിളക്കിന്റെ മുഖം പടുതിരികത്തിക്കരിഞ്ഞു കരുവാളിച്ചു. വേഷക്കാരന്റെ മുഖത്തെയാണ് ഇതിനോട് സാദൃശ്യപ്പെടുത്തുന്നത്. തുടർന്ന് അന്ധകാരത്തിൽ കളികഴിഞ്ഞാടുന്ന പന്തലുപോലെ ആകാശത്തെയും പൊന്നാനിപ്പാട്ടുകാരൻവച്ച ചേങ്ങിലപോലെ മയങ്ങുന്ന ഭൂതലത്തേയും നീലാഭ്രമേചക മേഘങ്ങൾ പോലെ കഥകളിപ്പെട്ടികൾ സഞ്ചരിക്കുന്നതും കവി എഴുതുന്നത് വേഷക്കാരന്റെ ജീവിതവുമായി ബന്ധപ്പെടുത്തിയാണ്. അയാളുടെ വ്യക്തിഗത അവസ്ഥയും കലയവസ്ഥയുമാണ് ഈ ബിംബങ്ങളിലൂടെ വിവരിക്കുന്നത്.

അണിയറയിൽ കലാകാരന്മാർ വെറ്റിലമുറുക്കിപ്പിരിയുമ്പോൾ അയാളെ ആരും ഗൗനിക്കുന്നില്ല. പണ്ട് സമ്മാനം നൽകിയവർ അതോർത്ത് ലജ്ജിക്കുകയാണ്. തീവ്രമായ അനുതാപം. വേണ്ടവിധം ചൊല്ലിയാടിയില്ല എന്ന ബോധത്തിന്റെ അവസാനം, അയാളുടെ മനസ്സിലെ അഹങ്കാരത്തിന്റെ കറുത്ത പർവ്വതം തകരുന്നു. അയാൾ കരയുന്നു. അനാഥത്വം, നിസ്സഹായത, അവഗണന, അസ്തിത്വപ്രശ്നം, ആത്മനിന്ദ, വെറുപ്പ്, ആത്മവിശ്വാസ നഷ്ടം, സ്നേഹരാഹിത്യം, തുടങ്ങിയ പ്രതികൂല ഘടകങ്ങളെക്കൊണ്ട് ചെയ്തതിനെല്ലാം സ്വയം മാപ്പിരക്കുന്നതുപോലെ അയാൾ ദീനനാവുന്നു.

ഓടക്കുഴലിന്റെ ദിവ്യസ്വരം ഒരു സമാധാന സന്ദേശമോ മുന്നറിയിപ്പോ ആയി അയാൾക്ക് അനുഭവപ്പെടുന്നു. അണിയറയുടെ മായികവും മഹത്തുമായ വിവരണം കവി നടത്തുന്നു. സമ്പൂർണ്ണതതന്നണിയറപ്പാഴ് പ്രതിബിംബമരങ്ങെന്ന 'സത്യം' മറന്നു നീ എന്നാണ് ആ മുന്നറിയിപ്പ്. അണിയറയിൽ ചെന്ന് തെറ്റുതിരുത്തുവാനാണ് ആഹ്വാനം. ഗുരുവും ശിഷ്യനും തമ്മിലുള്ള കലാവിനിമയ വേദി കൂടിയാണ് അണിയറ. കഥകളിക്കാർ ആദ്യം എത്തുന്നത് അണിയറയിലാണ്. അത് മറ്റൊരു കലാമണ്ഡലമാവുന്നു. കലാകാരന്മാരുടെ സൗഹൃദവും നീരസവും അണിയറയിൽ ചെന്നാലറിയാം. മനുഷ്യൻ ഇവിടെ വേഷക്കാരനും കഥാപാത്രവുമാകുന്നു. ചുട്ടിക്കാരും ഉടുത്തുകെട്ടിക്കലുകാരും വേഷക്കാരും മേളക്കാരും പാട്ടുകാരും ഒരുമിക്കുന്ന കലാലോകം. താൽക്കാലികമായി രൂപപ്പെടുന്നതാണെങ്കിലും അണിയറയ്ക്ക് വിശുദ്ധിയുണ്ട്. മനുഷ്യൻ അമാനുഷനാവുന്ന, വീണ്ടും വെറും മനുഷ്യനാവുന്ന കലാസ്ഥലി കൂടിയാണ് അണിയറ. അണിയാനുള്ള അറ തന്നെയാണത്. ചമയങ്ങൾ അഴിക്കാനുള്ള അഴിയറയും അതുതന്നെയാകുന്നു. ഒരു കലാകാരന്റെ ഒരു അരങ്ങിന്റെ വിജയം അണിയറയിലെ തൃപ്തികരമായ അന്തരീക്ഷവുമായി ബന്ധപ്പെട്ടു കിടക്കുന്നു. ചുട്ടി ബോധ്യപ്പെട്ടില്ലെങ്കിൽ, ഉടുത്തുകെട്ടിൽ തൃപ്തിവന്നില്ലെങ്കിൽ എല്ലാം അരങ്ങത്തെ ആത്മവിശ്വാസം നഷ്ടപ്പെടും. ഉഗ്രപ്രതാപികളായ വേഷക്കാരുള്ള അണിയറ നിശ്ശബ്ദമായിരിക്കും. അവിടെ ഈച്ച പാറില്ല എന്നുവരെ ആ നീരവഗൗരവത്തെക്കുറിച്ച് പറയാറുണ്ട്.

അണിയറയുടെ സമ്പൂർണ്ണതയെപ്പറ്റിയും അരങ്ങ് അണിയറയുടെ പാഴ് പ്രതിബിംബമാണെന്നതും തിരിച്ചറിയാത്തതായിരുന്നു വേഷക്കാ

രന്റെ തെറ്റ്. വേഷം നിശ്ചയിക്കപ്പെടുന്നത് അണിയറയിൽ വച്ചാണ്. കളിയച്ഛന്റെ അധികാരകേന്ദ്രം കൂടിയാണ് അണിയറ. അവിടെ വച്ചാണ് ഗുരുത്വത്തിന്റെയും സർഗ്ഗാത്മകതയുടെയും സമന്വയത്തിലൂടെ കലാകാരൻ അരങ്ങിനു പാകപ്പെടുന്നത്. അണിയറയിലെ ജയം അരങ്ങിലെ ജയം കൂടിയാണ്. അണിയറയിലെ അതൃപ്തി അരങ്ങിലും പ്രതിഫലിക്കും. കളിയച്ഛനോടുള്ള ശിഷ്യന്റെ വെല്ലുവിളിയുടെ, നിഷേധത്തിന്റെ പ്രായോഗികത്തുടക്കം അണിയറയിൽ വച്ചായിരുന്നു. ഗുരുവിന്റെ മനസ്സ് വേദനിച്ചതും അവിടെ വച്ചാണ്. ശിഷ്യൻ വേഷമൊരുങ്ങി അരങ്ങത്തേക്കു പോകുന്നതു കാണുമ്പോൾ, തന്റെ അനുഗ്രഹ സ്പർശത്താൽ അയാൾ അരങ്ങിൽ പുതിയ ഭാഷ്യങ്ങൾ ചമയ്ക്കുമ്പോൾ, വേഷം അസ്സലായി എന്ന് വിലയിരുത്തപ്പെടുമ്പോൾ, ശിഷ്യന്റെ ഉയർച്ചയിൽ സന്തോഷിക്കുന്ന ഗുരുവാണ്, സാത്വികഗുരുവാണ് കളിയച്ഛനിൽ വരുന്നത്. ശിഷ്യവാത്സല്യത്തിന്റെ പരമ പ്രതീകം.

ഒന്നാമതായിട്ടണിയറയ്ക്കുള്ളിൽ നീ
ചെന്നുടൻപറ്റിയതെറ്റു തിരുത്തുകിൽ

എന്നാണ് ആ സ്വരസന്ദേശം. അണിയറയാണ് പശ്ചാത്താപസ്ഥലി. കൈത്തോട് സമുദ്രത്തിലെത്തുന്നതുപോലെ അരങ്ങ് അവസാനിക്കുന്നത് അണിയറയിലാണ്. ഏറ്റുപറച്ചിലിന്റെ സ്ഥലം. അവിടെ ചെന്ന് എല്ലാം ഏറ്റു പറഞ്ഞാൽ മാറ്റിത്തങ്ങൾ എല്ലാം സ്വയം എരിഞ്ഞില്ലാതാവും. അരങ്ങത്ത് ചിന്തിച്ചു നില്ക്കരുതെന്നും അണിയറ വാതില്ക്കലേക്കു നോക്കുകയെന്നുമാണ് മറ്റൊരു നിർദേശം. അവിടെ മങ്ങി എരിയുന്നതാണെങ്കിലും നിലവിളക്കിന്റെ തിരിയുടെ പരിവേഷം ശ്രദ്ധിക്കുക. അവിടെ ലോല പീതാംബരച്ചാർത്തുകൾക്കും പീലിമുടി വനമാലകൾക്കും അപ്പുറത്ത് പ്രീതിപ്പൊലിമയുടെ തിടമ്പായ ജ്യോതിസ്വരൂപനുണ്ട്. അത് കളിയച്ഛൻ തന്നെ; ഗുരു തന്നെ. ആ കൃഷ്ണ സങ്കല്പം. അരങ്ങത്തു തോറ്റവർക്ക് ഉറ്റവനും ഉടയവനുമായ കളിയച്ഛനാണ്. തുടർന്ന് കളിയച്ഛൻ എന്ന പ്രേമസ്വരൂപനെക്കുറിച്ച്, ദൈവതുല്യ വിശേഷണങ്ങളാണ്. മോഹാന്ധകാരം തിരുത്തുന്ന സദ്ഗുരു, ദ്രോഹിക്ക് അഭയമരുളുന്ന പ്രേമസ്വരൂപൻ, എല്ലാം തകർന്ന ശിഷ്യനെ ഓർത്ത് കരയുന്ന സ്നേഹവാൻ, അനുഗ്രഹസന്നദ്ധനായി അനുഗ്രഹമുദ്രയുമായി കാത്തിരിക്കുന്ന ഗുരു, ഗർവ്വിന്റെ കരിമ്പാറക്കെട്ട് പൊട്ടിക്കാൻ കെല്പുള്ള പ്രാർത്ഥനാനിരതൻ, അന്ധകാരപർവ്വതത്തിൽ വെളിച്ചത്തിന്റെ ഉദയസൂര്യൻ, സർവ്വ മോഹങ്ങളെയും ഹരിക്കുന്ന വ്യക്തിത്വം, ഇങ്ങനെ പോകുന്നു ഗുരുലക്ഷണങ്ങൾ. കീർത്തിക്കായി യശസ്സിനായി ദാഹിച്ച് നീട്ടിയ ആ കൈകൾ, ഗുരുവിനെ ശപിച്ച കൈകൾ ഗുരുനാഥന്റെ കാൽക്കൽ തൊട്ട് വന്ദിക്കുക ആ പാദങ്ങൾ പട്ടുപോലെ മൃദുലവും പവിത്രവുമാണ്. പൊന്മുടിചൂടി പവിത്രമായ ശിരസ്സിനെ ഗുരുവിന്റെ കാൽക്കീഴിൽ വിനീതവിധേയമായും സമർപ്പണമായും സമസ്താപരാധക്ഷമാപൂർണ്ണമായും സമർപ്പിച്ച് കീഴടങ്ങുക മാത്രമാണ് ഏകപോംവഴി. ഗുരുവിന്റെ അനുഗ്രഹ സ്പർശം മുഴുവൻ വേണ്ട. വിരലിൻ

തലപ്പിലെ സ്പർശം മതി അഹങ്കാരത്തിന്റെ അന്ധകാരം അകത്ത് ആത്മ വിശ്വാസത്തിന്റെ വെളിച്ചം പകരും. കാരുണ്യത്തിന്റെ ഭിക്ഷ നൽകുവാൻ വ്യഗ്രനായി നിൽക്കുകയാണ് ഗുരു. ആത്മസമർപ്പണത്തിന് തടസ്സമാവുന്ന കുപ്പായം ഊരിയെറിഞ്ഞ് ഗുരുവിന്റെ മുന്നിൽ സമർപ്പണബുദ്ധിയോടെ കുമ്പിടാൻ കവി ഉപദേശിക്കുകയാണ്. ഭക്തിരഹിതമായ, -ദൈവഭക്തി രഹിതവും ഗുരുഭക്തി രഹിതവുമായ- ഭാവം കളഞ്ഞ്, ഗൗരവം കളഞ്ഞ് (ഭാവിക്ക് രാഹുവാണ് ഈ ഉന്മത്ത ഗൗരവം എന്ന് പി. യിലെ ജ്യോതിഷ വിശ്വാസി). ഗുരുശാപത്താൽ നട്ട കളിപ്പന്തലുകൾ നരക ദുർഗ്ഗങ്ങളാവുന്നു. അത് സ്വർഗ്ഗമാക്കണം. ഗുരുവിന്റെ കണ്ണു തുറന്നാൽ ആ നരക ദുർഗ്ഗ ങ്ങൾ സ്വർഗ്ഗങ്ങളാവും. ഗുരുവിന്റെ പുഞ്ചിരിയേറ്റാൽ ബുദ്ധിഭ്രമമായ തമസ്സ് ഒഴിയും. ഗുരുവിന്റെ മുഖത്തെ പുഞ്ചിരിയാണ് നിന്റെ പ്രാർത്ഥന യ്ക്കുള്ള പ്രസാദം. നിന്റെ കീഴടങ്ങലാണ് സ്വയം ശിക്ഷ. ശിക്ഷണത്തി കവാർന്ന നീ ശിക്ഷിക്കപ്പെടണം. ഗുരുനാഥൻ ഇപ്പോൾ ധ്യാനത്തിലാണ്. നിന്റെ വിജയപ്പടിവാതിൽ തുറക്കലാണ് അദ്ദേഹത്തിന്റെ ഉണർച്ച. ഈ ഉണർച്ച നിനക്ക് അഭയമാകുന്നു. അദ്ദേഹം വെറും കളിയച്ഛനല്ല; പെരും കളിയച്ഛനാണ്. പെരുംതച്ചൻ എന്ന വാക്കുപോലെ.... പെരും കളിയച്ഛൻ എന്ന് പി. പ്രയോഗിക്കുന്നു. ഇവിടെയാണ് പി. വാക്കുകളുടെ മഹാബലി യാവുന്നത്. മഹാഗുരുവും മഹാനടനുമാണ് കളിയച്ഛൻ. കഥകളിയുടെ മഹാമായികലോകത്തിലേക്കുള്ള പടിവാതിൽ തുറക്കുവാനായുള്ള താക്കോലാണ് ഈ സമസ്താപരാധം പറഞ്ഞുള്ള സാഷ്ടാംഗപ്രണാമം. കളിയച്ഛന്റെ ഇച്ഛയ്ക്കു കീഴ്പ്പെട്ടു നടക്കലാണ് നിന്റെ ഗുരുത്വവും വളർച്ചയും ഉയർച്ചയും. ക്ലാസിക്കൽ കലാരൂപങ്ങളിൽ ഗുരുപൂജയുടെ പങ്ക് അനിവാര്യമാണ്. ജീവിച്ചിരിക്കുമ്പോഴും ഓർമ്മയായാലും സദാ ഗുരുചിന്ത അനിവാര്യം. കലാമണ്ഡലം രാമൻകുട്ടിനായർ പത്മഭൂഷൺ ലഭിച്ചുള്ള സ്വീകരണ യോഗങ്ങളിൽ ഗുരുതാൻ ദൈവമെന്നെന്നുള്ളിൽ/ തോന്നീടണമെപ്പോഴും എന്ന ഗുരുസ്മരണാവരികൾ ചൊല്ലി 'ഗുരുനാഥാ' എന്ന് പ്രാർത്ഥിച്ചായിരുന്നു പ്രസംഗം തുടങ്ങിയിരുന്നത്. "നീ മോരിലെ വെണ്ണപോലെ കഥകളി ലോകത്ത് ഉയർന്നു നിൽക്കും" എന്ന് ശിഷ്യ വത്സലനായ ഗുരു ചന്തുപ്പണിക്കർ തന്നെ അനുഗ്രഹിച്ചത് കലാമണ്ഡലം കൃഷ്ണൻ നായർ ആത്മകഥയിൽ (എന്റെ ജീവിതം അരങ്ങിലും അണി യറയിലും) എഴുതുന്നുണ്ട്. രാമൻകുട്ടി നായരുടെയും കീഴ്പ്പടം കുമാരൻ നായരുടെയും കലാമണ്ഡലം ഗോപിയുടെയും കോട്ടയ്ക്കൽ ശിവരാമ ന്റെയും ആത്മകഥകളിൽ ഗുരുത്വത്തിൽ നിന്ന് ലഭിച്ച ഊർജ്ജം നന്ദി പൂർവ്വം സ്മരിക്കപ്പെടുന്നുണ്ട്. ഇവരെല്ലാം അമ്പുപ്പണിക്കർ, ചന്തു പ്പണിക്കർ, പട്ടിക്കാംതൊടി രാമുണ്ണിമേനോൻ, കലാമണ്ഡലം രാമൻ കുട്ടി നായർ, പത്മനാഭൻനായർ, വാഴേങ്കട കുഞ്ചുനായർ എന്നിവരുടെ ഗുരുത്വ ത്തിന്റെ സദ്ഫലങ്ങൾ അനുഭവിച്ചതിനെ നന്ദിയോടും കടപ്പാടോടും അനുസ്മരിക്കുന്നുണ്ട്.

കളിയച്ഛനിലെ നടൻ ആത്മകഥ എഴുതിയാൽ ഗുരുനാഥനെ എങ്ങനെ അവതരിപ്പിക്കും? എങ്ങനെ അനുസ്മരിക്കും? ഗുരുനാഥന്റെ

അനീതിയെക്കുറിച്ച് എങ്ങനെ വിശദീകരിക്കും? നിഷേധത്തിന്റെ, റിബലിസത്തിന്റെ ഒരു കാലഘട്ടത്തെ അയാൾ എങ്ങനെ വിലയിരുത്തും? അഥവാ ഗുരു ക്ഷമിച്ച്, കലയുടെ കലികാലം കഴിഞ്ഞ് അയാൾ വലിയ കഥകളി നടനാവുമ്പോൾ അയാളുമായുള്ള അഭിമുഖങ്ങളിൽ ഈ നിഷേധത്തെ എങ്ങനെ അവതരിപ്പിക്കും? പൂർണ്ണാധികാരമുണ്ടാവണമന്നന്നു/ തോന്നിയ വേഷങ്ങൾ കെട്ടി നടക്കുവാൻ എന്ന വരികൾ ആത്മകഥയുടെ ആമുഖമായി അയാൾ എഴുതുമോ? ബുദ്ധിജീവികൾ കൊണ്ടാടുന്ന കഥകളി ക്കാരനായി അയാൾ മാറുവാനും സാധ്യത കാണുന്നു.

തോൽവിയുടെ കാരണം കവി കണ്ടെത്തുന്നുണ്ട്.

> 'കാണായ തോൽവിയെന്തെന്നോ, ഗുരുവിന്റെ
> കാലുപിടിക്കാതരങ്ങത്തുപോയി നീ.

അതിനുള്ള പ്രതിവിധിയും വളരെ നിസ്സാരമാണ് എന്ന് കവി പറയുന്നു.

> സർവ്വാപരാധം പൊറുക്കേണമെന്നൊരു
> സാഷ്ടാംഗവീഴ്ച വിജയിയായ്പ്പൊങ്ങി നീ'

ഗുരുവിനെ വന്ദിച്ചില്ല എന്നു മാത്രമല്ല നിന്ദിക്കുകയും ചെയ്തു. ഈ നിന്ദയ്ക്ക് സാഷ്ടാംഗപ്രണാമം തന്നെ പശ്ചാത്താപം. ആ വീഴ്ചയിൽ നിന്ന് വിജയത്തിലേക്കുള്ള ഉയിർത്തേഴുന്നേല്പ് ഉറപ്പാകുന്നു. ഇരുട്ടിൽ നിന്ന് പ്രകാശത്തിലേക്കുള്ള, താഴ്ചയിൽ നിന്ന് ഉയർച്ചയിലേക്കുള്ള, തോൽവിയിൽ നിന്ന് വിജയത്തിലേക്കുള്ള; തിരസ്കാരത്തിൽ നിന്ന്.... പുരസ്കാരത്തിലേക്കുള്ള.... ആത്മനിന്ദയിൽ നിന്ന് ആത്മബോധത്തിലേയ്ക്കുള്ള; അപമാനത്തിൽ നിന്ന് അഭിമാനത്തിലേക്കുള്ള ഇരുട്ടിൽ നിന്ന് വെളിച്ചത്തിലേക്കുള്ള ഇടത്തരത്തിൽ നിന്ന് ആദ്യവസാനത്തിലേക്കുള്ള, ഉയർച്ചയാണത്. അപൂർണ്ണതയിൽ നിന്ന് പൂർണ്ണത തേടലുമാണത്. ബ്രഹ്മസ്വരൂപനായ ഗുരുവിന്റെ കനിവിൽ ലോകം മുഴുവൻ കളിയരങ്ങാകുന്നു. കെട്ടുന്ന വേഷത്തിന് ഏതിനും ഗുരുവരാനുഗ്രഹമാകണം ലക്ഷ്യം. സർവ്വം മറന്ന് ഗുരുവിന്റെ കാൽക്കീഴിൽ നമസ്കരിച്ചാൽ; ആ പാദകദലങ്ങൾ ശിരസ്സിൽ വച്ചാൽ ഒരു പൂവിരിയുന്നതുപോലെ കലാലോകത്തിലേക്ക് വിരിഞ്ഞുയരാം. ഇരുളിൽ നിന്ന് മൊട്ട് പ്രകാശത്തിലേയ്ക്ക് പൂവായി മാറുന്നു. സൂര്യ രശ്മികൾ ഇരുട്ടിനെ കീറി പ്രഭാതം സൃഷ്ടിക്കുന്നതിനു സമാനമാണ് നിന്റെ അജ്ഞതയുടെ രാവുഭേദിച്ച് ഗുരുവാകുന്ന സൂര്യൻ ഉദിച്ചുയരുന്നത് എന്നൊരു തത്ത്വശാസ്ത്രം പി. പറയുന്നു. ഇത് പി.യുടെ മാനിഫെസ്റ്റോ ആണ്. ഇതുപറയാൻ കൂടിയാണോ അദ്ദേഹം കളിയച്ഛൻ എഴുതിയത്?

രാത്രിയുടെ കലകൂടിയാണ് കഥകളി. രാത്രിയുടെ കലാകാരന്മാരാണ് കഥകളിക്കാർ. പി. കുഞ്ഞിരാമൻ നായർ കഥകളിയെ കവിതയായിക്കൂടി കണ്ട കവിയാണ്. വടക്കേമലബാറിലെയും വള്ളുവനാട്ടിലെയും കഥകളിയുടെ മായികത പി.ക്ക് കവിതയായി തോന്നി. രാത്രിയിൽ സ്വപ്നാടകനായി നിർവ്വാണനിശയിൽ ഭ്രമിച്ച് കുഞ്ഞിരാമൻനായർ കഥകളി കണ്ടു.

സാങ്കേതികാർത്ഥത്തിലല്ല സൗന്ദര്യാർത്ഥത്തിലായിരുന്നു കാഴ്ച. കളിയച്ഛനിലെ കഥകളി പദാവലികൾ പരിചയസമ്പന്നതയാർന്ന കഥകളി കാണിയെ ഓർമ്മിപ്പിക്കുന്നു. അവസരോചിതമായി അവ വിന്യസിക്കപ്പെടുന്നു. കഥകളി ഒരു സാങ്കേതിക കലയായിട്ടല്ല സംസ്കാരമായിട്ടാണ് കുഞ്ഞിരാമൻ നായരിൽ നിലനിന്നത്. 'കളിയച്ഛനു'ശേഷം കഥകളി വിഷയമായി ഉത്സവക്കളി, കളി കഴിഞ്ഞ് എന്നീ കവിതകൾ അദ്ദേഹം എഴുതി. പ്രകൃതിയും മനുഷ്യനും തമ്മിലുള്ള പാരസ്പര്യത്തിന്റെയും വിച്ഛിത്തിയുടെയും കവിതകൾ കൂടിയായി അത് വായിക്കാം. കളിയച്ഛനിലെ കഥകളി സംസ്കാരത്തിന്റെ അലകൾ ഈ കവിതകളിലും കാണാം. ഉറങ്ങി സ്വയം നഷ്ടമാക്കിയ ഉത്സവക്കളിയും പരാജയഗീതം തന്നെയാണ്. ആത്മഹർഷമാർന്നു കാണേണ്ട ഒന്നിനെ ആത്മവിസ്മൃതമാക്കുന്ന അവസ്ഥയാണ് ഉത്സവക്കളി. തീർന്നു പോയ് ഉത്സവക്കളി എന്നത് തേങ്ങലായി മാറുന്നു. കളിയച്ഛനിലെ വേഷക്കാരന്റെ മറ്റൊരു തലത്തിലാണ് ഈ കവിതകളിൽ കവി പ്രത്യക്ഷ്യപ്പെടുന്നത്.

> കൊണ്ടലണിപ്പന്തലിലെയരങ്ങത്തു നില്ക്കും കടൽ
> ചെണ്ട മദ്ദളത്തിൻ മേളക്കൊഴുപ്പു ചേർപ്പൂ.
> അവിരാമം തുടരുന്നു പരിപാടി; പൂർണ്ണമെന്നു-
> മരമനക്കോവിലിലെയുത്സവപ്പന്തൽ.
> പുതുക്കുന്നു കളിക്കോപ്പുകാലം, അണിയറയ്ക്കകം
> കിടക്കുന്നു ചൊട്ടികുത്താൻ മലനിരകൾ
> കേശഭാരകിരീടമൊത്തഴകിലശ്ശരൽസ്സന്ധ്യാ-
> മേഘപാളികളിക്കോപ്പിൻ പൊടി തട്ടുന്നു.

എന്ന് 'കല' എന്ന കവിതയിൽ (സമ്പൂർണ്ണകൃതികൾ വാള്യം.1 പുറം: 616) പി. കുഞ്ഞിരാമൻ നായർ മറ്റൊരു കഥകളി ദർശനം സാധിക്കുന്നു. 'മൗനശില്പം' കളിക്കോപ്പു പുതുക്കുക എന്ന കളിയച്ഛനിലെ പ്രയോഗം ഇവിടെ ആവർത്തിക്കുന്നു.

> അണിയറയിലെച്ചൊട്ടിക്കൊരുങ്ങലീ-
> വടമലതൻ കിടപ്പുകളെങ്കിലും
>
> (കളികഴിഞ്ഞ്)

എന്നവരികൾ 'കിടക്കുന്നു ചൊട്ടികുത്താൻമലനിരകൾ' എന്ന പ്രയോഗത്തിന്റെ ആവർത്തനമായിത്തീരുന്നു,

നിത്യവുമക്കഥകളിക്കാരന്റെ നിദ്രയേവമഭിനയിക്കുന്നുവോ എന്ന് നാലുമണിപ്പൂവിനോട് കവി ചോദിക്കുന്നുണ്ട്. പി. യുടെ കഥകളി കല്പനയുടെ ചാരുതയാണ്.

കഥകളിയെ, അതിലെ സംജ്ഞകളെ കാവ്യാത്മകം എന്നതിനേക്കാൾ; ദാർശനികമായിട്ടാണ് കളിയച്ഛനിൽ കവി സ്വീകരിച്ചിരിക്കുന്നത്. ഇതര കഥകളി കവിതകളേക്കാൾ കളിയച്ഛൻ വായിക്കപ്പെടാനുള്ള കാരണം ഈ ദാർശനിക സമസ്യയാവുന്നു. ഒപ്പം 'പച്ച'യായ തന്റെ

കവിതയിൽ ഇച്ഛയോടെ കത്തിയും താടിയും കൂട്ടിക്കലർത്തി പി. കുഞ്ഞിരാമൻ നായർ മനുഷ്യന്റെ കഥ പറഞ്ഞതുകൊണ്ടു കൂടിയാവുന്നു ഈ പ്രിയം. തികച്ചും സാങ്കേതികം എന്ന കാരണത്താൽ കഥകളിയെ നിരാകരിക്കുന്നവർക്ക്; ഒരു അരങ്ങെങ്കിലും കഥകളി കാണാത്തവർക്ക് ഈ കവിത സ്വീകാര്യമാവുന്നത് കുഞ്ഞിരാമൻനായരിലെ കാവ്യകലാതന്ത്രമാകുന്നു. 'സൗന്ദര്യപൂജ'യും 'നരബലി'യും പോലും കളിയച്ഛനെപ്പോലെ വായിക്കപ്പെട്ടിട്ടില്ല. പി. യുടെ കാവ്യസൗധത്തിന്റെ നെടും തൂണായി 'കളിയച്ഛൻ' നിലനിൽക്കുന്നത് അതിൽ കവിയുടെ ജീവിതവും കാണാം എന്നതുകൊണ്ടാണെന്ന വായനയാണ് അധികം ഉണ്ടായിട്ടുള്ളത്.

ഒറ്റ അരങ്ങ് കഥകളി കാണാതെയും കളിയച്ഛൻ വായിക്കാം. ആസ്വദിക്കാം; പഠിപ്പിക്കാം, പഠിക്കാം. കഥകളി കാണുന്നവരുടെ വായനയും ആസ്വാദനവും എപ്രകാരമായിരിക്കും? കലാസ്ഥാപനങ്ങളിൽ ഉപഭാഷാ പഠനവേളയിൽ നിർബന്ധമായും പഠിപ്പിക്കേണ്ട കവിത കൂടിയാണ് കളിയച്ഛൻ. അതൊരു കൗൺസിലിങ്ങ് കവിത കൂടിയായി മാറാം. അതിനെ മാറ്റാം. കഥകളിബോധവും ബോധ്യവും സ്ഥാപിക്കുന്ന കവിതയായി അത് പഠിപ്പിക്കാം. ഒപ്പം കഥകളിയിതര കവിതയായും വ്യാഖ്യാനിക്കാം. അതാണ് എളുപ്പം. കഥകളിയുടെ കെട്ടുപാട് ഇല്ലല്ലോ.

കളിയച്ഛനെക്കുറിച്ച് കുട്ടികൃഷ്ണമാരാരല്ല. എം.പി. ശങ്കുണ്ണിനായരാണ് എഴുതിയത്. കാവ്യസമീപനത്തിൽ മാരാരേക്കാൾ സൗന്ദര്യ ദർശനം പുലർത്തിയ നിരൂപകനായിരുന്നു എം.പി. ശങ്കുണ്ണിനായർ. പി.കെ. എൻ എന്ന് കുഞ്ഞിരാമൻ നായരെ ചുരുക്കി എഴുതി (കൊല്ലങ്കോട് രാജാസ് ഹൈസ്കൂളിൽ അതായിരുന്നുവോ അദ്ദേഹത്തിന്റെ പേര്. സ്കൂളിൽ എല്ലാ അധ്യാപകരും രണ്ടോ മൂന്നോ ഇംഗ്ലീഷ് അക്ഷരപ്പേരുകളായി ചുരുങ്ങുകയും വിളിപ്പെടുകയും ചെയ്യും. സ്കൂൾ രജിസ്റ്ററിൽ മാത്രമേ മുഴുവൻ പേരുണ്ടാകൂ.) വിപുലപ്പെടുത്തിയത് ശങ്കുണ്ണിനായരായിരുന്നു. യഥാർത്ഥത്തിൽ മഹത്തായ പി. പഠനവും കളിയച്ഛൻ പഠനവും ശങ്കുണ്ണിനായരുടേതാകുന്നു. കളിയച്ഛന് ആദ്യത്തെ ആട്ടപ്രകാരം എഴുതിയത് പി. ചൊല്ലിയാടിയ പുന്നശ്ശേരിക്കളരിയിലെ മറ്റൊരു ശിഷ്യനായ ശങ്കുണ്ണിനായരാകുന്നു. 'കളിയച്ഛനിൽ' പി. കുഞ്ഞിരാമൻ നായർ പ്രയോഗിച്ചിരിക്കുന്ന കഥകളി സാങ്കേതിക സംജ്ഞകളുടെ വിപുലീകരണം ഒരു കൈപ്പുസ്തകത്തിനുവരെ സാധ്യതയുണ്ട്. കാവ്യപഠനത്തിനും അധ്യയനത്തിനും പ്രത്യക്ഷത്തിൽ പ്രയോജനപ്പെടുന്ന വിധത്തിൽ ഇതിലെ സംജ്ഞകളെ വിശദീകരിക്കുകയാണ്. കഥകളിപണ്ഡിതൻ ഡോ. വെള്ളിനേഴി അച്യുതൻകുട്ടിയുമായുള്ള ചർച്ച ഈ വിപുലീകരണത്തിന് ഏറെ സഹായകമായിട്ടുണ്ട്. കളിയച്ഛൻ കഥകളി അറിഞ്ഞ് ആസ്വദിക്കാനുള്ള ശ്രമത്തിന്റെ ഭാഗമാണിത്. കഥയറിഞ്ഞ് ആട്ടം കാണുക എന്നു പറയുന്നതുപോലെ കളി അറിഞ്ഞ് കവിത വായിക്കുക.

കളിയച്ഛനിലെ പ്രധാനപ്പെട്ട കഥകളി സാങ്കേതിക പദങ്ങൾ മാത്രമേ ഇവിടെ വിശദീകരിക്കുന്നുള്ളൂ.

മൗനശില്പം

മൗനത്തിന്റെ ശില്പമായി പി. കുഞ്ഞിരാമൻനായർ കണ്ട കഥകളി ഇ. വി. കൃഷ്ണപ്പിള്ളയ്ക്ക് ഊമക്കളിയായിരുന്നു. വേഷങ്ങളുടെ നിശ്ശബ്ദതയാണ് കഥകളിയെ മൗനകലയാക്കിയത്. എന്നാൽ ഏറ്റവും ശബ്ദായമാനമായ ദൃശ്യകലയാണ് കഥകളി. ഒച്ചയുടെ രാജവാദ്യമായ ചെണ്ട, മേളാത്മകമായ മദ്ദളം, കൊഴുപ്പുള്ള ഇടയ്ക്ക, കലമ്പുന്ന ഇലത്താളം, മുഴങ്ങുന്ന ചേങ്ങില, രണ്ട് പാട്ടുകാർ, ബൃഹദ്ശബ്ദസമാഹാരപശ്ചാത്തലത്തിലാണ് കഥകളി നടക്കുന്നത്.

സന്ധ്യയ്ക്ക് കഥകളിയുടെ അറിയിപ്പു കൂടിയായ കേളി, അരങ്ങിലെ മദ്ദളം കൊട്ടി അറിയിക്കൽ, പാട്ടുകാരുടേയും കൊട്ടുകാരുടേയും വൈഭവ പ്രകടനസമയമായ മേളപ്പദം, ഇങ്ങനെ ശബ്ദത്തിന്റേയും നാദത്തിന്റേയും സാധ്യതകൾ വിളംബരപ്പെടുത്തിയാണ് കഥകളി എന്ന നിശ്ശബ്ദകല തുടങ്ങുന്നത്. രണ്ട് ചെണ്ടയും രണ്ട് മദ്ദളവും ചേർന്ന ഇരട്ട മേളപ്പദം പ്രചരിച്ചതോടെ അരങ്ങ് ഒന്നുകൂടി ശബ്ദായമാനമായി. കഥകളി കാഴ്ചയുടെ കലയാണ്. മേളപ്പദം കേൾക്കാൻ പോകുന്നവർ അതിനെ ശ്രവണകലകൂടിയാക്കി മാറ്റുകയാണ്. കലാമണ്ഡലം കൃഷ്ണൻകുട്ടി പൊതുവാളും അപ്പുക്കുട്ടി പൊതുവാളും നീലകണ്ഠൻ നമ്പീശനും ഉണ്ണിക്കൃഷ്ണക്കുറുപ്പും കഥകളിയെ ശബ്ദകല കൂടിയാക്കിയ കലാകാരന്മാരായിരുന്നു. കത്തിവേഷങ്ങളുടെ തിരനോട്ടത്തിന്റെ സൗന്ദര്യം മേളത്തിൽ അധിഷ്ഠിതമാണ്. ആട്ടപ്രധാനമായ ഉത്ഭവം, നരകാസുരവധം, ബാലിവിജയം, ബാലിവധം, ദക്ഷയാഗം, ഉത്തരാസ്വയംവരം, ദുര്യോധനവധം കഥകൾ മേളപ്രധാനം കൂടിയാണ്. ഉത്ഭവത്തിൽ ഒന്നരമണിക്കൂർ മേളം ചോരാതെ നിൽക്കണം. തിമിലയും മിഴാവും കൊമ്പും അധികവാദ്യങ്ങളായിവരുന്ന കഥ കൂടിയാണിത്. പടപ്പുറപ്പാട്, ശബ്ദവർണ്ണന, സ്വർഗ്ഗവർണ്ണന, വനവർണ്ണന, കൈലാസോദ്ധാരണം, ദുർശ്ശാസനവധം തുടങ്ങിയ വിവിധകഥകളിലെ വിവിധഭാഗങ്ങൾ ശബ്ദപ്രധാനമാണ്. ഉദ്ധതമായ മേളത്തിന്റെ പിൻബലത്തിലാണ് വേഷങ്ങൾ ആടുന്നത്. മൗനമനസ്സോടെ ആടുന്ന വേഷക്കാരന്റെ ശ്രദ്ധ സദാശബ്ദത്തിലായിരിക്കും. തന്റെ മൗനത്തെ ശബ്ദായമാനമാക്കുന്ന മേളം പിഴയ്ക്കുമ്പോൾ രാമൻകുട്ടിനായർ അസ്വസ്ഥനായിരുന്നത് ശബ്ദബോധത്തികവുകൊണ്ടായിരുന്നു. കൃഷ്ണൻകുട്ടിപ്പൊതുവാൾ കണ്ണടച്ചുകൊട്ടിയിരുന്നത് തികഞ്ഞ മൗനബോധം മനസ്സിലുള്ളതുകൊണ്ടായിരുന്നു. ഈ വിപരീതാവസ്ഥകളുടെ സൗന്ദര്യസമന്വയമാണ് ഇവർ തമ്മിലുള്ള കലാരസതന്ത്രം. കീചകവധം ഉൽക്കടമേളം നേർത്തുനേർത്ത് നിശ്ശബ്ദാവസ്ഥയിലാണ് സംഭവിക്കുന്നത്.

ശബ്ദത്തിന്റെ വിവിധ വ്യാഖ്യാനങ്ങളായ 'ശബ്ദവർണ്ണന' തന്നെയുണ്ട് കഥകളിയിൽ. കല്ല്യാണസൗഗന്ധികത്തിൽ ഹനുമാന്റെ തപസ്സ് എന്ന മൗനശബ്ദംകൊണ്ട് ഭഞ്ജിക്കപ്പെടുകയാണ്. മൗനകലയിലെ

വേഷം ശബ്ദസാധ്യതകൾ ആടുകയാണ്. സുഭദ്രാഹരണത്തിലെ 'വിവാഹരംഗം' കളിയരങ്ങിലെ ഏറ്റവും മികച്ച സൗന്ദര്യരംഗം വലംതല മേളപ്രധാനം കൂടിയാണ്. ദൈവസാന്നിദ്ധ്യമുള്ള ഭാഗങ്ങളിലും വലം തലകൊട്ടണം. തോരണയുദ്ധത്തിൽ രാവണൻ, ഉത്തരാസ്വയംവര ത്തിൽ ത്രിഗർത്തൻ ദക്ഷയാഗത്തിൽ വീരഭദ്രൻ, രൗദ്രഭീമൻ എന്നീ വേഷങ്ങളുടെ വിജയം മേളവുമായി ബന്ധപ്പെട്ടുകിടക്കുന്നു. നളചരിതം, രുഗ്മാംഗദചരിതം എന്നീ പച്ചപ്രധാനമായ കഥകൾ മേളസാധ്യതയുള്ള വയാണ്. പ്രഹ്ലാദചരിതവും കിർമ്മീരവധവും ചെണ്ടക്കാർക്കും മദ്ദള ക്കാർക്കും സാധ്യതകളുള്ള കഥകളാകുന്നു. "ആളകമ്പടികളോടും മേള വാദ്യഘോഷത്തോടും" എന്ന് വ്യത്യസ്ത വാദ്യ രൂപങ്ങളെ ആവിഷ്ക്ക രിക്കാൻ വേഷക്കാരന് സ്വാതന്ത്ര്യം നൽകുന്ന പദം തന്നെയാണ് നള ചരിതം മൂന്നാം ദിവസത്തിൽ. മൗനം ശബ്ദത്തെ തേടുകയും മൗനം ശബ്ദം ആഗ്രഹിക്കുകയും ചെയ്യുന്ന കലകൂടിയാണ് കഥകളി. കഥാപാത്രങ്ങൾക്ക് വാചികമുള്ള ചില കഥാസന്ദർഭങ്ങൾ തന്നെയുണ്ട്. അംബരീഷ ചരിത ത്തിലെ യവനന്മാർ അരങ്ങിൽ പാടി അഭിനയിക്കുമായിരുന്നു. പട്ടാഭി ഷേകത്തിൽ ഗംഗാതീരത്ത് വഞ്ചി തുഴഞ്ഞെത്തുന്ന മുക്കുവർ വഞ്ചി പ്പാട്ട് പാടി രംഗം കൊഴുപ്പിച്ചിരുന്നു. രാവണോദ്ഭവത്തിൽ ശൂർപ്പണഖയെ കല്യാണം കഴിക്കാൻ വരുന്ന വിദ്യുജിഹ്വൻ, രാവണൻ, സിസ്റ്റർ ശൂർപ്പ ണഖ, 'മേരേജ് മീ' എന്ന് വർത്തമാനം പറഞ്ഞു നടന്നിരുന്ന അരങ്ങിനെ ക്കുറിച്ച് കലാമണ്ഡലം രാമൻകുട്ടിനായർ ആത്മകഥയിൽ ഓർമ്മിപ്പിക്കു ന്നുണ്ട്. മണ്ഡോദരിയെ ആഗ്രഹിച്ച വിദ്യുജിഹ്വൻ തനിക്കു ലഭിച്ചത് ശൂർ പ്പണഖയെ ആണെന്നറിഞ്ഞപ്പോൾ രാവണന്റെ കാൽക്കൽ ചെന്ന് കഴുത്ത് കാണിച്ച് "കൊച്ചേട്ടാ, ദാ ഇവിടെ കത്തി വെച്ചോ. എന്നാലും ഇത് വേണ്ടിയിരുന്നില്ല"എന്ന് പറഞ്ഞിരുന്നതായും അദ്ദേഹം എഴുതുന്നു. നരകാസുരൻ കേൾക്കുന്ന നിണത്തിന്റെ നിലവിളിയിലും ശബ്ദപശ്ചാ ത്തലമാണ്. കത്തി, വെള്ളത്താടി, ചുവന്നതാടി, കാട്ടാളൻ വേഷങ്ങളുടെ അലർച്ച, ബാലീ സുഗ്രീവന്മാരുടെ പോരിനുവിളി എന്നിവയിൽ ശബ്ദ ഭാഷ പ്രവർത്തിക്കുന്നു. കഥാപാത്രങ്ങളുടെ മാനസികനിലയും വൈകാ രിക വിചാരങ്ങളും സ്ഥലകാല പശ്ചാത്തലവും ചെണ്ടയിലും മദ്ദളത്തിലു മായി ഉചിത ശബ്ദാവസ്ഥകളിൽ പ്രയോഗിക്കപ്പെടുമ്പോഴാണ് അത് പാട്ടുമായി ഇണങ്ങി വേഷത്തിന് പൂർണ്ണത നൽകുന്നത്. ഈ പക്കവാദ്യ ങ്ങളുടെ ശബ്ദഗരിമക്കിടിയിൽ സ്വന്തം സ്വരം കേൾപ്പിക്കുന്ന കഥകളി പ്പാട്ടുകാർ വിസ്മയമാവുന്നു.

കലാമണ്ഡലം സ്ഥാപിക്കാൻ മുൻകൈയെടുത്ത കക്കാട് കാരണ പ്പാടും മുകുന്ദരാജയും വള്ളത്തോളിനെ അതിനു മുൻനിർത്തിയതിലും കലാനീതിയുമാണ്. വള്ളത്തോൾ ബധിരനായിരുന്നു. ബധിരത ശബ്ദത്തെ ആഗ്രഹിക്കുന്നു. ശബ്ദത്തിനുമുന്നിലുള്ള നിസ്സഹായത യാണ് ബധിരന്റെ മൗനം. ശബ്ദം പിടിച്ചെടുക്കാൻ സാധിക്കാത്ത അവസ്ഥ യിൽ മൗനത്തോട്, മൗനകലയോട് നീതിയാവുന്ന കലാബോധം

വള്ളത്തോളിൽ പ്രവർത്തിച്ചു. അദ്ദേഹത്തിന് കഥകളി കേൾക്കാൻ കഴിഞ്ഞില്ല, കാണാനേ സാധിച്ചുള്ളൂ.

മൂകതയുടെ ഗൗരവത്തിന് ശബ്ദമാണ് ഉചിതമായ പശ്ചാത്തല സൗന്ദര്യം. രാത്രിയുടെ നീരവാവസ്ഥയിലെ ശബ്ദായ മൗനമാണ് കഥകളിയുടെ ഭംഗി.

വേഷം

പച്ച, കത്തി, താടി, മിനുക്ക് തുടങ്ങി കഥകളിയിലെ വേഷ വിഭജനം വിചിത്രമാണ്. പാത്രപ്രകൃതത്തിനനുസരിച്ച് ശുദ്ധം, കവിചിത്രം, മലിനം എന്ന് മൂന്നായി വിഭജിച്ചിരിക്കുന്നു. സ്ത്രീവേഷങ്ങൾ, മുനിമാർ, ബ്രാഹ്മണർ, ദൂതന്മാർ എന്നിവർ മിനുക്കിൽ (ശുദ്ധം) ഉൾപ്പെടുന്നു. ദേവ അസുര യക്ഷ ഗന്ധർവ്വരാക്ഷസ രാജാക്കന്മാർ പച്ച, കത്തി, താടി വിഭാഗത്തിൽ (വിചിത്രം) ഉൾപ്പെടുന്നു. കരി, കാട്ടാളൻ തുടങ്ങിയ വേഷങ്ങൾ 'മലിന' വിഭാഗത്തിൽ പെടുന്നു. മിനുക്കിന് വെളുപ്പ്, വിചിത്ര വേഷക്കാർക്ക് വിവിധ വർണ്ണക്കുപ്പായങ്ങൾ, മലിന വേഷത്തിന് കറുപ്പ് എന്നാണ് നിറക്രമം.

ആദ്യവസാന വേഷങ്ങൾ

കഥകളിയിലെ നായക വേഷങ്ങൾ ആദ്യവസാന വേഷങ്ങളാണ്. ആദ്യവസാനം നിറഞ്ഞുനിൽക്കുന്ന കേന്ദ്രകഥാപാത്രങ്ങൾ, ഭീമൻ, ഹനുമാൻ, ധർമ്മപുത്രർ, രാവണൻ, അർജുനൻ, നരകാസുരൻ, കീചകൻ, ദുര്യോധനൻ, നളൻ, ഉർവ്വശി, ലളിത, സൈരന്ധ്രി, ബൃഹന്നള തുടങ്ങിയ വേഷങ്ങൾ ആദ്യവസാന വേഷങ്ങളാണ്.

കോപ്പുകൾ ഏറ്റുക

പഴയകാലങ്ങളിൽ കഥകളിപ്പെട്ടികൾ ഏറ്റി ഒരു സ്ഥലത്തുനിന്ന് മറ്റൊരു സ്ഥലത്തേക്ക് കഥകളി സംഘം കാൽനടയായി യാത്ര ചെയ്തിരുന്നു. സാമ്പത്തികസ്ഥിതിയുള്ള വീടുകളിൽ താമസിക്കും. അവർ ആവശ്യപ്പെട്ടാൽ അവിടെ കഥകളി നടത്തുകയും ചെയ്യും. കളിയോഗക്കാർ കളിപ്പെട്ടികളേറ്റി നടക്കുന്ന കാഴ്ചയെ മേഘസഞ്ചാരത്തോട് ഉപമിച്ചിട്ടുണ്ട് കുഞ്ഞിരാമൻ നായർ.

കേളികൊട്ടുക

കഥകളിയുടെ ആദ്യത്തെ ചടങ്ങാണ് കേളി. രാത്രി കഥകളിയുണ്ടെന്ന വിളംബരം കൂടിയാണ് കേളി. നാട്ടുകാർ മുഴുവനായി കേൾക്കാൻ ഉയർന്ന സ്ഥലത്ത് വച്ച് കേളികൊട്ടും. വെള്ളിനേഴിയിൽ ഉയർന്ന പാറപ്പുറത്തു വച്ച് കേളി കൊട്ടിയിരുന്നു. 'കേളികൊട്ടുപാറ' എന്ന കവിത തന്നെ ഒളപ്പമണ്ണ എഴുതിയിട്ടുണ്ട്. ചെണ്ട, മദ്ദളം, ചേങ്ങില, ഇലത്താളം എന്നിവയാണ് കേളിക്കുള്ള വാദ്യങ്ങൾ. അരങ്ങുകേളി കളിയരങ്ങിൽ നടത്തുന്ന

ചടങ്ങാണ്. അണിയറ വിളക്കിൽ നിന്ന് അരങ്ങുവിളക്കിലേക്ക് തിരി പകർന്നശേഷമാണ് മദ്ദളം മാത്രമായി കേളി കൊട്ടുന്നത്.

കഥകളിപ്പന്തി

കളിസ്ഥലങ്ങളിൽ കഥകളിക്കാർക്ക് മാത്രമായി ഊണുകഴിക്കാനുള്ള സ്ഥലം ഉണ്ടായിരിക്കും. നിലത്തിരുന്നാണ് ഊണുകഴിക്കുക. സ്ഥലസൗകര്യത്തിനനുസരിച്ച് രണ്ട് അല്ലെങ്കിൽ നാല് വരികളുണ്ടാവും. ഇതാണ് പന്തി. ഒരു ഊണ് സമയത്തെ 'ഈ പന്തി കഴിയട്ടെ' എന്നു വിശേഷിപ്പിക്കുന്നു.

കളിക്കോപ്പ് :

വേഷക്കാരന്റെ ആടയാഭരണങ്ങൾ, അരങ്ങത്ത് ഉപയോഗിക്കേണ്ട അമ്പ്, വില്ല്, വാൾ തുടങ്ങിയ ആയുധങ്ങൾ, അരങ്ങിലും അണിയറയിലും ഉപയോഗിക്കേണ്ട ആയുധങ്ങൾ, ചേങ്ങില, ഇലത്താളം തുടങ്ങി ഒരു കഥകളി നടത്താൻ വേണ്ട എല്ലാവസ്തു വഹകളും ഉൾക്കൊള്ളുന്നതാണ് കളിക്കോപ്പ്. കിരീടങ്ങൾ, കുപ്പായം, ഉത്തരീയം, ഉടുത്തുകെട്ട്, മനയോല തുടങ്ങി ചെണ്ടയും മദ്ദളവും ഒഴികെ എല്ലാം കളിക്കോപ്പിലുണ്ടാകും. കുമിഴ് എന്ന കാട്ടുമരം കൊണ്ടാണ് കിരീടങ്ങൾ ഉണ്ടാക്കുന്നത്. ദശമൂലങ്ങളിൽപ്പെട്ട ഔഷധഗുണമുള്ള മരം കൂടിയാണ് കുമിഴ്. ഏറെനേരം കിരീടം തലയിൽ വച്ചാലും നടന് ശാരീരിക പ്രശ്നങ്ങൾ ഉണ്ടാവില്ല.

അരങ്ങേറ്റം

ആദ്യമായി അരങ്ങിൽ വേഷം കെട്ടുന്നതാണ് അരങ്ങേറ്റം. മുദ്രാഭിനയം, ചെറിയ കലാശങ്ങൾ, ഇരട്ടികൾ, വട്ടം വച്ച കലാശങ്ങൾ (ചുവടുകളാണിവ) എന്നിവ ഹൃദിസ്ഥമായാൽ കൃഷ്ണന്റെ വേഷം കെട്ടിയാണ് അരങ്ങേറുക. അണിയറയിൽ വിളക്കിനുമുന്നിലിരിക്കുന്ന ശിഷ്യന്റെ മുഖത്ത് ഗുരുനാഥൻ വലംകൈയിലെ മോതിരവിരലിൽ വെള്ള മനയോലയെടുത്ത് പ്രാർത്ഥനാപൂർവ്വം നെറ്റി, മൂക്ക്, താടി, ഇരുകവിൾത്തടങ്ങൾ എന്നിവിടങ്ങളിൽ തൊടുവിക്കുന്നു. കൃഷ്ണമുടി ശിരസ്സിലണിയിക്കുന്നതും ഗുരുനാഥനാണ്. വേണ്ടപ്പെട്ടവർക്ക് ദക്ഷിണ നൽകി, 'അരങ്ങത്തേക്ക് പോയി വരട്ടെ' എന്ന് അനുവാദം വാങ്ങുന്ന ചടങ്ങുമുണ്ട്.

കളിയോഗവും കളിവട്ടവും

കഥകളിയുടെ വളർച്ചയ്ക്ക് കളിയോഗങ്ങൾ പ്രധാന പങ്കുവഹിച്ചു. കലാസ്ഥാപനങ്ങൾ രൂപപ്പെടുന്നതിനു മുമ്പെ കഥകളി നടത്തിയിരുന്നത് കളിയോഗങ്ങളായിരുന്നു. കഥകളിയുടെ വളർച്ചയ്ക്കും ഉന്നമനത്തിനും വ്യാപനത്തിനും പ്രചാരത്തിനും അവർ മുഖ്യപങ്കുവഹിച്ചു. സഹൃദയരും, രാജാക്കന്മാരും, കളിയാശാന്മാരും കളരികളും കളിവട്ടങ്ങളും കളിയോഗങ്ങളും നടത്തിയിരുന്നു. കഥകളി അഭ്യസനം മാത്രം നടത്തുന്നതാണ്

കളരി. കലാകാരന്മാരെ ഒരുമിച്ച് കോപ്പുകൾ സംഘടിപ്പിച്ച് കഥകളി ഏറ്റെടുത്ത് നടത്തുന്ന സംഘങ്ങളാണ് കളിവട്ടങ്ങൾ. നവംബർ മധ്യം മുതൽ മെയ് വരെയാണ് കളിവട്ടത്തിന്റെ പ്രവർത്തനസമയം. മലയാള മാസം വൃശ്ചികം മുതൽ ഇടവപ്പാതി വരെ എന്നു പറയാം. സ്വന്തമായകോപ്പുകൾ, അധീനതയിൽ തൗര്യത്രികകലാകാരന്മാർ എന്നിവരെ താമസിപ്പിച്ച് ചെല്ലും ചെലവും കൊടുത്ത്, മഴക്കാലത്ത് അഭ്യസിപ്പിച്ച് വേനൽക്കാലത്ത് കഥകളി നടത്തിയിരുന്ന സ്വകാര്യ സ്ഥാപനങ്ങളാണ് കളിയോഗങ്ങൾ. വ്യത്യസ്ത വേഷക്കാർ, മേളക്കാർ, പാട്ടുകാർ, ചുട്ടിക്കാർ അണിയറക്കാർ അടക്കം ചുരുങ്ങിയത് മുപ്പത് പേരെങ്കിലുമായാലേ കളിയോഗത്തിന് കളിനടത്താൻ സാധിക്കൂ.

ദേഹമുഴിയുക

ആദ്യനോട്ടത്തിൽത്തന്നെ ഏതു കലാവിഭാഗത്തിലേയും ഗുരുനാഥന് പഠിക്കാൻ വരുന്ന കുട്ടിയെ ഒന്നാമത്തെ കാഴ്ച അല്ലെങ്കിൽ കേൾവിയിലൂടെ തിരിച്ചറിയാൻ കഴിയും. രണ്ടുവരി പാടിക്കേട്ടാൽ, താളം പിടിച്ചു കാണിക്കാൻ പറഞ്ഞാൽ പാട്ടുകാർക്കും മേളക്കാർക്കും ഈ തിരിച്ചറിവ് ലഭിക്കും. കഥകളി നടന് യോജിച്ച ശരീരഭാഷയാണോ എന്ന് കേശാദിപാദം നോക്കുമ്പോൾ മനസ്സിലാവും. ഈ ആസകലമാർന്ന നോട്ടമാണ് ദേഹം ഉഴിയൽ. വേഷക്കാരന് മെയ്വഴക്കം വരാനുള്ള ചവിട്ടിയുഴിച്ചിലുമായി ഈ സംജ്ഞയ്ക്ക് ബന്ധമില്ല.

പൊന്മുടി

കൃഷ്ണവേഷത്തിന്റെ വർത്തുളമായ കിരീടത്തിനാണ് മുടി എന്നു പറയുക. ഇത് പച്ച, കത്തി വേഷങ്ങളുടെ കിരീടം പോലെയല്ല. പുറപ്പാട് എടു ക്കുന്ന വേഷങ്ങൾക്കും മുടിയാണ്. 6 മുടികളാണ്. പച്ചമുടി എന്നും പറയാം.

കേശഭാരം

കഥകളിയിൽ പച്ച, കത്തി വേഷങ്ങളുടെ കിരീടത്തിനാണ് കേശഭാരം എന്നു പറയുക. വെള്ളത്താടിക്ക് വട്ടമുടി, ചുവന്ന താടിക്ക് കുറ്റിച്ചാമരം, കരിക്ക് കരിമുടി, സ്ത്രീവേഷത്തിന് കൊണ്ട എന്നതാണ് ശിരോലങ്കാരം.

ചുട്ടിക്കരയ്ക്കുക/ചുട്ടിയടരുക

ചുട്ടി : കഥകളി വേഷത്തിന്റെ മുഖത്തേപ്പിന്റെ അതിർത്തിയിലൂടെ ചെവികളുടെ മുൻവശത്തു കൂടിയാണ് ചുട്ടി ഇടുക. കൂടിയാട്ടത്തിലെ മുഖത്തെ അവലംബിച്ചാണ് കഥകളിചുട്ടി. അരിമാവുകൊണ്ടാണ് ആദ്യകാലങ്ങളിൽ ചുട്ടിയിട്ടിരുന്നത്. ഉണങ്ങലരി നന്നായി അരച്ച് മൂന്നിലൊന്ന് ചുണ്ണാമ്പുചേർത്താൽ ചുട്ടിയരിയായി. മുഖത്ത് വാഴമാനുടെ കറപുരട്ടി അതിനു മുകളിൽ കനം കുറഞ്ഞ പാളികളായി അരിമാവിട്ട് അതിൽ

വെട്ടിയെടുത്ത ചുട്ടി കടലാസ് ഉറപ്പിക്കുന്നു. വാഴമാനിക്കറയ്ക്കുപകരം ഇപ്പോൾ 'സ്പിരിട്ട് ഗം' ഉപയോഗിക്കുന്നു. പണ്ട് അരിമാവുകൊണ്ടാണ് ചുട്ടി ഇട്ടിരുന്നത്. അത് അടർന്നുപോകാനുള്ള സാധ്യത കൂടുതലായി രുന്നു. നല്ല അഭ്യാസം കിട്ടാത്ത ഒരാൾക്ക്, വേഷത്തിൽ ശ്രദ്ധിക്കാത്ത ഒരാൾക്ക് മുഖത്തെ ചുട്ടി അടരുക സ്വാഭാവികം. ചുട്ടിക്ക് അരയ്ക്കേ ണ്ടത് ചെറുപ്പക്കാരായ വേഷക്കാരുടെ, പ്രത്യേകിച്ച് ശിഷ്യന്മാരുടെ ചുമ തലയാണ്. 1929- ലാണ് തിരുവല്ല കെ.പി. രാമകൃഷ്ണപ്പണിക്കർ എന്ന ചിത്രകലാധ്യാപ കൻ 'കടലാസുചുട്ടി' പരീക്ഷിച്ച് അതിന് സൗന്ദര്യാത്മക പ്രചാരം നൽകിയത്.

പതിഞ്ഞപദം

കഥകളിയിൽ ഭാവാവിഷ്കാരത്തിന്റെ സന്ദർഭങ്ങളായി പതിഞ്ഞ പദത്തെ വിശേഷിപ്പിക്കാം. താളത്തിന്റെ പതിഞ്ഞകാലത്തിലാണ് പദ ങ്ങൾ ചവിട്ടുന്നത്. നായികാ നായകന്മാരുടെ പേര് പറയാതെ സംബോ ധനാ പദങ്ങളോടെ പതിഞ്ഞ പദങ്ങൾ അവതരിപ്പിക്കുന്നു. (ബാലിവിജയ ത്തിൽ അരവിന്ദ ദളോപമനയനേ, ഉദാഹരണം. ചെമ്പട, ചമ്പ, അടന്ത താളങ്ങളിൽ പതിഞ്ഞ പദങ്ങളുണ്ട്. പാടി, ശങ്കരാഭരണം, കാമോദരിരാഗ ങ്ങളിൽ ശൃംഗാരം, ലജ്ജ, ഭക്തി തുടങ്ങി വിവിധ സ്ഥായീഭാവങ്ങളിൽ പതിഞ്ഞ പദങ്ങൾ പതിവുണ്ട്. കല്യാണസൗഗന്ധികത്തിൽ ഭീമന്റെ പാഞ്ചാലരാജ തനയേ, നളചരിതത്തിൽ നളന്റെ കുവലയവിലോചനേ, ഉത്തരാസ്വയംവരത്തിൽ ഉത്തരന്റെ അരവിന്ദമിഴിമാരേ' തുടങ്ങിയവ ശൃംഗാര പ്രധാനങ്ങളായ പതിഞ്ഞ പദങ്ങളാണ്. കഷ്ടം ഞാൻ കപടം (സുഭദ്രാഹരണം - അർജുനൻ) താപസകുലതിലക (ബകവധം - ഭീമൻ) എന്നിവ ശൃംഗാര പ്രധാനമല്ലാത്ത പതിഞ്ഞ പദങ്ങളാണ്. ബകവധം, കല്യാണസൗഗന്ധികം, കർമ്മീരവധം, നരകാസുരവധം, ബാലിവിജയം, കാർത്തവീര്യാർജുന വിജയം, കീചകവധം, ഉത്തരാസ്വയം വരം, ദുര്യോ ധനവധം, ദക്ഷയാഗം, നളചരിതം, സുഭദ്രാഹരണം കഥകളിൽ ശൃംഗാര പ്രധാനമായ പതിഞ്ഞ പദങ്ങളുണ്ട്. ബകവധം, കല്യാണസൗഗന്ധികം, കാലകേയവധം, അംബരീഷ ചരിതം, സുഭദ്രാഹരണം കഥകളിൽ ശൃംഗാര പ്രധാനമല്ലാത്ത പതിഞ്ഞ പദങ്ങൾ കാണാം. ബകവധം, കിർമ്മീരവധം, കാലകേയവധം, നരകാസുരവധം, രുഗ്മിണീ സ്വയംവരം കഥകളിൽ യഥാക്രമം ലളിത, ഗണിക, ഉർവ്വശി, ലളിത, രുക്മിണീ എന്നീ സ്ത്രീ വേഷങ്ങൾക്ക് പതിഞ്ഞ പദങ്ങൾ ഉണ്ട്. അടന്ത 56 അക്ഷരകാല ത്തിൽ, ചമ്പ 40 അക്ഷരകാലത്തിൽ എല്ലാം പതിഞ്ഞപദം ആടുക എന്നത് വേഷക്കാരന് കലാപരമായ വെല്ലുവിളിയാണ്.

പെട്ടിവച്ചു കളി

ഒരു കഥകളിക്കാലത്തെ അവസാനത്തെ കളിക്കാണ് പെട്ടിവച്ചുകളി എന്ന് പറയുന്നത്.

കഥകളിപ്പെട്ടിയേറ്റുക

കഥകളി സംഘത്തിന്റെ കഥകളിപ്പെട്ടികൾ ഏറ്റാൻ പലപ്പോഴും ചെറിയ ശിഷ്യർ ഉത്തരവാദപ്പെട്ടിരുന്നു.

ഭീരുവേഷം

ഭയം, ബീഭത്സം എന്നീ രസങ്ങളുടെ പ്രതീകാത്മക വേഷമാണ് ഭീരു. അസ്പഷ്ട സ്വരഭാഷണം, തിരശ്ശീലയ്ക്കു ചുവട്ടിലൂടെ തിരനോക്ക് തുടങ്ങി പ്രത്യക്ഷത്തിൽ ഹാസ്യം ജനിപ്പിക്കുന്ന കഥാപാത്രമാണ് ഭീരു. കിരീടത്തിൽ കോഴിത്തല ഘടിപ്പിച്ചിരിക്കും. കാലകേയവധം, കീചകവധം, നരകാസുരവധം, രുഗ്മിണീ സ്വയംവരം കഥകളിൽ 'ഭീരു' കഥാപാത്രമായി എത്തുന്നു. പ്രതികൂല വർത്തമാനങ്ങൾ വിളംബരപ്പെടുത്തുന്ന പ്രതീകാത്മക കഥാപാത്രമാണ് ഭീരു. മരണം, തോൽവി, കൊല തുടങ്ങിയ വർത്തമാനങ്ങളുടെ സന്ദേശകൻ കുടിയാവുന്നു ഭീരു.

രാവണവേഷം

ഉത്ഭവം, കാർത്തവീര്യാർജുനവിജയം, രാവണവിജയം, ബാലിവിജയം എന്നീ കഥകളിൽ രാവണൻ പ്രധാന വേഷമാകുന്നു. ആധുനിക കഥകളിൽ കലാമണ്ഡലം രാമൻകുട്ടിനായരുടെ രാവണനായിരുന്നു പ്രശസ്തം. അദ്ദേഹത്തിന്റെ ഹനുമാൻവേഷവും പ്രസിദ്ധമായിരുന്നു. 1986– ൽ ഒരു വിദേശയാത്രാ മധ്യേ ശ്രീലങ്കയിലെ വിമാനത്താവളത്തിലെത്തിയ കലാമണ്ഡലം രാമൻകുട്ടിനായരോട് ആശാൻ ലങ്ക മുഴുവൻ ചുട്ടെരിച്ചുവോ? എന്നു ചോദിച്ചപ്പോൾ ഞാനവിടെ രാജാവായിട്ടാണ് ഇരുന്നിട്ടുള്ളത് എന്ന് രാമൻകുട്ടി നായർ മറുപടി നൽകിയത്രെ. രാവണവേഷമാണ് അദ്ദേഹം അധികം ആടിയിട്ടുള്ളത്.

മേളം

ചെണ്ട, മദ്ദളം എന്നീ തോൽവാദ്യങ്ങളും ചേങ്ങില, ഇലത്താളം എന്നീ ഘനവാദ്യങ്ങളും കഥകളിയിൽ പ്രയോഗിക്കുന്നു. സ്ത്രീ വേഷസമയത്ത് ചെണ്ടയ്ക്കു പകരം മദ്ദളത്തോടൊപ്പം ഇടയ്ക്ക പ്രയോഗിക്കുന്നു. കഥകളി തുടങ്ങുന്നതിനുമുമ്പ് മേളക്കാർക്കും പാട്ടുകാർക്കും സ്വതന്ത്രാവിഷ്കാരത്തിന്റെയും വിജയത്തിന് മേളം പ്രധാനമാണ്. മുദ്രയ്ക്കനുസരിച്ചാണ് മേളം. കൈയ്ക്കു കൂട്ടുക എന്നാണ് മുദ്രാഭിനയത്തെയും മേളത്തെയും ചേർത്തുപറയുക. ഇവ പരസ്പര പൂരകമാണ്.

ഉർവ്വശി

പ്രഭാതത്തിൽ ആകാശത്ത് കാണുന്ന പ്രഭ, വളരെപ്പേരെ വശീകരിക്കുന്നത് എന്നെല്ലാം ഉർവ്വശിക്കർത്ഥം കല്പിക്കാം. 'കാലകേയവധ' ത്തിലെ പ്രധാന കഥാപാത്രം. ഉരു (തുട) വിൽ നിന്ന് ജനിച്ചതിനാൽ 'ഉർവ്വശി' എന്നർത്ഥം.

പച്ച

കഥകളിയിലെ സാത്വിക പ്രകൃത കഥാപാത്രങ്ങൾ പച്ച വേഷക്കാരാണ്. നളൻ, അർജ്ജുനൻ, ഭീമൻ, രുക്മാംഗദൻ, ധർമ്മപുത്രർ.

കത്തി

രാജസപ്രൗഢിയാർന്ന രാവണൻ, കീചകൻ, നരകാസുരൻ, ദുര്യോധനൻ തുടങ്ങിയ കഥാപാത്രങ്ങൾ കത്തി വേഷങ്ങളാണ്.

ചുവന്ന താടി

താമസസ്വഭാവമുള്ള ദുശ്ശാസനൻ, ബാലി, സുഗ്രീവൻ, ത്രിഗർത്തൻ എന്നിവർ ചുവന്നതാടി വേഷത്തിൽ ഉൾപ്പെടുന്നു.

ചൊല്ലിയാടുക

അഭ്യാസത്തിന്റെ രണ്ടാം ഘട്ടമാണ് ചൊല്ലിയാട്ടം. വേഷക്കാരും പാട്ടുകാരും മേളക്കാരും വ്യത്യസ്ത കളരിയിൽ പഠിച്ചുറപ്പിച്ചതിനെ ഒരുമിച്ചിരുന്ന് ഏകോപിപ്പിക്കലാണ് ചൊല്ലിയാട്ടം. റിഹേഴ്സൽ തന്നെ. വേഷക്കാരന്റെ കളരിയിലേക്ക് മറ്റുകലാ വിഭാഗക്കാർ എത്തും. അഭിനയിക്കേണ്ട ഭാഗങ്ങൾ ആടി ഉറപ്പിക്കുന്ന പ്രവൃത്തിയാണിത്.

മേളക്കൊഴുപ്പ് :

കഥകളി അരങ്ങിന്റെ ഊർജ്ജമാണ് മേളം. ചെണ്ടയും മദ്ദളവും ചേർന്നു സൃഷ്ടിക്കുന്ന ശബ്ദാനുഭവം. മുദ്രയ്ക്കു കൂട്ടുക എന്നതാണ് മേളക്കാരുടെ ധർമ്മം. ഇളകിയാട്ടങ്ങളുടെ സമയത്ത് മേളം മാത്രമേ ഉണ്ടാവൂ. ഉത്ഭവം, നരകാസുര വധം തുടങ്ങിയ കത്തി വേഷ പ്രധാനമായ കഥകൾ മേളത്തിന്റെ ബലത്തിലാണ് നിലനിൽക്കുക. ദുര്യോധന വധത്തിലൊക്കെ രണ്ടു ചെണ്ടയും രണ്ട് മദ്ദളവും മേളക്കൊഴുപ്പ് കൂട്ടുന്നു. സ്ത്രീവേഷ പ്രധാനമായ പദങ്ങൾക്ക് മദ്ദളവും ഇടയ്ക്കയും ചേർന്ന് ലാസ്യ മേളക്കൊഴുപ്പ് സൃഷ്ടിക്കുന്ന അനുഭവം ഹൃദ്യമാകുന്നു.

മുദ്രകൾ :

'ഹസ്തലക്ഷണ ദീപിക' എന്ന ഗ്രന്ഥത്തെ അടിസ്ഥാനപ്പെടുത്തിയാണ് 24 മൂലമുദ്രകൾ. സംയുതം (രണ്ടു കൈ കൊണ്ടും കാണിക്കുന്നത്.) അസംയുതം (ഒരു കൈ കൊണ്ടു മാത്രം കാണിക്കുന്നത്.) മിശ്രം/സങ്കീർണ്ണം : (ഇരുകൈകളിലും വേറെ വേറെ മൂലമുദ്രകൾ കാണിക്കുന്നത്) സമാനം (ഇരുകൈകളിലും ഒരേ മുദ്രപിടിച്ച് കാണിക്കുന്നത്) നൃത്തമുദ്ര : (നൃത്തത്തോടൊപ്പം പ്രത്യേക അർത്ഥമില്ലാതെ കാണിക്കുന്നത്.) ശരീരഭാഷാ ക്രമത്തിനനുസരിച്ചും, കഥാപാത്ര സ്വഭാവത്തിനനുസരിച്ചും രംഗക്രിയകൾക്കനുസരിച്ചും വ്യത്യസ്തവിധത്തിലാണ് മുദ്രകൾ കാണിക്കേണ്ടത്.

താളം പിടിക്കൽ :

അക്ഷരകാലങ്ങളുടെ ഏറ്റക്കുറച്ചിലുകളാണ് താളഗതിയെ നിർണ്ണയിക്കുന്നത്. ആറ് അക്ഷരകാലം വരുന്നത് പഞ്ചാരി. എട്ട് അക്ഷരകാലം വരുന്നത് ചെമ്പട, പത്ത് അക്ഷരകാലം ചമ്പ, പതിന്നാല് അക്ഷരകാലം അടന്ത – ഇതാണ് നാല് അടിസ്ഥാന താളങ്ങൾ.

ചവിട്ടടി :

ഇവിടെ ഉദ്ദേശിക്കുന്നത് കലാശങ്ങളാണ്. ആംഗികാഭിനയത്തെ രസസ്ഫൂർത്തി വരത്തക്കവിധത്തിൽ നൃത്ത സംവിധാനമാക്കുന്നതിനെ കലാശം എന്നു പൊതുവെ പറയാം. പലതരം കലാശങ്ങളുണ്ട്. 11 രീതിയിൽ കലാശമെടുക്കാം. സാധാരണ കലാശം, ഇരട്ടി, അടക്കം, വട്ടം വച്ചു കലാശം, തോങ്കാരം അഷ്ടകലാശം തുടങ്ങി.

കൈവള :

വലതുകൈയിൽ ഹസ്തകടകത്തിനെത്തുടർന്ന് ധരിക്കുന്നതാണ് കൈവള. ഹസ്താഭരണം തന്നെ.

പൊന്മണി:

കച്ചമണിയെയാണ് ഉദ്ദേശിക്കുന്നത്. കാൽമുട്ടിനു താഴെയാണ് കച്ചമണി കെട്ടുക.

ചേങ്ങിലക്കോൽ :

കഥകളിയിൽ പ്രധാന പാട്ടുകാരനായ 'പൊന്നാനി'യുടെ വാദ്യമാണ് ചേങ്ങില. ചേങ്ങില കൊട്ടുന്നത് ചേങ്ങിലക്കോലുകൊണ്ടാണ്. ക്ഷേത്രങ്ങളിൽ അനുഷ്ഠാനവാദനത്തിന് ഉപയോഗിക്കുന്ന ചേങ്ങില ചെറുതാണ്. കഥകളിയിൽ വലുതും. മുമ്പ് തെങ്ങിന്റെ മടൽ അല്ലെങ്കിൽ പ്ലാശ് കൊണ്ടായിരുന്നു ചേങ്ങിലക്കോൽ ഉണ്ടാക്കിയിരുന്നത്. പൊട്ടുകയില്ല പരമാവധി ചതയുകയേയുള്ളൂ എന്നതാണ് പ്രത്യേകത.

പുറപ്പാട് :

കഥകളിയിൽ കഥ തുടങ്ങുന്നതിനു മുമ്പുള്ള രംഗമാണ് പുറപ്പാട്. പച്ച, പഴുക്ക്, സ്ത്രീവേഷം മാത്രമേ പുറപ്പാട് എടുക്കാറുള്ളൂ. വേഷം ആദ്യമായി രംഗത്തുവരുന്നത് പുറപ്പാടിലാണ്. കൃഷ്ണമുടിയണിഞ്ഞ വേഷങ്ങളാണ് പൊതുവെ പുറപ്പാട് എടുക്കുക.

മെയ്യും കയ്യും

കഥകളിയിൽ ആംഗ്യഭാഷയും നൃത്തഭാഷയും പ്രയോഗിക്കാൻ വേഷക്കാരനെ പ്രാപ്തനാക്കാൻ പര്യപ്തമായ രീതിയിൽ ശരീരത്തെ വഴക്കിയെടുക്കാനുള്ള അഭ്യാസമാണ് കളരി. 18 അടവുകൾ ഉൾക്കൊള്ളുന്ന മെയ്യുറയടവ് കളരിയിൽ പ്രധാനമാണ്.

ചുട്ടി അടരുക :

അരിമാവുകൊണ്ടാണ് പണ്ട് ചുട്ടിയിട്ടിരുന്നത്. ശരീരം ശ്രദ്ധിച്ചില്ലെങ്കിൽ മുഖാഭിനയത്തിൽ നിഷ്കർഷിച്ചില്ലെങ്കിൽ അരിമാവ് ചുട്ടി അടരുമായിരുന്നു. കടലാസുചുട്ടി പ്രചാരത്തിൽ വന്നപ്പോൾ ചുട്ടിയടർച്ചപ്പേടിയിൽ നിന്ന് വേഷക്കാർ മോചിതരായി. അരിമാവും കായക്കറയുമായിരുന്നു പണ്ട് ചുട്ടിക്ക് ഉപയോഗിച്ചിരുന്നത്. ഇതിന്റെ അനുപാതം കൃത്യമായില്ലെങ്കിൽ ചുട്ടി അടരുമായിരുന്നു. 'കളിയച്ഛ'നിലെ ശിഷ്യന് അഭ്യാസബലം കുറവായിരുന്നു എന്നതിന്റെ സൂചന ഈ വരികളിലുണ്ട്.

കളിപ്പന്തൽ :

കഥകളി അരങ്ങിന്റെ പന്തൽ തന്നെയാണ് ഇവിടെ വിവക്ഷിക്കപ്പെടുന്നത്.

മുഖശ്രീ :

ഒരു കഥകളി വേഷക്കാരന് അടിസ്ഥാനപരമായി ആവശ്യമുള്ള ഒന്നാണ് ബ്രഹ്മസൃഷ്ടി. കെട്ടിക്കാഴ്ച്ച, വേഷപ്പകർച്ച, മുഖശ്രീ എന്നിവ പ്രധാനമാണ്.

കളിവിളക്ക് :

നാലര അടിയാണ് കളിവിളക്കിന്റെ ഉയരം. വെള്ളോട്ടുകൊണ്ടാണ് കളിവിളക്ക് വാർക്കുന്നത്. രംഗത്തേക്കും സദസ്സിലേക്കും ഓരോ തിരി ഇട്ട് കത്തിക്കും. നാരായത്തിന്റെ ഉയരം തന്നെ മൂന്നര അടിവരും. പണ്ട് കളിവിളക്കിന്റെ പ്രകാശ സംവിധാനത്തിലായിരുന്നു കഥകളി നടന്നിരുന്നത്. പ്രശസ്ത കഥകളി നടനായിരുന്ന പത്മശ്രീ കീഴ്പ്പടം കുമാരൻ നായരുടെ ആത്മകഥയുടെ പേര് 'കളിവിളക്ക്' എന്നാകുന്നു.

അലർച്ച :

കഥാപാത്രത്തിന്റെ വാചികമാണ് അലർച്ച. കത്തി വേഷം 'തിരനോക്കു'മ്പോൾ അലറും. പച്ച, സ്ത്രീ, വേഷങ്ങൾ അലറാറില്ല. അമിത സന്തോഷം വരുമ്പോൾ, ക്രോധം വരുമ്പോൾ അലർച്ച പതിവാണ്. ഓരോ വേഷത്തിനും അതിന്റെ പാത്രപ്രകൃതിക്ക് അനുസരിച്ചാണ് അലർച്ച. കരി വേഷങ്ങൾ കൂക്കുന്നതും അലർച്ചയാണ്.

മറപിടിക്കുക :

മറയ്ക്ക് ഇവിടെ 'തിരശ്ശീല' എന്നാണ് അർത്ഥം. കഥകളിയിലെ 'കർട്ടൻ' തന്നെ തിരശ്ശീല. രണ്ടുപേർ ചേർന്നാണ് തിരശ്ശീല പിടിക്കുക. 225 സെന്റീ മീറ്ററാണ് തിരശ്ശീലയുടെ നീളം. ചുവപ്പുനിറമുള്ള ദീർഘചതുരത്തുണിക്കു ചുറ്റും മഞ്ഞ, പച്ച, ചുവപ്പ്, കറുപ്പ് എന്നീ നിറങ്ങളിലുള്ള

തുല്യ പ്രീതിയുള്ള തുണികൾ തുന്നിച്ചേർക്കുന്നു. 'തിരനോട്ടം' പോലുള്ള രംഗക്രിയകളിൽ തിരശ്ശീല രംഗോപകരണം കൂടിയായി മാറുന്നു.

ഉത്സവക്കളി :

ഒരു ക്ഷേത്രത്തിലെ ഉത്സവക്കാലത്ത് കഥകളി സ്ഥിരമായുള്ള സ്ഥലങ്ങളുണ്ട്. അവിടങ്ങളിലെ കളികൾക്കാണ് ഉത്സവക്കളി എന്നു പറയുന്നത്. ഈ പേരിൽ ഒരു കവിത തന്നെ പി. എഴുതിയിട്ടുണ്ട്.

ധനാശി :

കഥകളിയിലെ മംഗളമാണ് ധനാശി. അവസാനരംഗത്തുള്ള സാത്വികവേഷമാണ് ദൈവപ്രാർത്ഥനാരൂപത്തിലുള്ള 'ധനാശി' എടുക്കുക. അവസാനത്തെ വന്ദനനൃത്തമാണ് ധനാശി. അതോടെ കഥകളി അവസാനിക്കുന്നു.

ചേങ്ങില :

ഘനവാദ്യമായ ചേങ്ങിലയുടെ ശ്രുതിയിലാണ് പൊന്നാനിപ്പാട്ടുകാരൻ പാടുന്നത്. 22 സെന്റി മീറ്റർ വ്യാസവും ഏതാണ്ട് ഒരു കിലോഗ്രാം ഭാരവുമുള്ള ഓടിൽ വാർത്ത വാദ്യമാണ് ചേങ്ങില. ചേങ്ങിലയുടെ വൃത്താകാരമാണ് പാട്ടു കഴിഞ്ഞൊരു ഗായകൻ വച്ചതാം: ചേങ്ങിലപോലെ മയങ്ങുന്നു ഭൂതലം. എന്ന് പി. യെക്കൊണ്ട് എഴുതിച്ചത്.

അണിയറ :

കഥകളി കലാകാരന്മാർ ആദ്യം വന്നെത്തുക അണിയറയിലാണ്. അവരുടെ വിശ്രമസ്ഥലവും അണിയറയാവുന്നു. കഥകളിക്കുവേണ്ട സാമഗ്രികൾ മുഴുവൻ അണിയറയിൽ ഉണ്ടായിരിക്കും. അണിയറയിൽ ചൊട്ടിക്കു കിടന്നാണ് മനുഷ്യനായ കഥകളിനടൻ അമാനുഷനായ വേഷക്കാരനാവുന്നത്. അരങ്ങിൽനിന്ന് തിരിച്ച് അണിയറയിലെത്തിയാണ് അവർ പിരിഞ്ഞുപോകുന്നത്. കഥകളി കലാകാരന്മാർക്ക് വെറ്റില മുറുക്ക് ശീലമായിരുന്നു. ചെല്ലപ്പെട്ടിയിൽ നിന്ന് വെറ്റില മുറുക്കി ഐക്യം, സൗഹൃദം സ്ഥാപിച്ച് അടുത്തകളി സ്ഥലത്ത് കാണാമെന്ന് പറഞ്ഞ് മുറുക്കിപ്പിരിഞ്ഞുപോകും.

കഥകളിയുടെ സൗന്ദര്യാനുഭൂതി തലത്തിലൂടെ അലയുമ്പോഴും പി. കുഞ്ഞിരാമൻ നായരിൽ ഒരു കഥകളി വൈയാകരണൻ പ്രവർത്തിച്ചിരുന്നു എന്നും കളിയച്ഛൻ തെളിവു നൽകുന്നു.

വേഷം

പി.കുഞ്ഞിരാമൻനായരുടെ കളിയച്ഛൻ എന്ന കവിതയിൽ പതിനാറുവരികളിൽ വേഷം എന്ന വാക്ക് കടന്നുവരുന്നുണ്ട്. എന്നാൽ വേഷമില്ലാത്ത വന്റെ കഥ കൂടിയായതുകൊണ്ടാണ് മലയാളിയുടെ കാവ്യാസ്വാദനലോകത്ത് കളിയച്ഛൻ ഇടം നേടിയത്.

പി. കുഞ്ഞിരാമൻനായരുടെ കളിയച്ഛൻ എന്ന കവിത രണ്ട് കഥകളി വേഷക്കാരുടെ കഥയാണ്. ഗുരുനാഥന്റെയും ശിഷ്യന്റെയും. കവിതയിൽ അവർക്ക് പേരില്ല. ദേശികൻ, ആശാൻ, ഗുരു, കളിയച്ഛൻ എന്നിങ്ങനെയാണ് ഗുരുനാഥൻ വിശേഷിക്കപ്പെടുന്നത്. പരാജയപ്പെട്ടുകൊണ്ടിരിക്കുന്ന കഥകളി നടന്റെ കഥയാണ് കളിയച്ഛൻ.

അരങ്ങേറ്റം കഴിപ്പിച്ചശേഷം ശിഷ്യന് ഇണങ്ങുന്ന വേഷങ്ങൾ നിശ്ചയിക്കുവാൻ ഗുരുനാഥന് അധികാരമുണ്ട്. ഈ അധികാരത്തെ ചോദ്യം ചെയ്യാൻ ശിഷ്യന് അവകാശവും ഇല്ല. എല്ലാ വേഷങ്ങളും കെട്ടിച്ച് ശിഷ്യന് രംഗപരിചയം വരുത്തുക ഗുരുനാഥന്മാരുടെ സമ്പ്രദായമായിരുന്നു.

അർഹതപ്പെട്ട വേഷം ലഭിച്ചില്ല അഥവാ അതു കെട്ടാൻ അവസരം ഉണ്ടായില്ല എന്നതാണ് വേഷക്കാരൻ നേരിട്ട പ്രശ്നം. മൂപ്പെത്തിയുള്ള മുതിർച്ചയ്ക്കു കാത്തുനിൽക്കാനുള്ള സാവകാശം അയാൾക്കുണ്ടായില്ല. കളിയച്ഛനിലെ നടന് ഏതു വേഷക്കാരനാവാനായിരുന്നു താത്പര്യം? കളിയച്ഛൻ എന്ന കവിതയ്ക്ക് ഇണങ്ങുന്ന മറ്റൊരു പേരു കൂടിയാണ് വേഷം. സ്മേര മനോഹരവേഷങ്ങൾ കച്ചുപോയ് എന്ന കവിതയുടെ ആദ്യഭാഗത്ത് കാണാം. കഥകളിയിലെ ശാലീനവും ഭംഗിയുള്ളതുമായ വേഷം പച്ചയാണ്. പ്രതാപത്തിന്റെയും ഗാംഭീര്യത്തിന്റെയും വേഷമാണ് കത്തി. കേശഭാര കിരീടമണിയേണ്ട മസ്തകം എന്ന വിശേഷണത്തിൽ നിന്ന് പച്ച, കത്തി, വേഷങ്ങളിലായിരുന്നു നടന്റെ ശ്രദ്ധ - അല്ലെങ്കിൽ ആഗ്രഹം എന്നു വ്യക്തമാകുന്നു.

> ഇന്നൊരു വേഷവും കിട്ടാതുഴന്നുപോ-
> യൊന്നാം കിടക്കാരനാകാൻ മുതിർന്നവൻ.

ഇവിടെ ഒന്നാംകിട വേഷങ്ങൾ – ആദ്യാവസാന വേഷങ്ങൾ, ഒന്നും തന്നെ അയാൾക്ക് ലഭിച്ചില്ല എന്ന് വ്യക്തമാകുന്നു. ഇന്ദ്രൻ, വിഷ്ണു, മാതലി തുടങ്ങിയ വേഷങ്ങൾകൊണ്ട് അയാൾക്ക് തൃപ്തനാകേണ്ടി വന്നിട്ടുണ്ടാകും.

ഉച്ചണ്ഡഗർവമൊരുങ്ങീല; വൻകളി-
യച്ഛന്റെ യിച്ഛക്കുവേഷമെടുക്കുവാൻ.

ഒന്നാംകിട വേഷങ്ങൾ കെട്ടിയാടാൻ താൻ പോരും എന്നതാണ് ആ

വല്ലനേരത്തും പതിഞ്ഞപദം നിന്നു-
ചൊല്ലയാടുന്നോളുറക്കം വരുന്നുമേ.

ഗർവ്. കളിയച്ഛൻ നിശ്ചയിക്കുന്ന വേഷങ്ങൾ കെട്ടുമ്പോൾ താൻ ചെറുതാവുകയാണെന്നായിരുന്നു നടന്റെ തോന്നലും ബോധ്യവും. ഇടത്തരം കുട്ടിത്തരം വേഷങ്ങൾ നൽകി കളിയച്ഛൻ തന്നെ നിയന്ത്രിക്കുന്നു.

പൂർണാധികാരമുണ്ടാവണമന്നന്നു
തോന്നിയ വേഷങ്ങൾ കെട്ടി നടക്കുവാൻ.

ഇത് സ്വയം നിർണയത്തിന്റെയും അധികാരത്തിന്റെയും പ്രശ്നമാണ്. ആരാണ് കലയുടെ അധികാരി. കളിയച്ഛനും താനും കലാകാരനാണ്. ആ തുല്യതയാണ് നടൻ കാണുന്നത്. താൻ നിശ്ചയിക്കുന്ന വേഷങ്ങൾ തനിക്കു നൽകാൻ കളിയച്ഛൻ ബാധ്യസ്ഥനാണ്. ആ സ്വാതന്ത്ര്യം കളിയച്ഛനു വിട്ടുകൊടുക്കാൻ അയാൾ തയ്യാറല്ല. സ്വയം പണയപ്പെടാൻ അയാൾ ഒരുക്കവുമല്ല. തോന്നിയ വേഷങ്ങൾ എന്നതുകൊണ്ട് തനിക്ക് ഇണങ്ങുമെന്ന് സ്വയം ബോധ്യമാകുന്ന വേഷം ഏതും എന്ന് ധ്വനിയുണ്ട്. ഇന്ന് പച്ച, നാളെ കത്തി, അടുത്ത ദിവസം വെള്ളത്താടി, നാലാം നാൾ സ്ത്രീവേഷം. കാത്തിരിക്കാനുള്ള ക്ഷമ ശിഷ്യനോ പരീക്ഷണത്തിനുള്ള നേരം കളിയച്ഛനോ ഇല്ല. ശിഷ്യൻ ആശാനെ പരമാവധി വേദനിപ്പിക്കുന്നുമുണ്ട്. ആ എതിർപ്പ് തിരിച്ചടിയായി. വേഷത്തിന് ആരും ക്ഷണിക്കാതെയായി. അരങ്ങു കുറഞ്ഞു. ഇല്ലാതായി. കളിയോഗത്തിലെ അവസാന വാക്കാണ് കളിയച്ഛൻ. വേഷം നിശ്ചയിക്കുന്നയാൾ. ആ ലിസ്റ്റ് തിരുത്താൻ ആർക്കും അധികാരമില്ല. മികച്ച വേഷങ്ങൾ ആഗ്രഹിച്ചയാൾക്ക് പിന്നീട് കെട്ടേണ്ടി വന്നത് ഭീരുവിന്റെ വേഷമാണ്. വേഷത്തിലും പ്രവൃത്തിയിലും ഹാസ്യം ജനിപ്പിക്കുന്ന കഥാപാത്രം.

'വേഷത്തിനാരും ക്ഷണിക്കാതെയായ്' വന്നപ്പോഴാണ് ഒട്ടു രസിക്കുവാൻ ഭീരുവിൻ വേഷങ്ങൾ/കെട്ടി ക്രമാലൊരു ഭീരുവായിത്തീർന്നത്. ആ വേഷപ്പേരിലെ സ്വാധീനം നടന്റെ ആത്മസത്തയിലും പ്രകാശനത്തിലും വന്നു തുടങ്ങി. അയാൾ കോമാളിയായി മാറി.

ചുമ്മാ പലപല വേഷങ്ങൾ കെട്ടിയി
ന്നാത്മസ്വരൂപത്തെയോരാതെയായി ഞാൻ.

എന്ന അവസ്ഥയിലായി. ഏതാണ് തന്റെ വേഷം എന്ന് നിർണയിക്കാനോ തിരിച്ചറിയാനോ അടയാളപ്പെടുത്താനോ സാധിക്കാത്ത അവസ്ഥ. പല പല വേഷങ്ങൾ അപ്രധാനങ്ങളുമാവുന്നു.

വേദനാപൂർണമാണിക്കഥ; രാവണ–
വേഷവും ഞാനുമൊന്നായ്ച്ചമഞ്ഞുപോയ്

രാവണൻ കഥകളിയിൽ ആദ്യാവസാന വേഷമാണ്. ഇവിടെ അയാൾക്ക് രാവണവേഷം കെട്ടാനുള്ള അവസരം ലഭിച്ചിട്ടില്ല. അയാൾ രാവണവേഷമായി സ്വയം ചമയുകയാണ്. അഴകിയ രാവണനെ ഓർമിക്കാം. രാവണവേഷക്കാരന്റെ പ്രതാപത്തിലായിരുന്നു നടന്റെ നടപ്പ്. അരങ്ങിൽ അവസരം ഇല്ലയെങ്കിൽക്കൂടി ജീവിതത്തിൽ അയാൾ 'വേഷം' കെട്ടി നടന്നു.

തോഴനാം കൊച്ചുമിടുക്കന്റെയുർവശീ–
വേഷമിരുട്ടത്തു കണ്ടുവിരണ്ടനാൾ
കോലവുംകെട്ടു; കൈവിട്ടുപോയ്ക്കൂട്ടരും
'കാലവിചാര'ത്തിലുൾപ്പെട്ട ധൂർത്തനെ.

മറ്റൊരു വേഷം അയാൾക്ക് അസ്വസ്ഥതയായി. മറ്റൊരു നടന്റെ സ്ത്രീവേഷത്തിലുള്ള വിരുദ്ധഭ്രമം കണ്ടുപിടിക്കപ്പെട്ടു. മറ്റൊരു അപഥസഞ്ചാരം. അയാൾ നിസ്വനായി. വീണ്ടും വേഷം നഷ്ടപ്പെട്ടു. വേഷങ്ങൾ നഷ്ടപ്പെടാൻ മറ്റൊരു വേഷക്കാരൻ കാരണമാവുകയാണ്.

ആരാലരങ്ങുമുഷിപ്പിച്ചു കഷ്ടമീ –
ങ്ങാരുമെടുക്കാത്ത വേഷമെടുത്തു ഞാൻ.

പലരും പിന്മാറുന്ന വേഷങ്ങളിൽ അയാൾ സായൂജ്യം നേടി. കെട്ടിയ വേഷങ്ങളിൽ ആരും ആടാത്ത ആട്ടങ്ങൾ ആടി. പാത്രസ്വഭാവം വിട്ടുള്ള ആട്ടങ്ങൾ. അത് കാഴ്ചക്കാർക്ക് മുഷിച്ചിലാക്കി.

കോപ്പില്ലവേഷത്തിനാർപ്പുവിളിയാകെ –
മറ്റൊലിക്കൊണ്ടു; മുരണ്ടു കല്ലേറുകൾ.

അയാളുടെ ഒരു വേഷവും വിജയിക്കാതെയായി. എതിർപ്പിന്റെ സ്വരം അരങ്ങിൽ വച്ചു തന്നെ അയാൾ നേരിൽ അറിഞ്ഞു. അയാളുടെ ഓരോ അരങ്ങും പരാജയമായി.

പൊട്ടിത്തെറിച്ചു പ്രതിഷേധഭാഷിതം
കെട്ടേണ്ട വേഷം മുഖശ്രീ തൊടാത്തവൻ.

നടന്റെ മുഖശ്രീ നഷ്ടപ്പെട്ടു. ഒപ്പം വേഷഭംഗിയും. മാനസികനില തെറ്റിയ നടന്റെ ശരീരം അസുന്ദരമായി. അയാളുടെ ശരീരഭാഷ മാറി. കാണികൾ ആ വേഷം വിലക്കി. അയാളുടെ അലർച്ചയിലെ ശ്രുതിഭംഗം

കേട്ട് തിരശ്ശീലക്കാർ വരെ ചിരിച്ചു. കത്തിയിലും താടിയിലും അയാളുടെ അലർച്ച പരിഹാസ്യമായി.

പൊട്ടിത്തഴച്ചൂ പ്രതിഷേധഗീതികൾ
"കെട്ടേണ്ട വേഷമീച്ചൊട്ടിയടരുവോൻ!"

അയാളുടെ മുഖത്തെ അരിച്ചൊട്ടി അടർന്നു. കിരീടം ചെരിഞ്ഞു. അവ ദുർലക്ഷണങ്ങളാണ്. പതനത്തിന്റെ ലക്ഷണങ്ങൾ. ചൊട്ടി അടർന്ന മുഖം വികൃതമാവുന്നു. ചൊട്ടി ഒട്ടി നിൽക്കാനുള്ള മുഖം അയാൾ സ്വയം നഷ്ട പ്പെടുത്തുകയായിരുന്നു. നടൻ മദ്യപാനിയായതിന്റെ ലക്ഷണങ്ങൾ കവി തയിൽ കാണുന്നുമില്ല.

ഭോഷൻ ശ്രമിച്ചു നോക്കുന്നു പുതിയൊരു
വേഷവുമായിട്ടരങ്ങത്തു കേറുവാൻ.

ഏതെങ്കിലും വേഷം കെട്ടി ഏതു വിധേനയും അരങ്ങത്തു വരാൻ അയാൾ ശ്രമിക്കുന്നു. തുടർച്ചയായുള്ള പരാജയം നടനെ തളർത്തി. വേഷക്കാരന്റെ ജീവനും അസ്തിത്വവും അരങ്ങിലാണ്. കാണികളിലാണ്. കളിക്കാരും കാണികളും അത് വിലയിരുത്തി. അയാൾക്ക് സംഭവിച്ചത് ഗുരുശാപമാണ്. ഗുരുത്വക്കേട്. ഗുരുത്വപ്പിഴ പറ്റിയവൻ വിജയിക്കുകയി ല്ലെന്ന് കലാനിയമവും വിശ്വാസവും പരമാർത്ഥവുമാണ്.

പൊട്ടിത്തെറിച്ചു പ്രതിഷേധഗർജിതം
കെട്ടേണ്ട വേഷം ഗുരുശാപമേറ്റവൻ.

എന്ന് കാണികൾ അവസാനത്തെ വിധി പറഞ്ഞു.

കെട്ടുന്ന വേഷത്തിനേതിന്നുമൊന്നാണ് ലക്ഷ്യം ഗുരുവരാനുഗ്രഹ പ്രീണനം.

എന്ന് അയാൾ തിരിച്ചറിയാൻ വളരെ വൈകി. അപ്പോഴേക്കും അയാൾ ഭ്രഷ്ടനായിക്കഴിഞ്ഞിരുന്നു. തുടർന്നുള്ള ആത്മവിശകലനവും ആത്മ വിചാരവും ആത്മവിമർശനവുമാണ് കളിയച്ഛനിൽ വരുന്നത്.

നടൻ പശ്ചാത്തപിക്കുന്നു. പശ്ചാത്താപത്തിന്റെയും പാപബോധത്തി ന്റെയും കവിത കൂടിയായി കളിയച്ഛൻ മാറുന്നു. കത്തിവേഷവുമായി ബന്ധപ്പെട്ട കല്പനയിലും പശ്ചാത്തലത്തിലുമാണ് കവിത അവസാനി ക്കുന്നത്. അയാൾ അരങ്ങേറിയത് കൃഷ്ണവേഷത്തിലാണ്. അയാൾക്ക് ശാന്തി ലഭിക്കുന്നതും കൃഷ്ണവേഷവുമായി ബന്ധപ്പെട്ടുകൊണ്ടാണ്.

നരകാസുരവധം കഥയിൽ വധാനന്തരം കൃഷ്ണൻ നരകാസുരന് മോക്ഷം കൊടുക്കുന്നുണ്ട്. കളിയച്ഛനിലെ അവസാന രംഗത്തെ നരകാ സുരവധവുമായി ചേർത്തുവച്ച് പരിശോധിക്കാവുന്നതാണ്. തിന്മയുടെ ആസുരഭാവത്തെ നിശ്ശേഷം നശിപ്പിച്ച് സ്വർഗകവാടം തുറന്നുകൊടു ക്കുകയാണ്. വലംതലമേളത്തിന്റെ ദേവചൈതന്യ പശ്ചാത്തലത്തിൽ മഹാവിഷ്ണുവിനാൽ നരകാസുരൻ മോക്ഷം പ്രാപിക്കുന്നു. നടന്റെ

ചിത്തതമോഗർവം തകരുകയാണിവിടെ. സമാനമായ അനുഭവമാണ് വേഷക്കാരന്റെയും.

കളിക്കാരന്റെ കഥ വിട്ട് പി. കുഞ്ഞിരാമൻ നായർ കളിയച്ഛനെ മറ്റൊരു അനുഭവതലത്തിലേക്ക് നടത്തിക്കുകയാണ്. അവിടേക്ക് കഥകളീയമായ വായനയുമായി ചെല്ലുമ്പോൾ നരാകുസരവധകഥയുടെ അവസാന രംഗവുമായുള്ള സാദൃശ്യം കാണാം. ബുദ്ധിഭ്രമമാം തമസ്സൊഴിഞ്ഞ് വെളിച്ചം വിതറുന്ന പ്രഭാതത്തിലേക്ക് ആദ്യവസാനവേഷത്തിലേക്ക് അയാൾ മോക്ഷം പ്രാപിച്ച് എത്തുകയാണ്. പി. എഴുതാതെ പോയ ഒരു അരങ്ങ് പശ്ചാത്തലമുണ്ട് കളിയച്ഛന്. കേരളീയമായ പശ്ചാത്തലം വെച്ച് വായിക്കുമ്പോൾ മികച്ചൊരു കത്തി വേഷക്കാരന്റെ ഉദയകഥകൂടിയായി കളിയച്ഛനെ വിലയിരുത്താം.

238 വരികളുള്ള കളിയച്ഛനിൽ 154 വരികളിലും കഥകളിസംബന്ധമായ സാങ്കേതികപദങ്ങളോ ബിംബങ്ങളോ രൂപകങ്ങളോ ഉണ്ടായിട്ടു കൂടി 'കഥകളി നിഘണ്ടു'വിന്റെ സഹായമില്ലാതെ തന്നെ ഇക്കാലം വരെ മലയാളികൾ കളിയച്ഛൻ മനസ്സിലാകുന്ന ഭാഷയിൽ വായിച്ചതിന്റെയും ആസ്വദിച്ചതിന്റെയും പൊരുൾ എന്താണ്? അത് വേഷമില്ലാത്തവന്റെ, മനുഷ്യന്റെ കഥ ആയതുകൊണ്ട് കൂടി ആയിരിക്കാം.

പ്രതിനായകൻ

പുനർവായന പുതുവായനയാവുകയും ആഖ്യാനത്തിലും വ്യാഖ്യാനത്തിലും നവപാഠങ്ങൾക്ക് സാധ്യതകൾ ഒരുക്കിത്തരികയും ചെയ്യുന്ന കവിതയായി പി. കുഞ്ഞിരാമൻ നായരുടെ 'കളിയച്ഛൻ' ഒരു കഥകളി വേഷത്തിന്റെ അസ്തമിക്കാത്ത ഭംഗി പോലെ തെളിഞ്ഞു നിൽക്കുന്നു. അടിസ്ഥാനപരമായി അതൊരു 'കഥകളിപ്രമേയ' കവിതയാണ്. ഉള്ളടക്കം മുഴുവൻ കഥകളി ബിംബകല്പനകളാലും രൂപകങ്ങളാലും സാങ്കേതികപദങ്ങളാലും നിറഞ്ഞുനിൽക്കുന്നു. കളിയച്ഛനെക്കുറിച്ചുള്ള പഠനങ്ങളിൽ അധികവും പ്രമേയത്തിൽ നിന്ന് 'കഥകളി കിഴിച്ച്' എഴുതപ്പെട്ടവയാണ്. അതൊരു കഥകളി കവിതയേ അല്ലെന്നും മനുഷ്യാവസ്ഥയുടെ പൊതുസ്വഭാവം പേറുന്ന കവിതയാണെന്നും മുഖ്യകഥാപാത്രം യാദൃച്ഛികമായി ഒരു കഥകളി നടനായി എന്നുമാത്രമേയുള്ളൂ എന്നും കഥകളിയിതരമായി കളിയച്ഛനെ കുറച്ചുകാണിക്കാനാണ് പലർക്കും ഇഷ്ടം. മലയാളകവികളിൽ പി. കുഞ്ഞിരാമൻ നായർ കഥകളിയെ കവിതയായി കാണുകയായിരുന്നു. "വരുമോ കുങ്കുമം തൊട്ടസാന്ധ്യ ശോഭകണക്കവൾ" എന്ന് പി. എഴുതുമ്പോൾ ഉള്ളിൽ ഏതോ കഥകളിവേഷം കടന്നുകൂടിയിരിക്കണം. കളിയച്ഛനോടൊപ്പം ചേർത്തു വായിക്കേണ്ട 'ഉത്സവക്കളി', 'കളികഴിഞ്ഞ്' എന്നീ കവിതകളും ആ രീതിയിൽ പഠിക്കപ്പെട്ടില്ല. ഈ കവിതകളിൽ നിന്ന് 'കഥകളി' ഹരിച്ചാലും ശിഷ്ടം കവിത ബാക്കി നിൽക്കുന്ന രീതിയിലാണ് വായനകൾ വരുന്നത്.

കളിയച്ഛൻ പ്രസിദ്ധീകരിക്കപ്പെട്ട കാലത്ത് 'കഥകളിവിജ്ഞാനകോശം' പുറത്തിറങ്ങിയിട്ടില്ല. കളിയച്ഛനിലെ കഥകളി സാങ്കേതികപദങ്ങളുടെ അറിവിന് ആരും ഈ പുസ്തകത്തെ ആശ്രയിക്കുന്നുമില്ല. അതാണ് കുഞ്ഞിരാമൻ നായരുടെ കവിത്വത്തികവ്. "പഴഞ്ചനിൽപ്പഴഞ്ചനെങ്കിലും പുത്തനിൽപ്പുത്തനായി എന്നെന്നും വിളികൊള്ളുന്ന ആ കഥകളിയോഗത്തിന് മാലോകർ വിളിച്ച മറ്റൊരു കുറ്റപ്പേരു കൂടിയുണ്ട്. ജീവിതം?" എന്ന് കളിയച്ഛന്റെ ആമുഖത്തിൽ പി. എഴുതുന്നു. 238 വരികളിൽ 154 കഥകളി സംജ്ഞകൾ ഉണ്ടായിട്ടു കൂടി 'കളിയച്ഛന്' ഒറ്റ അടിക്കുറിപ്പുമില്ല. പതിറ്റാണ്ടുകൾ പഴക്കമുള്ള ഈ കവിതയ്ക്ക് കാലപ്പഴക്കമില്ല. പി.യുടെ ഭാഷയിൽ 'പുത്തനിൽപ്പുത്തനായി' അത് ഇന്നും വായിക്കപ്പെടുന്നു.

ആദ്യാവസാനത്തിനെന്നെ കാണിയ്ക്കാത്തൊ-
രാശാനിലാശങ്കവാരിയെറിഞ്ഞു ഞാൻ.

കളിയച്ഛനിലെ കേന്ദ്രകഥാപാത്രം ആരാണ്? ഈ അന്വേഷണം കവിത ബാക്കിവെയ്ക്കുന്നു. ഗുരുനാഥൻ പ്രതിനായകനാവുന്ന; നായക സ്ഥാനത്തേയ്ക്ക് തന്റെ മാർഗ്ഗത്തിന് തടസ്സമാവുന്ന ഗുരുവിനെ പ്രതി നായകനാക്കുന്ന ആത്മവിചാരം - ആത്മവിമർശനം ഇല്ല - കളിയച്ഛ നിൽ കാണുന്നു. അസ്തിത്വാന്വേഷണം തന്നെയാണ് കവിതയുടെ കാതൽ. പി. കുഞ്ഞിരാമൻ നായരുടെ ആത്മകഥാപരമായ കവിതയായി ഇതുവായിക്കുമ്പോൾ അതിൽ വള്ളത്തോൾ എതിർകഥാപാത്രമായി വരാം. ഒറ്റപ്പാലം സാഹിത്യപരിഷത്തിൽ വച്ച് കളിയച്ഛൻ വായിച്ച് കുഞ്ഞി രാമൻ നായർ വള്ളത്തോളിനെ നമസ്കരിച്ചു.

'സർവ്വാപരാധം പൊറുക്കേണമെന്നൊരു
സാഷ്ടാംഗവീഴ്ച - വിജയിയായ്പ്പൊങ്ങി നീ'

എന്ന് എഴുതുമ്പോഴേ വള്ളത്തോളിനെ നമസ്കരിക്കാൻ അദ്ദേഹം തീരുമാനിച്ചിരുന്നിരിക്കണം. എങ്കിൽ കവിത 'കവിയച്ഛ'നായും വായിക്കാം. ഇതിലൊരു 'ഭ്രഷ്ടിന്റെ' കഥയുള്ളതിനാൽ ആ വഴിക്കും വായനകൾ ഉണ്ടായി. സ്മാർത്തവിചാരത്തിൽ ഭ്രഷ്ടനായ കാവുങ്കൽ ശങ്കരപ്പണി ക്കരെ കേന്ദ്രകഥാപാത്രമാക്കിയുള്ള വായന. പട്ടിക്കാംതൊടി രാമുണ്ണി മേനോന്റെ ആദ്യ ശിഷ്യനും കഥകളിനടനുമായിരുന്ന തേക്കിൻ കാട്ടിൽ രാവുണ്ണിനായരുമായി ബന്ധപ്പെട്ട വായനയും പ്രസക്തമായി. പട്ടിക്കാം തൊടിയും തേക്കിൻകാട്ടിലും തമ്മിൽ ഉണ്ടായിരുന്നു എന്നു പറയപ്പെടുന്ന അസ്വാരസ്യങ്ങൾ ചേർത്തുള്ള വായന.

ഒരു കഥകളി നടന്റെ പരാജയഗാഥയാണ് കളിയച്ഛൻ. കളിയച്ഛന്റെ വിഷയം കുഞ്ഞിരാമൻ നായർക്ക് ലഭിച്ചതിനെക്കുറിച്ച് അദ്ദേഹം കവി യുടെ കാല്പാടുകളിൽ തുറന്നെഴുതുന്നുണ്ട്.

തലേദിവസം കൂടാളി വലിയ നമ്പ്യാർ പറഞ്ഞ വിഷയം - കഥകളി യുടെയും വേഷത്തിന്റെയും - കഥ പെട്ടെന്ന് മിന്നൊളിയായി മനസ്സിൽ പാളി. ജീവിതമാകെ തിളങ്ങി. ഏതോ ദർശനമുണ്ടായി. (കവിയുടെ കാൽ പ്പാടുകൾ: 2009. പുറം: 26)

കുഞ്ഞിരാമൻ നായർ കൂടാളി വലിയ നമ്പ്യാരുമായുള്ള വർത്തമാന ത്തിൽ നിന്നു ലഭിച്ച 'വിഷയം' കവിതയ്ക്ക് പ്രമേയമാക്കുകയായിരുന്നു. അവർ തമ്മിലുള്ള സംസാരത്തിൽ ഒരു കഥകളി വേഷക്കാരന്റെ കഥ വന്നിട്ടുണ്ടാകണം. കുഞ്ഞിരാമൻ നായർ ഒറ്റയ്ക്കോ, കൂടാളി നമ്പ്യാർക്ക് ഒപ്പമോ കഥകളി കണ്ടിട്ടുണ്ടാകാം. അതിൽ ഒരു നടന്റെ അഭിനയവീഴ്ച അവർ നേരിൽ അനുഭവിച്ചിരിക്കാം. ആ നടനെക്കുറിച്ചുള്ള വിലയിരുത്തൽ നടന്നിട്ടുണ്ടാകാം. കൂത്താളിയിൽ കളിയോഗം 1905-1933 കാലങ്ങളിൽ ഉണ്ടായിട്ടുണ്ട്. ഗുരുകുഞ്ചുക്കുറുപ്പും കുത്തന്നൂർ കരുണാകരപ്പണിക്കരും, കവളപ്പാറ നാരായണൻ നായരും തിരുവില്വാമല മാധവവാരിയരും മൂത്ത മനകേശവൻ നമ്പൂതിരിയും പലകാലങ്ങളിൽ കൂത്താളികളിയോഗവുമായി ബന്ധപ്പെട്ട് പ്രവർത്തിച്ചിട്ടുണ്ട്. വടക്കേമലബാറിലെ വിശിഷ്ടമായ കളിയോഗങ്ങളിലെ ഒരു ആശാന്റെയും ശിഷ്യന്റെയും കഥയാണ് നമ്പ്യാർ

പറഞ്ഞത് എന്നും ഊഹിക്കാം. വടക്കേ മലബാറിന്റെ കഥകളി ചരിത്രം കാലഘട്ടമനുസരിച്ച് പരിശോധിച്ചാൽ ഈ ഗുരുവിനെയും ശിഷ്യനെയും കണ്ടെടുക്കാനാവുമോ? ആ വഴിക്കുള്ള അന്വേഷണം നടത്തുകയുണ്ടായി. ഏറ്റവും പ്രായം ചെന്ന കഥകളി നടനും വടക്കേമലബാറിന്റെ കഥകളി സംസ്കാരസത്തയേറ്റു വാങ്ങിയ കലാകാരനുമായ ചേമഞ്ചേരി കുഞ്ഞിരാമൻ നായരോടു ചോദിച്ചു. അദ്ദേഹത്തിന് കൃത്യമായി ഓർമ്മിച്ചെടുക്കാനായില്ല. പി. യുടെ സന്തതസഹചാരിയായിരുന്ന ഇയ്യങ്കോട് ശ്രീധരനുമായി സംസാരിച്ചു. അദ്ദേഹത്തിന്റെ നിർദ്ദേശമനുസരിച്ച് കൂടാളി നമ്പ്യാർ പരമ്പരയിലെ പ്രായം ചെന്നവരുമായി ബന്ധപ്പെട്ടു. അവർക്കും ഊഹമില്ല. കുഞ്ഞിരാമൻ നായരുടെ മകൻ രവീന്ദ്രൻ നായരുമായി നേരിൽ സംസാരിച്ചു. എന്റെ അന്വേഷണത്തിൽ പങ്കാളിയാവാമെന്ന് അദ്ദേഹം പറഞ്ഞു. കഥകളിയറിവിനുള്ള സമഗ്രഗ്രന്ഥമായ 'കഥകളിയുടെ കൈപ്പുസ്തക'ത്തിന്റെ രചയിതാവ് ഡോ. വെള്ളിനേഴി അച്യുതൻ കുട്ടി വടക്കേ മലബാറിലെ കളിയോഗങ്ങളെക്കുറിച്ച് വിശദമായി പഠിച്ചിട്ടുണ്ട്. കളിയച്ഛനിലെ ഗുരുവും ശിഷ്യനും ഏത് കളിയോഗത്തിലെ എന്നത് ഒരു ചോദ്യമായി അദ്ദേഹവും ബാക്കി നിർത്തുന്നു.

സ്ഥലകാലങ്ങളില്ല എന്നതാണ് കളിയച്ഛന്റെ സവിശേഷത. 'സന്ധ്യ'യിൽ തുടങ്ങി പ്രഭാതത്തിലാണ്

(മൗനശില്പം കളിക്കോപ്പുപുതുക്കുകെ -/
ന്നാനന്ദഹേമന്ത സന്ധ്യകൾ ചൊൽകിലും- എന്നുതുടങ്ങി
....
ദേവൻ ദിനേശൻ തൊടുമ്പോൾ തമിസ്രമാം.

രാവുവെളിച്ചം വിതറും പ്രഭാതമാം) കവിത അവസാനിക്കുന്നത്. 'സന്ധ്യക്കേളി' മുതൽ 'ധനാശി' വരെ പുലരും വരെയുള്ള കഥകളിയെ ഓർമ്മിപ്പിക്കുന്ന കലാനീതിയും കാവ്യനീതിയും കവിതയിലുണ്ട്. പി. കവിതകളിൽ 'കഥ'യുള്ള കവിത കൂടിയാണ് 'കളിയച്ഛൻ'. പി. കഥയച്ഛനായും തുടർന്ന് കളിയച്ഛനായും മാറുന്നു. കഥകളിയെ കഥ കൊണ്ടുപോകുന്നതുപോലെ കവിതയെ കഥ കൊണ്ടുപോകുന്നു. കഥ ഏതായാലും കഥകളിയിൽ കളിയാണ് പ്രധാനമെന്ന പക്ഷമുണ്ട്. എങ്കിൽ കളിയച്ഛനിൽ കഥയേക്കാൾ കവിത പ്രധാനമായി വരുന്നു. കഥയാട്ടം കളിയാട്ടമാവുന്ന കലാ പ്രക്രിയ കഥകളിയിൽ സംഭവിക്കുന്നതുപോലെ കഥയാട്ടം കവിയാട്ടമാകുന്ന ക്രിയ കളിയച്ഛനിലും രൂപപ്പെടുന്നു. ചൊല്ലിയാട്ടത്തികവാർന്ന ഒരു നടന്റെ അരങ്ങിലെ വേഷം ശരീരഭാഷയുടെ സുസജ്ജമായ ആട്ടങ്ങൾ കൊണ്ട് ഗംഭീരമാവുന്നതുപോലെയാണ് മലയാള കവിതയുടെ അരങ്ങിൽ കളിയച്ഛൻ വിളങ്ങുന്നത്. മെയ്വഴക്കം നടന് പ്രധാനമാണ്. കളരിപ്പയറ്റിന്റെ ഒരു പശ്ചാത്തലം കളിയച്ഛനെഴുതുന്ന വേളയുമായി കുഞ്ഞിരാമൻ നായർ സൃഷ്ടിക്കുന്നുണ്ട്.

"പടയ്ക്ക് മുമ്പ് ഒതേനൻ വാളും പരിചയും പൂത്തുറയിൽ വച്ച് തൊഴുത് കുമ്പിട്ടെടുക്കും പോലെ പേനയും കടലാസും വിശ്വമഹാകവിയുടെ പൊൻമേപടിയിൽ വച്ചു. ധ്യാനിച്ചു. (കവിയുടെ കാല്പാടുകൾ: പുറം:27)

ഒരു അങ്കപ്പുറപ്പാടിന്റെ പശ്ചാത്തലം പി. എഴുതുന്നു. മൂന്നു മെഴുകുതിരികൾ മുഴുവനായും നാലാമത് കുറവായും കത്തിത്തീർന്ന സമയമാണ് കളിയച്ഛനെഴുതാൻ എടുത്തതെന്നും പി. പറയുന്നുണ്ട്. ആ രാവിൽ കുഞ്ഞിരാമൻ നായർ ആട്ടക്കഥ എഴുതുകയായിരുന്നു. ആട്ടക്കാരന്റെ കഥ കൂടിയാണ് ആട്ടക്കഥ. ചഞ്ചലചിത്തനായ ഒരു കഥകളിക്കാരന്റെ കഥ കൂടിയാവുമ്പോൾ ഈ 'ആട്ട' കഥയ്ക്ക് പ്രസക്തി കൂടുതലാണ്. എങ്കിൽ പി.ക്ക് ഒരു മാതൃകയായി, പറഞ്ഞുകേട്ട ആ കഥയിലെ കഥകളി നടനാര്? ഗുരുവിനേക്കാൾ ശിഷ്യനാര് എന്നറിയാനായിരിക്കും നമുക്ക് താത്പര്യം. ഈ കഥാപാത്രങ്ങളെക്കുറിച്ച് വ്യക്തമായ സൂചന ലഭിച്ചിരുന്നു എങ്കിൽ കളിയച്ഛന്റെ വായന മറ്റൊരു രീതിയിലേക്ക് നയിക്കപ്പെടുമായിരുന്നു. തനിക്കേരളീയമായ കഥകളിക്കവിതയായുള്ള വ്യാഖ്യാനത്തിന് സാധ്യത കൂടുമായിരുന്നു. അതല്ലാത്ത വായനയാവാം കഥകളീയ വായന വേണ്ട എന്ന് ചിലർ ശഠിക്കുന്നുമുണ്ട്. എം.പി. ശങ്കുണ്ണി നായർ മുതൽ കവി എസ്. സഞ്ജയ് വരെ വ്യത്യസ്ത രീതിയിൽ കളിയച്ഛനെ പഠിച്ചിട്ടുണ്ട്. 1970-ൽ മഹാകവി അക്കിത്തം മഹാകവി കുഞ്ഞിരാമൻ നായരുമായി നടത്തിയ കാവ്യസല്ലാപത്തിലും 'കളിയച്ഛനെ'ക്കുറിച്ച് ചോദിച്ചിട്ടില്ല. കവിതയുടെ ആസ്വാദനത്തിനോ പഠനത്തിനോ ഇതിലെ യഥാർത്ഥ കഥാപാത്രങ്ങളെക്കുറിച്ചുള്ള വിചാരം ഒട്ടും പ്രസക്തമല്ലെങ്കിൽക്കൂടി കഥകളി ചരിത്രത്തിന് അതൊരു കൗതുമായിരിക്കും. ഒരു വടക്കേമലബാർ കഥകളി സംസ്കാരത്തിലെ ഒരു 'സംഭവ'ത്തിന്റെ പ്രചോദനമാണ് കളിയച്ഛന്റെ കാതൽ. എന്നിട്ടും പഠനങ്ങൾ 'കാവുങ്ക'ലും 'തേക്കിൻകാട്ടി'ലുമായി പാഠാന്തരപ്പെട്ടു; പാകപ്പെട്ടു. വാഴേങ്കട കുഞ്ചുനായർ, കോട്ടയ്ക്കൽ ശിവരാമൻ, ഗുരുകുഞ്ചുക്കുറുപ്പ് തുടങ്ങിയ കഥകളി വേഷക്കാരുമായി കുഞ്ഞിരാമൻ നായർക്ക് സൗഹൃദമുണ്ടായിരുന്നു. പക്ഷേ മലയാളത്തിലെ മൗലിക കവിതയൊന്നിന് ഊർജ്ജമായത് വടക്കേ മലബാറിലെ ഒരു കഥകളി കാലത്തിലെ, രണ്ടു ജീവിതങ്ങൾ തമ്മിലുള്ള സംഘർഷത്തിന്റെ കഥയാണ്. കുഞ്ഞിരാമൻ നായർ കൂടാളി നമ്പ്യാരെ കണ്ടുമുട്ടിയില്ലായിരുന്നുവെങ്കിൽ, നമ്പ്യാർ കഥകളിക്കാരനെക്കുറിച്ച് പറഞ്ഞില്ലായിരുന്നുവെങ്കിൽ എന്നും ആലോചിക്കുക. ഒറ്റപ്പാലം സാഹിത്യ പരിഷത്തിൽ കുഞ്ഞിരാമൻ നായർ മറ്റെന്തെങ്കിലും കവിത എഴുതി വായിക്കുമായിരുന്നു. കളിയച്ഛന് പിന്നിലെ കഥ കവിയുടെ കാല്പാടുകളിൽ എഴുതിയതിനെ മറികടന്നുള്ള 'കഥകളും' പ്രചരിക്കുന്നുണ്ട്. ആത്മകഥയെ അവിശ്വസിച്ചുള്ള കെട്ടുകഥകൾ. കൂടാളി നമ്പ്യാർ, ഒറ്റപ്പാലം സാഹിത്യ പരിഷത്ത് എന്നീ 'ഗൗരവ'ങ്ങളാണ് കളിയച്ഛന് പ്രേരണയായത്. അടിസ്ഥാനപ്രേരണയായ രണ്ട് കഥകളി നടന്മാർ ഒരു ഗുരുവും ശിഷ്യനും കവിതയിൽ പേരില്ലാതെ നിൽക്കുന്നു. ചരിത്രത്തിൽ അവരുടെ പേരുകൾ തെരഞ്ഞുപോകുമ്പോൾ കാലം മായ്ച്ചുകളഞ്ഞത് കണ്ടെടുക്കാനാവുന്നില്ല. കവിതയെ മായ്ക്കാൻ കാലത്തിനാവില്ലല്ലോ. പ്രത്യേകിച്ച് പി. കവിതയെ. അത് കാലാതിവർത്തിയാവുന്നു.

കഥകളി കണ്ട കവിതകൾ

മലയാളത്തിൽ ഒരു കഥകളി നടന്റെ ആത്മകഥ വിപുലമായി വായിക്കപ്പെടുന്നത് കലാമണ്ഡലം കൃഷ്ണൻനായർ ജീവിതാനുഭവങ്ങൾ പ്രസിദ്ധീകരിക്കുന്നതോടെയാണ്. തുടർന്ന് കലാമണ്ഡലം രാമൻകുട്ടിനായരുടെയും കീഴ്പ്പടം കുമാരൻ നായരുടെയും ആത്മകഥ വന്നു. എന്നാൽ, അതിനുമുൻപ് ഒരു കഥകളിനടന്റെ ആത്മകഥ മലയാളത്തിൽ എഴുതപ്പെട്ടിട്ടുണ്ട്. പേരില്ലാത്ത ആ കഥകളിനടന്റെ കഥ കവിതയിൽ എഴുതിയ കവിയുടെ പേര് പി. കുഞ്ഞിരാമൻനായർ. ഒരേസമയം ആത്മകഥയും ജീവചരിത്രവുമായി വായിക്കാവുന്ന കഥാകാവ്യത്തിന്റെ പേര് കളിയച്ഛൻ.

ദേശികവര്യൻ തിരുമിഴിക്കോണിനാൽ -
ദേഹമുഴിഞ്ഞ സുരഭിലവാസരം.

പി.കുഞ്ഞിരാമൻനായർ എഴുതി എന്നതുകൊണ്ടുതന്നെ കളിയച്ഛൻ പി.യുടെ മറ്റൊരു ആത്മകഥയായി വായിക്കപ്പെട്ടു വരുന്നു. കവിയച്ഛൻ എന്ന പേരു കൊടുത്തു നടനുപകരം കവിയുടെ കഥയായും ഇതു വായിക്കാം.

കളിയച്ഛന് വിവിധ വ്യാഖ്യാനങ്ങൾ ഉണ്ടായിട്ടുണ്ട്. എം.പി. ശങ്കുണ്ണി നായർ മുതൽ വി.സി. ഹാരിസ് വരെയുള്ള വ്യത്യസ്ത അഭിരുചിക്കാർ കളിയച്ഛനെ പിന്തുടർന്നിട്ടുണ്ട്. പി.കുഞ്ഞിരാമൻനായരിൽ പുലർന്നിരുന്ന കേരളീയ കലകളോടും അതിലെ സാംസ്കാരിക ധാരകളോടുമുണ്ടായിരുന്ന ആസക്തിയുമായി ബന്ധപ്പെടുത്തി കഥകളി എന്ന കലാരൂപം അദ്ദേഹത്തെ സ്വാധീനിച്ചതു സംബന്ധിച്ചുള്ള പഠനങ്ങൾ അധികം ഉണ്ടായിട്ടില്ല. പി.യുടെ പിൽക്കാലം എന്ന ലേഖനത്തിൽ കെ.സി. നാരായണൻ പുതിയ കാഴ്ചപ്പാടിൽ കളിയച്ഛനെയും എൻ.എസ്. മാധവന്റെ കാർമെനെയും തമ്മിൽ ബന്ധിപ്പിക്കുന്നുണ്ട്. കഥകളി സംസ്കാരമുള്ള മനസ്സുകൾക്ക് കളിയച്ഛൻ വേഗം വഴങ്ങും എന്നതിന്റെ ദൃഷ്ടാന്തം കൂടിയാണിത്.

പറഞ്ഞുവരുന്നത്, കളിയച്ഛൻ വ്യത്യസ്ത ആശയതലങ്ങളിൽ പഠിക്കപ്പെട്ടു കഴിഞ്ഞു. അതൊരു തുടർപ്രക്രിയയാവുന്നു. പി. കുഞ്ഞിരാമൻ നായരുടെ കവിത്വശക്തി ഒന്നുകൊണ്ടുമാത്രമാണ് കഥകളിയെക്കുറിച്ച് അജ്ഞരായവർക്കുകൂടി കളിയച്ഛനെക്കുറിച്ച് എഴുതാനും പറയാനും പഠിപ്പിക്കാനും കഴിയുന്നത്. കഥാകവിതയുടെ ഘടനകൂടിയുള്ളതിനാൽ കുഞ്ഞിരാമൻനായർ കവിതകളിലെ അമൂർത്തത കളിയച്ഛനെ അത്രയ്ക്ക് ബാധിച്ചതുമില്ല. കളിയച്ഛൻ പൊതുവെ ബോധിച്ചതിനുള്ള സംഗതി അത് എതിർപ്പിന്റെ കഥ കൂടിയായതുകൊണ്ടാണ്. കളിയച്ഛന് തിരുത്തും പുനർജന്മവുമായി പിറന്നത് എന്നുകൂടി വായിക്കപ്പെടുന്ന 'കാർമെൻ' കെട്ടുറപ്പില്ലാതെ പോയത്

എന്തുകൊണ്ടാണ്? കളിയച്ഛൻ കോട്ടയം കഥകളുടെ ചിട്ട പേറുമ്പോൾ 'കാർമെൻ' പുതിയ ആട്ടക്കഥകളുടെ ശ്ലഥഘടന പിൻപറ്റുന്നു. കഥകളി കഥയ്ക്കല്ല കവിതയ്ക്കാണ് വിഷയമാവാൻ നല്ലത് എന്നർത്ഥം.

കളിയച്ഛൻ പഠനക്കാർ ഇനിയെങ്കിലും ചേർത്തുവച്ചു പഠിക്കേണ്ട രണ്ടു കുഞ്ഞിരാമൻനായർ കവിതകളുണ്ട്. 'ഉത്സവക്കളി', 'കളികഴിഞ്ഞ്' എന്നിവ രണ്ടിലും കഥകളിയാണ് വിഷയം. എന്നാൽ, കഥകളിയല്ല. ഈയൊരു സന്ദേഹത്തിലൂടെ വിസ്മയിപ്പിക്കുന്ന കവിതകളാണിവ. കഥകളി രൂപകമാക്കി കുഞ്ഞിരാമൻനായർ എഴുതിയ, ഒരുപക്ഷേ കളിയച്ഛനിലേക്കാൾ 'കവിത'യുള്ളവ. 1953 – ലാണ് കളിയച്ഛന്റെ രചന. ഉത്സവക്കളി 1966 – ലും കളികഴിഞ്ഞ് എന്ന കവിതയുടെ കാലം കൃത്യമായി രേഖപ്പെടുത്തപ്പെട്ടിട്ടില്ല. 1966– നുമുൻപ് എന്നു മാത്രമേ അറിയൂ. കളിയച്ഛനെത്തുടർന്നാണ് എന്ന് ഊഹിക്കാം. കളിയച്ഛനിൽ 238 വരികൾ. ഉത്സക്കളിയിൽ 216 വരികൾ. രണ്ടും സാമാന്യം ദീർഘകവിതകൾ. ഈ നിലയ്ക്കു നോക്കുമ്പോൾ കളികഴിഞ്ഞ് 68 വരികളെക്കൊണ്ട് ചെറിയ കവിതയാകുന്നു. മൂന്നു കവിതാശീർഷകങ്ങളിലും ആവർത്തിക്കുന്ന ശബ്ദമാണ് കളി. കഥകളിക്കാരും കാഴ്ചക്കാരും ഒരിക്കലും കഥകളി എന്ന് മുഴുവനായി പറയാറില്ല. ഇന്ന ദിക്കിൽ 'കളി'യുണ്ട് എന്നേ അവർ പറയൂ. സിനമയ്ക്ക് തിരക്കഥയുടെ പ്രാബല്യം എത്രത്തോളം എന്ന തർക്കവിഷയം പോലെയാണ് കഥകളിയിൽ ആട്ടക്കഥയുടെ പ്രസക്തി എന്ന അന്വേഷണവും. കഥകളിയിൽ കഥയെ ഗൗനിക്കാത്തവരുണ്ട്. കഥ ഒരു ഘടകമേ അല്ലാത്ത ചില സന്ദർഭങ്ങളിൽ കളി മാത്രമായി നടക്കുന്നുണ്ട്. കിർമ്മീരവധത്തിൽ ധർമ്മപുത്രർ, ലവണാസുരവധത്തിൽ ഹനുമാൻ എന്നിവ ഉദാഹരിക്കാം. ഈ അരങ്ങുകളിലാവട്ടെ കിർമ്മീരന്റെയോ, ലവണാസുരന്റെയോ'വധ'ങ്ങൾ നടക്കുന്നില്ല. ഉത്സവക്കളിയും കളികഴിഞ്ഞും മുഴുവനായും കഥകളിക്കവിതയായി പഠിക്കേണ്ടതുമില്ല. കളിയച്ഛൻ കഥകളിരൂപമായി ആരെങ്കിലും അരങ്ങിൽ അവതരിപ്പിച്ചാൽ പി. കുഞ്ഞിരാമൻനായരുടെ ആത്മാവ് അവർക്കു മാപ്പുകൊടുക്കുമോ? പഠനങ്ങളേക്കാൾ ക്രൂരമാവും അരങ്ങ്. കളിയച്ഛൻ വായിച്ച എത്ര കഥകളിക്കാരുണ്ടാവും? കൊല്ലങ്കോട് രാജാസ് ഹൈസ്ക്കൂളിൽ കുറച്ചുകാലം കുഞ്ഞിരാമൻനായർമാഷുടെ സഹപ്രവർത്തകനായിരുന്ന കോട്ടയ്ക്കൽ ശിവരാമൻ വായിച്ചിരിക്കും. കവി കളിയച്ഛനെഴുതിയ ആമുഖത്തിന്റെയത്ര വലുപ്പമില്ല ഉത്സവക്കളിയുടെ ആമുഖത്തിന്. പ്രപഞ്ചത്തിൽവന്നു നേടേണ്ടതു നേടാതെ തിരിച്ചുപോകുന്ന മനുഷ്യാത്മാവിന്റെ നെടുവീർപ്പ് എന്നാണ് ഉത്സവക്കളിയുടെ സത്തയായി കവി സ്വയം ബോധിപ്പിക്കുന്നത്. അനാദ്യന്തവും അത്യദ്ഭുതകരവുമായ പ്രപഞ്ചജീവിതം എന്ന് കളിയച്ഛന്റെ ആമുഖവചനത്തിൽ കാണുന്നു. കളികഴിഞ്ഞ് എന്ന കവിതയുടെ സൂചനയിൽ പ്രപഞ്ചവുമായി ബന്ധപ്പെടുത്തിവായിക്കാനുള്ള നിർദ്ദേശം കാണുന്നില്ല.

കളിയച്ഛൻ, ഉത്സവക്കളി എന്നിവയുടെ തുടക്കം മൗനവുമായി ബന്ധപ്പെട്ടുവരുന്നു എന്നതും ശ്രദ്ധേയമാണ്.

"മൗനശില്പം കളിക്കോപ്പു, പുതുക്കുകെ
ന്നാനന്ദഹേമന്ത സന്ധ്യകൾ ചൊൽകിലും."

(കളിയച്ഛൻ)

"കണ്ടുമുട്ടും നിത്യവും നാം
മിണ്ടിയിട്ടില്ലിതേവരെ"

(ഉത്സവക്കളി)

മൗനശില്പം എന്നാണ് കുഞ്ഞിരാമൻനായർ കഥകളിക്കു നൽകിയ മറുവാക്ക്. മലയാളിയുടെ മൂകകല കൂടിയാണ് കഥകളി. പക്ഷേ, കഥകളി നൽകുന്ന ശബ്ദാനുഭവം മറ്റേത് കലയിലുണ്ട്? രണ്ടു പാട്ടുകാർ. അവരുടെ കൈയിൽ ചേങ്ങിലയും ഇലത്താളവും. എറ്റവും അധികം ശബ്ദസാധ്യതയുള്ള ചെണ്ട. പിന്നെ മദ്ദളം. ഈ നാദ – ശബ്ദ സമ്മിശ്രതയിൽ പുലരുന്ന, ഇത്രയും ഒച്ചപ്പാടുള്ള കല എങ്ങനെ മൂകകലയാവുന്നു? (ഈ ആശയത്തിന് കെ.സി. നാരായണനോട് കടപ്പാട്. ഈ ലേഖനത്തിന്റെ പരിധിയിൽ വരുന്നതിനാൽ പ്രസ്തുതനിരീക്ഷണത്തെ ഇവിടെ ഘടിപ്പിക്കുന്നു.) നമ്മുടെ ശബ്ദകലകളിലൊന്നായി കഥകളിയെ കാണാനുള്ള പുതിയ നോട്ടവും കേൾവിയുമാണ് ഈ നിരീക്ഷണം മുന്നോട്ടുവയ്ക്കുന്നത്.

പി. കുഞ്ഞിരാമൻനായരുടെ കളിക്കമ്പവും കഥകളിക്കാരുമായുള്ള ചങ്ങാത്തവും പ്രസിദ്ധമാണ്. കളിയരങ്ങിനുമുന്നിൽ വന്നിരുന്ന് ഉറങ്ങുന്ന കുഞ്ഞിരാമൻനായരെക്കുറിച്ചും കേട്ടിട്ടുണ്ട്. ഉത്സവക്കളിയിൽ നിത്യപരിചയത്തിന്റെ അനുഭവത്തിലും ഇതുവരെ തമ്മിൽ സംസാരിച്ചിട്ടില്ലാത്ത വിസ്മയത്തെക്കുറിച്ച് പറയുന്നുണ്ട്. ആര് ആരോട് എന്നതല്ല ഇവിടെ ചോദ്യമാവുന്നത്. അവനവനോടുതന്നെ സംസാരിക്കാൻ ഇഷ്ടപ്പെടാത്തവരാണ് മൗനികൾ എന്നു പറയാം. കുഞ്ഞിരാമൻനായർ വാചാലനായിരുന്നു എന്നതിന്റെ തെളിവാണ് അദ്ദേഹത്തിന്റെ ദീർഘകവിതകൾ. ഈ വാചാലന് എങ്ങനെ ഇത്രനാൾ മൗനിയാവാൻ കഴിഞ്ഞു? കുഞ്ഞിരാമൻനായരുടെ കളിക്കാഴ്ചയിലെ വൈരുദ്ധ്യത്തിലേക്കും ഈ വരികൾ സൂചന തരുന്നുണ്ട്. എത്ര കളി കണ്ടിട്ടും ' കളി കാണാറാവാത്ത' അവസ്ഥയെക്കുറിച്ച് കുഞ്ഞിരാമൻനായർ തികച്ചും ബോധവനാണ്. അദ്ദേഹത്തിന് ചടഞ്ഞിരുന്ന് കളി കാണാനുള്ള ക്ഷമയുണ്ടാവാത്തത് സ്വാഭാവികം. നാടൻ ഭാഷയിൽ 'വിരിച്ചിടത്ത് കിടക്കാത്ത' കൂട്ടത്തിലാണല്ലോ പി. കുഞ്ഞിരാമൻനായർ. കഥകളിയുടെ മായികതയ്ക്കു മുൻപിൽ അദ്ദേഹം അന്ധാളിച്ചിരുന്നു. ഭ്രമിച്ചുനിന്നു. കഥകളി കണ്ടുകണ്ടുറങ്ങി. മുൻപിൽ നടക്കുന്ന കളിയെ സ്വപ്നമായി കാണാൻ സാധിച്ച ഏക കാണിയും കവിയും പി. കുഞ്ഞിരാമൻനായർ ആയിരിക്കും. എല്ലാവരും രാത്രി കണ്ണു തുറന്ന് കളി കണ്ടപ്പോൾ കുഞ്ഞിരാമൻനായർ കണ്ണടച്ച് കളി കണ്ടു.

"നിറഞ്ഞ കണ്ണു മലിവി
ന്നുറവോലുന്ന ചിത്തവും
കൈവന്നവർക്കു വെറുതേ
കാണാമീയുത്സവക്കളി"

എന്ന് അദ്ദേഹം സ്വയം ന്യായീകരിച്ചു. ഉറങ്ങുമ്പോഴും തന്റെ നിറഞ്ഞ കണ്ണുകൾ ആർത്തിയോടെ കഥകളി കാണുന്നു. കവിയുടെ മനസ്സും ജാഗ്രത്താണ്.

പുരാണകഥ തൻ, ഗന്ധ-
മില്ല, മുദ്രകളൊന്നുമേ
വശമില്ലെങ്കിലും വന്നു
ഞാനുമിക്കളി കാണുവാൻ

ഇവിടെ കവി സ്വയം വിചാരണ ചെയ്യുന്നു. യഥാർത്ഥത്തിൽ ഈ അജ്ഞതയുടെ പശ്ചാത്തലം പറഞ്ഞിട്ടുമതിയായിരുന്നു 'നിറഞ്ഞ ഉത്സവ ക്കളി' എന്ന ഭാഗം എഴുതുക. കഥയറിവും മുദ്രയറിവുമാണ് കഥകളി കാണലിന്റെ അടിസ്ഥാനം എന്ന മൂഢധാരണയിൽ നിന്ന് മലയാളി പിൻമാറാത്തോളം കാലം കഥകളി അവർക്ക് ദുരൂഹതയായി ശേഷിക്കും. 'ഈ ഗന്ധമില്ലായ്മയും' 'വശമില്ലായ്മയും' കാരണമാണ് ഉൾക്കണ്ണാൽ കഥകളി കാണാൻ കഴിയുന്നത് എന്നതാണ് സത്യം. ഉൾക്കണ്ണുകൊണ്ട് കാണേണ്ടിവരുന്നത് എന്നതല്ല സത്യം. സാങ്കേതികമായ അറിവില്ലായ്മ എന്ന പരിമിതിയിലും ആസ്വാദനത്തിന് പര്യാപ്തമായ കണ്ണുകൾകൊണ്ട് കാണുകയും കാതുകളാൽ കേൾക്കുകയും ചെയ്യുന്ന മാനസികാവസ്ഥ യിലാണ് കവി.

സന്ധ്യയ്ക്ക് ഉത്സവക്കളി കാണാനെത്തുന്ന ഒരാളെ 'താഴികക്കുടം സൂക്ഷിച്ചുനോക്കുന്നതും, വിളക്കൊളി മാടിവിളിക്കുന്നതും സ്വാഭാവികം.

"സൂക്ഷിച്ചു നോക്കിയൊന്നെന്നെ
ക്കോവിലിൻ താഴികക്കുടം
തെറ്റിദ്ധാരണയാൽ മാടി -
വിളിക്കുന്നു വിളക്കൊളി"

എന്നാൽ, അമ്പലപ്പടി കേറുവാൻ മനസ്സില്ലാതെ ആൽത്തറയിൽ തോർത്തുവിരിച്ചു കിടക്കാനാണ് കവി ഇഷ്ടപ്പെട്ടത്. പുഴു പൂമ്പാറ്റയാ വുന്ന അവസ്ഥയോടാണ് ആസ്തികൻ നാസ്തികനാവുന്ന ക്രിയയെ കവി ബന്ധിപ്പിക്കുന്നത്. 'പുരുഷാരം നുരകുത്തുന്ന ക്ഷേത്രമഹോത്സവ ത്തിൽ' ഒരാളായ കവിക്ക് താഴികക്കുടത്തോടല്ല; കേശഭാരത്തോടാണ് ഭക്തി. ശ്രീകോവിലിലെ ദീപത്തിലല്ല കളിവിളക്കിലാണ് വിശ്വാസം. ഇവിടെ നിഷേധത്തിന്റെ പ്രകൃതമാണ് വരികൾക്ക്. താഴികക്കുടം തന്നെ സൂക്ഷിച്ചുനോക്കി; വിളക്ക് തന്നെ മാടിവിളിച്ചു. നാസ്തികനിഷേധ നില പാട് കൃത്യം. 'മാടിവിളിക്കുന്നു പൊൻതാഴികക്കുടം ചൂടിയ കോവിലിൻ ഗോപുരവീഥികൾ' എന്ന് കളിയച്ഛനിൽ വായിക്കാം. ഭക്തന് ആശ്രയമായ,

അയാൾ കൈകൂപ്പുന്ന താഴികക്കുടവും ക്ഷേത്രവിളക്കുകളും കലാ ഭക്തൻ മാത്രമായ കവി കാണാതെ പോവുകയാണ് (കളിയച്ഛനിൽ ആസ്തികപക്ഷത്താണ് കവി എന്നതും ശ്രദ്ധിക്കുക.) കഥകളിയിലെ പുറപ്പാടിനുള്ള ഇടവേളയിൽ വിശ്രമിക്കാനായി തോർത്തു വിരിച്ചു കിടന്ന കവി 'കറുപ്പുതിന്ന മോഹക്ഷത്കരനിദ്രയിലാണ്ടു പോവുക'യാണ്. പ്രഭാത ക്ഷേത്രത്തിന്റെ കളിയാക്കിച്ചിരിക്കൽ കേട്ടുണർന്ന കവി നഷ്ടപ്പെട്ട ഉത്സ വക്കളിയെ ഓർത്ത് വിലപിക്കുന്നു. കഥകളി പ്രമേയമായി വരുന്ന ആദ്യത്തെ വിലാപകാവ്യമായും ഉത്സവക്കളിയെ കാണാം.

കളി കാണാനിരിക്കെ ഉറങ്ങി നഷ്ടപ്പെടുത്തിയ ഉത്സവക്കളിയും കളി കാണാൻ വന്ന് ദൂരത്തിരുന്ന് ഉറങ്ങി കാണാതെപോയ കളിയും തമ്മിൽ അനുഭവ വ്യത്യാസമുണ്ട്. ഒന്ന്; ഉറക്കം നഷ്ടപ്പെടുത്തി കളി കാണാത്ത തിന്റെ അസ്വസ്ഥമായ സുഖം. രണ്ട്; കളി നഷ്ടപ്പെടുത്തി ഉറങ്ങിയതിന്റെ അസുഖകരമായ അസ്വസ്ഥത. ഇവിടെ രണ്ടാമത്തേതാണ് സ്വയം വിഡ്ഢിയാക്കപ്പെട്ട മാനസികാവസ്ഥയിലേക്ക് കവിയെ നയിക്കുന്നത്. ഒരു വേഷം കാണാതെ, പാട്ടു കേൾക്കാതെ, ഒഴുകുന്ന മേളത്തിൽ മുങ്ങാതെ, അരങ്ങിൽ കയറാത്ത നഷ്ടബോധത്തെ പരീക്ഷയിൽ തോറ്റ കുട്ടിയുടെ മാനസികാവസ്ഥയിലേക്ക് കവി മാറ്റി എഴുതുന്നു. ഉത്സവയാ മിനി തന്നെ വഞ്ചിച്ചതിന്റെ നീരസം കവിക്കുണ്ട്. ഈ വഞ്ചനയ്ക്കു പിന്നിൽ തന്റെ നാസ്തികവിചാരം പ്രവർത്തിച്ചിട്ടുണ്ടോ? എന്നാലും കാണി കീഴട ങ്ങുന്നില്ല. 'വെറുതെ കാണാമീയുത്സവക്കളി' എന്ന സിദ്ധാന്തത്തെ സ്ഥാപിക്കുന്ന, പുതിയൊരു കളിയരങ്ങ് സൃഷ്ടിക്കുകയാണ് കവി. പി. കുഞ്ഞിരാമൻനായരുടെ ഭാവനയിലെ കളി; അല്ലെങ്കിൽ അദ്ദേഹം ഉറക്ക ത്തിൽ കണ്ട കളി; അതിന്റെ നിരൂപണം - എല്ലാമാകുന്നു ഈ കവിത.

വിളക്കിന്റെ മുന്നിൽ തുറക്കപ്പെട്ട ഗന്ധർവ്വനഗരമാണ് ഇവിടെ കളിയരങ്ങ്. അരങ്ങിനെ ഗന്ധർവ്വനഗരമായി വിഭാവനം ചെയ്യുന്നു. അവിടെ കാല സാമ്രാജ്യറാണിക്കു തിരുമുൽക്കാഴ്ചയുമായി എത്തുന്ന, ഭാവനാരൂപ മാർന്നവരെ കാണുന്നു. ഗായകരെ ഗന്ധർവ്വന്മാരോട് ഉപമിക്കാറുണ്ട്. ഗാന ഗന്ധർവ്വൻ, ഗന്ധർവ്വഗായകൻ എന്നീ വിശേഷണങ്ങൾ നോക്കുക. വേഷ മാണ് കളിയരങ്ങിന്റെ കേന്ദ്രഘടകം എന്ന് കവിക്ക് അറിയാം. വേഷക്കാ രന്റെ ശബ്ദമാണ് ഗായകൻ സൃഷ്ടിക്കുന്നത്. അതിന് അനുകൂല പശ്ചാ ത്തലമാവുന്നു മേളം.

രാവിന്റെ അണിയറയിൽ കളിപ്പെട്ടിക്കുള്ളിലെ കനകാഭകൾ കളിയാടു കയാണ്. ആഹാര്യത്തിന്റെ സൂക്ഷിപ്പുകേന്ദ്രമാണ് കഥകളിപ്പെട്ടി. വേഷ ത്തിന്റെ മായികത മുഴുവൻ ഇതിനുള്ളിൽ വിശ്രമിക്കുന്നു. കഥകളിപ്പെട്ടി യുമേറ്റി ഒരു കളി സ്ഥലത്തുനിന്ന് മറ്റൊരു കളിസ്ഥലത്തേയ്ക്ക് നടന്നു പോയിരുന്ന അണിയറക്കാർ ഇന്ന് വിചിത്രമായ ഓർമ്മയാവുന്നു. ഒരു കഥകളി അരങ്ങനെത്തന്നെ വഹിച്ചുകൊണ്ടു പോവുകയായിരുന്നില്ലേ അവർ? (നീങ്ങുന്നു ദൂരെ കഥകളിപ്പെട്ടികൾ/നീലാഭ്രമേചക മേഘങ്ങൾ പോലവേ എന്ന് കളിയച്ഛനിലെ കല്പന.) കഥകളിയിലെ ലാവണ്യ

സമൃദ്ധിയുടെ മുഴുവൻ കലവറയായ കളിപ്പെട്ടിയോട് പി. കുഞ്ഞിരാമൻനായർക്ക് വല്ലാത്തൊരു ഭ്രമമുണ്ട്. അത്തരമൊരു കവിതപ്പെട്ടി തേടിയാണല്ലോ അദ്ദേഹം അലഞ്ഞതും. താൻ അന്വേഷിക്കുന്ന കവിതയത്രയും കഥകളിയുടെ മായികരൂപത്തിൽ കണ്ടതുകൊണ്ടാണ് കവി അതിനു മുൻപിൽ പിന്നെയും പിന്നെയും അസ്ഥാളിച്ചുനിന്നത്. കളിപ്പെട്ടിയിൽ പകലുറങ്ങുന്ന കനകാഭകൾ രാത്രിയിൽ ഉണരുന്നു. വിത്തുകളെ ഒറ്റരാവുകൊണ്ട് പൂമരങ്ങളാക്കാൻ കെല്പുള്ള ഭാവന ഇവിടെ പ്രവർത്തിക്കുന്നുണ്ട്. ഗ്രീഷ്മരാത്രിയിൽ ആയിരം വസന്തങ്ങളുടെ വരവിന് ഇത് കാരണമാവുന്നു.

മർത്ത്യാത്മാവിൻ മൗനമുദ്രാ/രസലീനാംഗുലിക്കുമേൽ/ദേവസുന്ദരിമാർ വന്നു/പിറന്നു മറഞ്ഞുപോകുന്ന, നരകം നാകമായി മാറ്റുന്ന, അഴകിൻ നിധി കാണിക്കുന്ന, വിശ്വരൂപമഹാദ്ഭുതവും, പൂർണ്ണതയുടെ ചലനവും നാദവും താളവും ലയവുമായ, കഥകളിയുടെ സർവ്വാംഗീണമായ സൗന്ദര്യം കാണാൻ വന്ന് അത് സ്വയം കൈമോശപ്പെടുത്തിയതിനെ കവി പഴിക്കുന്നു. സ്വയം നിന്ദിക്കുന്നു. കൈയിൽ കിട്ടിയ മഹാനിധി കളഞ്ഞു പോയതിനു സമാനമായ അനുഭവമാണ് കവിക്ക് കാണാതെ പോയ ഉത്സവക്കളി ചിന്തകൾ.

വീടും വീട്ടുവളപ്പും നിലങ്ങളുമെല്ലാം ചതിയിൽപ്പെട്ട് പോയ്പ്പോയ ഒരു ഗൃഹനാഥനായി കവി തേങ്ങുന്നു. ഭാഗം വാങ്ങി, അതു നശിപ്പിച്ച്, തെണ്ടിയായി അലയുന്ന ഒരു ഹതഭാഗ്യന്റെ മാനസികാവസ്ഥയിലേക്ക് കവി തന്നെത്തന്നെ മാറ്റി എഴുതുകയാണ്. കളിയരങ്ങാവുന്ന നാടുവിട്ടുപോയി, രാവിലൂടെ യാചിച്ച് നടക്കുന്ന ഭിക്ഷാടകനാകുന്നു കവി.

തിരിച്ചു പിടിക്കാനാവാത്തവിധം നഷ്ടപ്പെട്ട സ്വത്തുക്കളോർത്തു കേഴുന്ന ഒരാൾക്ക് വിധി വരുത്തിയ ദുരന്തത്തിനു സമാനമായാണ് കവി ഇനി കാണാൻ സാധിക്കാത്തവിധം രാവിനോടൊപ്പം യാത്രയായ 'സൗന്ദര്യ'ത്തെ കാണാൻ കഴിയാത്ത തന്റെ 'വിധി' ഓർത്ത് വ്യാകുലപ്പെടുന്നത്. പുരുഷാരം നുരകുത്തിയ അമ്പലം നിശ്ശൂന്യമായിരിക്കുന്നു. കളിപ്പന്തലിലും ആരുമില്ല. മുക്കിൽ മിണ്ടാതിരിക്കുന്ന കുരുത്തോലയും മാനം നോക്കിയിരിക്കുന്ന കളിവിളക്കിന്റെ കരിന്തിരിയും കവിയുടെ ദൈന്യം ഇരട്ടിപ്പിക്കുന്നു. എന്നിട്ടും കണ്ണുകൾ അണിയറ തേടുകയാണ്. അവിടെയും ശൂന്യത. മനയോലക്കുറിക്കൂട്ടിന്റെ ഗന്ധം. ചിന്നിക്കിടക്കുന്ന ചുങ്ങിയ വെറ്റിലഞെട്ടികൾ എന്നിവ നഷ്ടത്തിന്റെ ഓർമ്മകളായി കവിയെ വേട്ടയാടുന്നു. പച്ചത്തഴപ്പാർന്ന ഓമനമുഖങ്ങളും, ചുണ്ടപ്പൂത്തുടുപ്പേന്തിയ കണ്ണുകളും എങ്ങോ മറഞ്ഞുപോയതിന്റെ, വന്നവർ ഓരോരോ വഴിക്ക് തിരിച്ചുപോയതിന്റെ ഖിന്നതയുമായി കവി അണിയറയിൽ ഇരിക്കുകയാണ്. കളി തുടങ്ങുന്നതിനു മുമ്പുള്ള അണിയറയും കളിക്കാർ പിരിഞ്ഞശേഷമുള്ള അണിയറയും മനസ്സിൽ വ്യത്യസ്ത പ്രതികരണമുണ്ടാക്കുന്നു. വിജനമായ അണിയറ കവിക്ക് സങ്കല്പിക്കാനാവുന്നില്ല. അപ്പോൾ അണിയറ വെറുമൊരു സ്ഥലം മാത്രമാവുന്നു. അതുവരെ

സ്വർഗ്ഗസ്ഥലിക്കു സമാനമായിരുന്ന അണിയറ ഇപ്പോൾ നരകസ്മരണ യുണർത്തുന്നു എന്നു പറയാം. ഉറങ്ങുന്ന കളിപ്പെട്ടിക്കു മുകളിലിരുന്ന്, കളിക്കാരോടൊത്തുള്ള മുറുക്കൽ കവിക്ക് പ്രിയപ്പെട്ടതാകുന്നു. ഇന്ന് ഉത്സവക്കളി ഉള്ളാൽ നുണച്ചു നെടുവീർപ്പിടാനേ കവിക്ക് കഴിയുന്നുള്ളൂ.

ഏറെ ദൂരെനിന്ന്, നോമ്പിട്ടു കളി കാണാൻ വന്നതാണ്, കാത്തിരുന്നെത്തിയ ദിവസത്തെ, ആ രാവിനെ, ആ ദിവ്യാനുഭൂതിയെ 'നിദ്രകട്ടു' എന്ന് കവി. നിദ്ര കവർന്നെടുത്ത മായികതയെച്ചൊല്ലിയുള്ള കവിയുടെ ഖേദം ആവർത്തിക്കപ്പെടുകയാണ്. കളിക്കാരൊക്കെയും അവരവരുടെ വീടുകളിൽ എത്തിയിരിക്കെ, താൻ മാത്രം അണിയറയിൽ അനാഥനാവുന്നു. എന്തിനുവന്നുവോ ആ ലക്ഷ്യം നടന്നില്ല. അതു നിറവേറ്റാതെ തിരിച്ചു ചെല്ലുന്നതെങ്ങനെ? 'കളി കാണാതുറങ്ങിയോൻ' എന്നതാണ് സ്വയം വിശകലനം. ഉറക്കം ഇവിടെ അപരാധമാവുന്നു. രാത്രിക്ക് വിധിച്ചതാണ് ഉറക്കം എങ്കിലും കഥകളിരാവിൽ ഉറക്കം അരുതുകളിലൊന്നാണ്. അത് കലയോടുള്ള നിന്ദയാണ്. തൊട്ടടുത്ത് കഥകളി നടക്കുമ്പോൾ ഗാഢനിദ്രയിലമരാൻ കഴിഞ്ഞതെങ്ങനെ? ആരോടും ഒന്നും ബോധിപ്പിക്കേണ്ടതില്ല എങ്കിലും മനസ്സിന്റെ കോടതിയിൽ കവി സ്വയം വിചാരണ ചെയ്യുന്നു. മൂടിവന്ന ഇരുട്ടിൽ വെളിച്ചത്തിന്റെ മുഖം തിരിച്ചറിയാനാവാതെ, പ്രകാശത്തിന്റെ വേഷം കാണാനാവാതെ വിഭ്രമിച്ച കവി, വിളർത്ത മണലിൻപുഴ, കാലവർഷം മുല നൽകാഞ്ഞ കരിഞ്ഞ വിത്തുകൾ, നാമ്പു മുളച്ച് മൂടിയ പാടം, ശൂന്യമായ വാനിലേയ്ക്ക് ഉറ്റുനോക്കുന്ന കർഷകർ തുടങ്ങിയ ബിംബങ്ങളിലൂടെയാണ് തന്നെ നിർവചിക്കുന്നത്. 'വിരഹവ്യഥയുടെ മൂടൽമഞ്ഞാൽ മങ്ങുന്ന വസുന്ധര' കവി ഹൃദയം തന്നെയാണ്. മൗനശോകഗാനമായി ആകാശത്തെ കവി കാണുന്നു. മൗനം എന്ന വാക്കിന് ഇവിടെ സാംഗത്യമുണ്ട്. കണിക്കൊന്നക്കൊമ്പിലെ മഞ്ഞക്കിളി പറഞ്ഞ് ഇങ്ങനെ; "പിരിഞ്ഞുകളിയോഗക്കാർ/തീർന്നു പോയുത്സവക്കളി." ഈ കിളിയുടെ കഥനം തേങ്ങലാണ്. കളിക്കാർകൂടി പിരിഞ്ഞു പോയ സമയത്താണ് കവി ഉണർന്നത്. ഒരു മേളത്തിനും കവിയെ ഉണർത്താനായില്ല. മുഖത്തേപ്പില്ലാത്ത നടന്മാരെ കാണാൻകൂടി തരപ്പെട്ടില്ല. അണിയറക്കാരെയും കണ്ടില്ല. എല്ലാവരും പിരിഞ്ഞു. എല്ലാം തീർന്നു. തീർന്നുപോയി.

ചന്തയിൽ അങ്ങിങ്ങ് അലഞ്ഞ് കാവിൽ കടന്നു കുളിച്ചുതൊഴാതെ തിരിച്ചുപോവുന്ന സ്വന്തം ജീവിതചിത്രമാണ് 'പൂരത്തിന് പോയിട്ട്' എന്ന കവിതയിൽ പി.കുഞ്ഞിരാമൻനായർ ആവിഷ്കരിക്കുന്നത്. എത്തീ തിരുനടയോളമെന്നാൽപ്പരാ/ശക്തിയെക്കൂപ്പാൻ മറന്നു. ഇതാണ് "പൂരത്തിനു പോയിട്ട്', 'ഉത്സവക്കളി' എന്നീ കവിതകളിൽ സംഭവിച്ചത്. പരമ ആസ്തികനായ കവി നാസ്തികനായി നടിച്ച് വിശ്വാസികൾക്കു മുന്നറിയിപ്പ് നൽകുന്നു. വിശ്വാസലംഘനം കറുപ്പുതിന്നു മോഹനിദ്രയിൽ അലിയും പോലെയാണ്. ഉൺമയുടെ വിഗ്രഹം കാണാതെ ചന്ത കണ്ടു തെണ്ടിത്തിരിയുന്ന മനുഷ്യനു സമാനനാണ് കളിക്കുവന്ന് കിടന്നുറങ്ങുന്നവനും

ഒന്നുമറിയാതെ വന്നു വൃഥാപാരിൽ/നിന്നു തിരിച്ചുപോകുന്നു? എന്ന ശാശ്വതസത്യം തന്നെയാണ് എന്തിന്നുവന്നു ഞാൻ! ഏതു/വഴിയീ നാട്ടിലെത്തി ഞാൻ? എന്ന വിചാരത്തിലും വരുന്നത്.

കളിയച്ഛനിൽ പ്രധാനവേഷം - ആദ്യവസാനവേഷം എന്ന് കഥകളി ഭാഷ - കിട്ടാത്തയാളുടെ ദുരന്തചിത്രമാണ്. ഉത്സവക്കളിയിൽ കളി കാണാൻ സാധിക്കാത്ത കാണിയുടെ ദുരന്തവും. രണ്ടും സമാനമാണ്. ഒക്കില്ലൊരിക്കലും മേലിലെനിക്കിനി/യിക്കളിവട്ടത്തിലൊത്തു കളിക്കാൻ എന്നതാണ് വേഷക്കാരന്റെ വിധി. ഒക്കില്ല കാണുവാൻ മേലി/ലെന്നു മീയുത്സവക്കളി എന്നതാണ് കാണിയുടെ ദൈന്യം. നടനും കാണിയും ഒരാൾതന്നെയാവുമ്പോഴോ? കളിയച്ഛനിലെ നായകനായ വേഷക്കാരന്റെയും ഉത്സവക്കളിയിലെ കേന്ദ്രകഥാപാത്രമായ കവിയുടെയും അനുഭവാവസ്ഥകളിൽ താരതമ്യം കാണുന്നുണ്ട്. കളിയച്ഛനിലെ പ്രതിനായകൻ ആശാനാണ്. ഉത്സവക്കളിയിൽ നായകൻ കവി - പ്രതിനായകൻ കവിയെ ഉറക്കിയ കവിയിലെ നാസ്തികൻ. ഉത്സവക്കളിയിൽ ഒരു കഥാപാത്രമേ യുള്ളൂ.

നിദ്രയെ ജയിച്ചുവേണം കഥകളികാണുവാൻ. മോഹനിദ്രയ്ക്ക് കീഴ്പ്പെട്ട കവിക്ക് കഥകളിക്കാഴ്ചയെ തിരിച്ചു പിടിക്കാനാവില്ല. ഘോര ഗുരുശാപകാമിലബാധകൊണ്ട് കളിയച്ഛനിലെ വേഷക്കാരൻ ഭ്രഷ്ടനാവുന്നു. പ്രകാശപൂർണ്ണമായ പ്രഭാതം ശിഷ്യനിൽ മാറ്റങ്ങൾ വരുത്തുമെന്ന പ്രതീക്ഷയുണ്ട്. ഉത്സവക്കളിയിൽ പ്രഭാതപ്രകാശം കവിക്കു നൽകുന്നത് മൗഢ്യമാണ്. ഏകാകിയായ് വന്നു നില്പു നടയിൽ ഞാൻ/വൈകീ സമയം, കഴിഞ്ഞുപോയ് പൂജകൾ (കുളിച്ചു തൊഴാതെ) എന്ന കവിത.

നഷ്ടങ്ങളുടെ കണക്കാണ് നേടലിന്റെ ആസ്തികളല്ല പി. കുഞ്ഞിരാമൻനായരുടെ കവിതകളിൽ കാണുന്നത്. കുഞ്ഞിരാമൻനായർ എന്ന ബാങ്ക് പൊളിഞ്ഞിട്ട് ഏറെക്കാലമായി. അതിന്റെ പരസ്യപ്പലക ലേലം ചെയ്യാനാണ് താൻ വന്നിരിക്കുന്നത് എന്ന് കവിയുടെ തന്നെ വാങ്മയമുണ്ട്. മലയാളത്തിൽ ഇത്രയും പദസമ്പത്തുള്ള ഒരാളുടെ ഭാഷാബാങ്ക് പൊളിയുകയോ?

കളിയച്ഛനും നഷ്ടങ്ങളുടെ കഥ പറയുന്നു. ബുദ്ധിഭ്രമമാംതമസ്സ് (കളിയച്ഛൻ) ആണ് ഇരുകവിതകളിലെയും കഥാപാത്രങ്ങളെ പിന്തുടരുന്നത്. കളിപ്പിക്കാതിരിക്കുന്നതും കളി കാണിപ്പിക്കാതിരിക്കുന്നതും അതുതന്നെയാവുന്നു. ബ്രഹ്മാണ്ഡവുമായി ബന്ധപ്പെട്ട കല്പനകളും ഇരു കവിതയിലുമുണ്ട്.

പി. കുഞ്ഞിരാമൻനായർ ജീവിതത്തെ വിചാരണയ്ക്കു വിധേയപ്പെടുത്തുന്നു. ആരുടെ ജീവിതം? കുഞ്ഞിരാമൻനായരുടെ ജീവിതകൗതുകങ്ങൾ ചേർത്തുവച്ച് അത് അദ്ദേഹത്തിന്റെതന്നെ ജീവിതമായി വ്യാഖ്യാനിക്കാം. സങ്കല്പവും യാഥാർത്ഥ്യവും രഞ്ജിക്കാത്തപ്പോഴുള്ള വിഷാദമാണ് ഈ കവിതകളിൽ തേങ്ങലായി ശേഷിക്കുന്നത്. ഒരു നടനുള്ളത്രയും മാനസികസംഘർഷം ഒരു കാഴ്ചക്കാരന് ഉണ്ടാവേണ്ടതുണ്ടോ?

അരങ്ങിനെപ്പോലെ അണിയറയെയും സദസ്സിനെയും കാണാൻ കുഞ്ഞിരാമൻനായർക്ക് സാധിക്കുന്നു. കളിയച്ഛനിൽ വേഷക്കാരനിലെ കഥാപാത്രത്തെയല്ല മനുഷ്യനെയാണ് കവി കണ്ടത്. മനുഷ്യനു വേണ്ടിയാണ് അദ്ദേഹം വാദിച്ചത്. ഉത്സവക്കളിയിൽ കൈയെത്തും ദൂരത്തുള്ളതിനെ തട്ടിത്തെറിപ്പിക്കുന്ന മനുഷ്യാവസ്ഥയെ വിശകലനം ചെയ്യാനാണ് കവിശ്രമിച്ചത് എന്ന് വ്യക്തം.

പ്രപഞ്ചം സിനിമയായി കാണുന്ന പ്രായത്തിൽ 1947- ൽ പി.കുഞ്ഞിരാമൻനായർ എഴുതിയ കവിതയാണ് 'സിനിമ കഴിഞ്ഞാൽ'. ഉത്സവക്കളിയോടു ചേർത്തുവായിച്ച് വിഘടിച്ചു നിൽക്കുന്ന കവിത. ഉത്സവക്കളി കഴിഞ്ഞുള്ള അവസ്ഥയും സിനിമ കഴിഞ്ഞുള്ള അവസ്ഥയും രണ്ടാകുന്നു. സിനിമാശാലയിൽ സിനിമ ഉറങ്ങി നഷ്ടപ്പെടുത്താനാവില്ല. എല്ലാവരും പൊയ്ക്കഴിയുമ്പോൾ പാറാവുകാരൻ തന്നെ പുറത്താക്കുമെന്ന് കവിക്ക് അറിയാം. 'ഇക്കളിവിട്ടാലിരുട്ടത്തു പോകേണ്ടതെങ്ങു ഞാൻ' എന്ന് അനിശ്ചിതത്വത്തിലാണ് കവിത കഴിയുന്നത്. കാണുവാൻ കണ്ണില്ലൊരുവനും മായിക/ക്കാഴ്ച വിളമ്പുന്ന സത്യരൂപങ്ങളെ. കഥകളിയായാലും ചലച്ചിത്രമായാലും അതിലെ കലയുടെ സത്യരൂപം കാണുവാൻ കെല്പില്ലാത്തവരോട് കവി കോപിക്കും. ആസ്വാദനത്തിലെ ഉപരിപ്ലവതയെക്കുറിച്ച് പി. കുഞ്ഞിരാമൻനായർ ഇവിടെയും സന്ദേഹിക്കുന്നു. തന്റെ കവിതകളുടെ വായനക്കാർക്കു നേരെ കവി തന്നെ ഉയർത്തുന്ന ആശങ്കകൂടിയാവുന്നു ഇത്.

'ഗാഢമാത്മാവിനെ ബന്ധിച്ചിരുത്തുന്നു/മൂഢമനസ്സിന്റെ മായാപ്രദർശനം' എന്ന് ചലച്ചിത്രകലയെ അതിന്റെ സാങ്കേതികയറിഞ്ഞു തന്നെ കുഞ്ഞിരാമൻനായർ സ്വീകരിക്കുന്നു. രണ്ടും കളികളാണെങ്കിലും (ദിവസേന മൂന്നു കളികൾ എന്നാണ് സിനിമാപ്രദർശനവുമായി ബന്ധപ്പെട്ട പ്രയോഗം) കൊട്ടകയിലെ കളിയും പന്തലിലെ കളിയും രണ്ടു തന്നെ. കഥകളി കഴിയുന്നത് പുലരുമ്പോഴാണ്. സിനിമ കഴിയുന്നത് പാതിരയ്ക്കും. കഥകളിക്കിടയിലെ പാതിര മോഹിപ്പിക്കുന്നതാണ്. സിനിമ കഴിഞ്ഞുള്ള പാതിര പേടിപ്പിക്കുന്നതും. രാത്രി കഴിച്ചുകൂട്ടാം. സമയനിബന്ധനയിലാണ് സിനിമയുടെ കാഴ്ച. ഈ ചിട്ടകൾ കവിക്ക് അലോസരമുണ്ടാക്കുന്നു. ജീവിതത്തിന്റെ പകുതി വഴിയിൽ ഉപേക്ഷിക്കപ്പെട്ടവനായി കവി വിലയിരുത്തുകയാണ്.

പി.കുഞ്ഞിരാമൻനായർക്ക് കഥകളി കവിത നൽകിയതിന്റെ സാക്ഷ്യപത്രമാണ് 'കളി കഴിഞ്ഞ്' എന്ന കവിത. ഇനി വരുമോ തവ മുഖത്തുജ്ജ്വല/ഹരിത കാനനം പച്ചതേയ്ക്കും ദിനം എന്നത് പി. യുടെ മികച്ച വരികളാണ്, കല്പനയും ഇനിവരുമോ കലാനിധേ, നിൻതെളി/ക്കുളിർ മുഖത്തു നിലാവുകുത്തും ദിനം.

വിഷാദമാണ് ഈ കവിതയുടെ സ്ഥായി. കളിയരങ്ങിൽനിന്ന് വിരമിക്കുന്ന ഒരു വേഷക്കാരന്റെ അവസാനത്തെ അരങ്ങിന് അനുബന്ധമായി എഴുതിയ കവിതയാണ് കളി കഴിഞ്ഞ് 'തീർന്നുപോയുത്സവക്കളി എന്ന്

വിഷാദിക്കുന്ന കാണിയുടെ മറ്റൊരനുഭവം. ഈ വേഷക്കാരന്റെ അരങ്ങ് ഇനി ഓർമ്മ മാത്രമാവുന്നു. അദ്ദേഹത്തെ കലയ്ക്കു നഷ്ടപ്പെടുകയാണ്. ആ നഷ്ടം തന്റെ കൂടി നഷ്ടമാണ്. തനിക്ക് കവിത നൽകിയ വേഷങ്ങളിലൊന്നാണ് അരങ്ങൊഴിയുന്നത്. 'നടന്റെ കടമിഴിയിൽ പൂത്തുനിന്ന വസന്തങ്ങളെ'ക്കുറിച്ച് കവി ഓർമ്മിക്കുന്നു. ഉത്സവക്കളിയിൽ അവസാനം വരുന്ന 'കിളി' ഈ കവിതയിൽ ആദ്യം തന്നെ പ്രത്യക്ഷപ്പെടുന്നു. കവിയുടെ മനസ്സുതന്നെയാണ് കിളി. അരങ്ങൊഴിയുന്ന വേഷക്കാരൻ പക്ഷേ, കവിമനസ്സിൽനിന്ന് ഒഴിഞ്ഞുപോകുന്നില്ല. രാത്രിപോലും മിഴിയടയ്ക്കാതെ അലിയുന്ന, അഴകുപൂക്കുന്ന കിനാവാണ് കവിക്ക് കഥകളി. വേഷക്കാരന്റെ കടമിഴികളിൽ പൂത്തുനിന്ന വസന്തം ഇനി കവിക്ക് അന്യമാവുകയാണ്. അവസാനത്തെ അരങ്ങുദിവസം സ്വാഭാവികമായും അരങ്ങേറ്റ ദിനത്തെയും ഓർമ്മിക്കേണ്ടതാണ്. 'ഒളിചിതറുന്ന ഭാവപ്രദീപ്തിയാൽ കളിയരങ്ങു നിറഞ്ഞ 'വേഷമായിരുന്നു അദ്ദേഹത്തിന്റേത്. ആ പച്ചവേഷം അരങ്ങിൽ ഹരിതകാന്തി വിടർത്തി ആടുകയായിരുന്നു. ഇനി കണ്ണിനു കണിയായി ആ നടൻ ഉണ്ടാവില്ല എന്നത് കവിയെ വേദനിപ്പിക്കുന്നു.

നിലവിളക്കത്തിരുന്നു, പൊതിയഴിച്ചണിനിരത്തും കിനാവും മുറുക്കുവോൻ. കഥകളി യഥാർത്ഥത്തിൽ കിനാവാണ്. അത് കഥകളിപ്പിറ്റേന്നാണ് നമുക്ക് ബോധ്യപ്പെടുക. രാത്രിയിൽ നളനും കീചകനുമായി നടിച്ചവർ പിറ്റേന്നു ഗോപിയും രാമൻകുട്ടിനായരുമായി നടന്നുനീങ്ങുന്നതു കാണുമ്പോഴാണ് സ്വപ്നസന്നിഭമായ കഥകളി നമ്മെ വിഡ്ഢിയാക്കിയത് ബോധ്യപ്പെടുക. വെറ്റിലമുറുക്കൽ കളിക്കാരുടെ ശീലമാണ്. അണിയറയാണ് അതിന്റെ കേന്ദ്രം. ചെല്ലം കൊടുക്കൽ സൗഹൃദത്തിന്റെ അടയാളം കൂടിയാണ്. കളി കഴിഞ്ഞ് അവർ മുറുക്കിപ്പിരിയും. (കൂട്ടുകാർ ഐക്യം മുറുക്കിപ്പിരികയാണ് എന്ന് കളിയച്ഛനിൽ).

കഥകളിയെ പ്രകൃതിയുമായി ബന്ധിപ്പിച്ചാണ് അദ്ദേഹം തുടർന്നെഴുതുന്നത്.

> "കലവികോലുമക്കച്ചമണികൾ തൻ
> കളരണിതം കടൽത്തിരയെങ്കിലും
> പുതിയ ലോകം വരയ്ക്കും വിരൽത്തുമ്പിൽ
> രസികമുദ്രതടില്ലേഖയെങ്കിലും
> അണിയറയിലെച്ചോട്ടിക്കൊരുങ്ങലീ
> വടമലതൻകിടപ്പുകളെങ്കിലും
> ഹൃദയദർപ്പണമാകും മുഖാബ്ജത്തിൽ
> നവരസഭാവമതുത്സവമെങ്കിലും
> മുഖരഗാനവും മേളക്കൊഴുപ്പുമായ്
> മലനിരയൊരുക്കുന്ന പൂപ്പന്തലിൽ."

കഥകളിയും കേരളീയ പ്രകൃതിയും തമ്മിലുള്ള സാദൃശ്യം വിപുലമായ വിശദീകരണത്തിന് സാധ്യതയുള്ളതാണ്. അതിന് ഒരുങ്ങുന്നവർക്ക് ഈ വരികൾ വിശദീകരണത്തിനും ആസ്വാദനത്തിനും വിട്ടുതരുന്നു.

'പുലരൊളി' എന്ന കവിതയിൽ പച്ചതേച്ചങ്ങിങ്ങേതു/മുദ്രയോ കാട്ടിക്കൊണ്ടു/നിശ്ചലം കാൽവെപ്പോരു/മാമല നിലകൊൾകെ എന്നത് ചുട്ടിക്കു കിടക്കുന്ന വടമലകളുടെ മറ്റൊരു കാഴ്ചയാവുന്നു. പുതുക്കുന്നു കളിക്കോപ്പുകാലം, അണിയറയ്ക്കകം/കിടക്കുന്നു ചുട്ടികുത്താൻ മലനിരകൾ (കല എന്ന കവിത). ഇവിടെയും കല്പനകളുടെ ആവർത്തനം കാണാം. മൗനശില്പം കളിക്കോപ്പു പുതുക്കുക എന്ന് കളിയച്ഛൻ ആരംഭിക്കുന്നു. ബിംബങ്ങളുടെ ആവർത്തനം പി. കുഞ്ഞിരാമൻനായർ ബോധപൂർവ്വം ചെയ്യുന്നതല്ല. കാരണം തന്റെ പൂർവ്വകവിതകളെക്കുറിച്ചോ അവയിലെ പ്രയോഗങ്ങളെക്കുറിച്ചോ അദ്ദേഹം ബോധവാനായിരുന്നില്ല. ഒരേ ബിംബം ആവർത്തിക്കുന്നതുതന്നെ കുഞ്ഞിരാമൻനായരിലെ കവിത്വശക്തിയുടെ തെളിവാകുന്നു. തന്നിൽ അടിയുറച്ച ഒരു ദൃശ്യമാണ് അദ്ദേഹം അറിയാതെ ആവർത്തിക്കുന്നത്. അണിയറയിൽ സ്ഥിരം സന്ദർശകനായ ഒരു കവിക്ക് ചുട്ടിക്കു കിടക്കുന്നവരെ മലനിരകളുടെ കിടപ്പിലേക്ക് കൂട്ടിവായിക്കാതെവയ്യ. (തിരിച്ചും), കൂട്ടിവായിച്ച കവിയാണ് പി.കുഞ്ഞിരാമൻനായർ. കിഴിക്കൽ അഥവാ വ്യവകലനം എന്ന ക്രിയ പി.കുഞ്ഞിരാമൻനായരുടെ കാവ്യജീവിത്തിൽ നടന്നിട്ടില്ല. വ്യക്തി ജീവിതത്തിൽ വ്യവകലനങ്ങളെ ഉണ്ടായിട്ടുള്ളു. അതുകൊണ്ടാണ് പൊളിഞ്ഞ പണമിടപാടു സ്ഥാപനമായി അദ്ദേഹം സ്വയം വിശേഷിപ്പിച്ചത്.

അരങ്ങൊഴിഞ്ഞ നടനെ ഇനി ഏത് രാത്രിയിൽ കണ്ടുമുട്ടും? ഈ ജന്മത്തിൽ അതിന് സാധ്യതയില്ല. അതൊരു നെടുവീർപ്പായി മാറുന്നു. അങ്ങനെ ഭിന്നമെന്ന് തോന്നുമെങ്കിലും ഭാവപരമായി ഒന്നുതന്നെയായ ഈ മൂന്നു കവിതകളും നെടുവീർപ്പിൽ അവസാനിപ്പിക്കുന്നു.

പി.കുഞ്ഞിരാമൻനായർ, കഥകളിയെ കവിതയ്ക്ക് വിഷയമോ പ്രമേയമോ ആക്കിയിട്ടില്ല. ഭാവബിംബങ്ങളിലൂടെ കഥകളി പരിസരം സൃഷ്ടിക്കുകയാണ് അദ്ദേഹം ചെയ്തത്.(ഉത്തരാധുനികതയുടെ പ്രശ്നപരിസരം പോലൊരു പരിസരമല്ല ഇവിടെ ഉദ്ദേശിക്കുന്നത്.) കലാമണ്ഡലം ചെയർമാനായിരുന്ന ഒളപ്പമണ്ണ, പട്ടിയ്ക്കാംതൊടി രാമുണ്ണിമേനോന്റെ അവസാനത്തെ ശിഷ്യനായ എം.എൻ. പാലൂര് എന്നിവരുടെ കവിതകളിൽ കാണുന്ന, കഥകളിയുടെ നേരനുഭവമല്ല പി. കുഞ്ഞിരാമൻനായരുടെ കവിതകളിൽ കാണുന്നത്. തെയ്യത്തിന്റെ നാട്ടുകാരനായ പി.കുഞ്ഞിരാമൻനായർ തെയ്യം ബിംബമാക്കി എത്രകവിതകൾ എഴുതിയിട്ടുണ്ട്? കളിയാട്ടത്തിന്റെ കല്പനകൾ ആ കവിതകളിൽ കടന്നു വരാത്തത് എന്തുകൊണ്ടാണ്? സംസ്കൃത പണ്ഡിതാനായിട്ടു കൂടി കൂടിയാട്ടം കണ്ട പരാമർശങ്ങൾ കുഞ്ഞിരാമൻനായരുടെ ആത്മകഥയിൽ കാണത്തതെന്ത്?

പി. കുഞ്ഞിരാമൻനായർ കണ്ട കഥകളി കവിതയ്ക്കുവേണ്ടിയായിരുന്നു. അതുകൊണ്ടാണ് കഥകളിനിരക്ഷരർ കൂടി പി. കുഞ്ഞിരാമൻനായരുടെ കഥകളി കവിതകളെ കഥകളി വിജ്ഞാനകോശത്തിന്റെ സഹായമില്ലാതെ തന്നെ വായിക്കുന്നതും ആസ്വദിക്കുന്നതും എഴുതുന്നതും പഠിപ്പിക്കുന്നതും. ഇതേകാരണത്താലാണ് കഥകളി കലാകാരന്മാർ ഈ കവിതകൾ വായിക്കാതിരിക്കുന്നതും.

ഫുല്ലനേത്രത്താൽത്തഴുകിയന്നൊന്നിച്ചു -
ചെല്ലമായ്ച്ചെല്ലും ചെറുക്കനെ ശ്രീ ഗുരു.

കവിതയിലൊരു മൗനശില്പം

കഥകളിക്ക് മൗനശില്പം എന്ന മറുപദമെഴുതിയത് പി.കുഞ്ഞിരാമൻ നായരാണ്. അതിരുവിട്ട മനോധർമ്മമാകുന്ന ഒരു കഥകളിവേഷം പോലെ യാണ് കുഞ്ഞിരാമൻ നായരുടെ കവിത. പി. യുടെ വീട് കഥകളിക്കാരുടെ താവളമായിരുന്നു. അവിടെ നിത്യേനയെന്നോണം കഥകളി നടന്നിരുന്നു. പുറവങ്കര കുഞ്ഞമ്പുനായർക്ക്, മകൻ കുഞ്ഞിരാമനെ കഥകളിക്ക് കച്ച കെട്ടിക്കാൻ തോന്നാത്തത് മലയാളത്തിന്റെ ഭാഗ്യമായി. കഥകളി ചൊല്ലി യാടിയിരുന്നുവെങ്കിൽ പച്ചയിൽ ഇച്ഛപോലെ കത്തിയും, താടിയും കൂട്ടി കലർത്തി, ചൊട്ടിയടർന്ന് കിരീടം ചെരിഞ്ഞ് ഗുരുത്വക്കേട് വാങ്ങുന്ന ഒരു കഥകളി മനുഷ്യനെ കുറിച്ചുള്ള കാവ്യമെഴുതാൻ പി. കുഞ്ഞിരാമൻനാ യർ എന്ന കവി യുണ്ടാകുമായിരുന്നില്ല. കഥകളിയുള്ളിടത്തോളം കാലം കുഞ്ഞിരാമൻ നായരെ ഓർമ്മിക്കാൻ കളിയച്ഛൻ, കളികഴിഞ്ഞ്, ഉത്സവക്കളി എന്നീ അതുല്യ കാവ്യങ്ങളുണ്ട്. പരീക്ഷയ്ക്ക് കേരളത്തിന്റെ ഭൂപടം വരക്കേണ്ട കുട്ടി പകരം കഥകളിയുടെ ചിത്രം വരച്ചാലും മതി എന്നു പറഞ്ഞ് കവിമാസ്റ്റർ ആ കുട്ടിക്ക് മുഴുവൻ മാർക്കും മുന്തിരിങ്ങയും കൊടുക്കുമായിരുന്നു.

കഥകളിയില്ലാതെ കേരളീയത ഇല്ല. ഈ വിശ്വാസം കൊണ്ടാണ് പി.യുടെ കവിതകളിൽ പദാവലിയായും ബിംബാവലിയായും കഥകളി വരുന്നത്.

നിറഞ്ഞ കണ്ണുമലിവി-
ന്നുറവോലുന്ന ചിത്തവും
കൈവന്നവർക്കു വെറുതെ
കാണാമീയുത്സവക്കളി
പുരണാകഥ തൻ ഗന്ധ-
മില്ല, മുദ്രകളൊന്നുമേ
വശമില്ലെങ്കിലും വന്നൂ
ഞാനുമിക്കളി കാണുവാൻ.

മനക്കണ്ണുകൊണ്ടാണ് കവി കഥകളി കണ്ടത്. കഥകളി കാണുവാൻ വേണ്ട മുന്നറിവുകളിൽ അദ്ദേഹം വിശ്വസിക്കുന്നില്ല. കാണാത്ത കഥകളി കൂടി അദ്ദേഹത്തിന്റെ കവിതയാണ്.

ഒരൊറ്റ വേഷം കണ്ടില്ല,
പാട്ടുകേട്ടി,ല്ലൊഴുക്കെഴും
മേളത്തിലൊന്നുമുങ്ങീലാ
അരങ്ങിൽക്കേറിയില്ല ഞാൻ.

ഇങ്ങനെ ഉറങ്ങി നഷ്ടപ്പെടുത്തിയ ധാരാളം ഉത്സവക്കളികൾ ജീവിതത്തിലുണ്ടായിട്ടും മലയാള ഗദ്യ-കാവ്യസ്വരൂപത്തിൽ കഥകളിയുടെ വളർത്തച്ഛനും കളിയച്ഛനുമാകാൻ കുഞ്ഞിരാമൻനായർക്കേ യോഗമുണ്ടായിരുന്നുള്ളു. പി.യെ കേരളീയതയുടെ എഴുത്തുകാരനായി വ്യാഖ്യാനിക്കുന്നവർ അദ്ദേഹത്തിനു കഥകളിയുമായി ഉണ്ടായിരുന്ന ബന്ധത്തെപ്പറ്റി മൗനികളാവുകയാണു പതിവ്. കുഞ്ഞിരാമൻനായർക്കുള്ള സമർപ്പണകവിതകളിലും പി. എന്ന കഥകളി ഭ്രാന്തൻ ഇല്ല. എം.പി. ശങ്കുണ്ണിനായരുടെ 'കളിയച്ഛൻ' എന്ന പഠനത്തിലും കെ.സി. നാരായണന്റെ 'പി.യുടെ പില്ക്കാലം' എന്നീ ലേഖനങ്ങളിലും മാത്രമേ കഥകളി കണ്ടിരുന്ന കുഞ്ഞിരാമൻനായർ ഉള്ളൂ. പി. യുടെ കവിതകളിൽ ധാരാളം കഥകളിബിംബങ്ങൾ ഉണ്ടെങ്കിലും കളിയച്ഛനും കളികഴിഞ്ഞും ഉത്സവക്കളിയുമാണ് പുലരും വരെയുള്ള കഥാകളിയുടെ അനുഭവം തരുന്നത്. കളിയച്ഛൻ ഒരു കഥകളിനടന്റെ ആത്മകഥയാണ്. പേരില്ലാത്ത ആ നടൻ പന്ത്രണ്ട് പ്രാവശ്യം 'ഞാൻ' എന്നു പറയുന്നുണ്ട്. ആത്മകഥയാവാൻ ഇത് ധാരാളമായി. കളിയച്ഛൻ ഒരു വിലാപ കാവ്യവും ദാർശനികകാവ്യവുമാണ്. എന്നത്തെയും കലാകാരന്റെ ഉള്ളിലിരിപ്പാണ് ഈ കാവ്യത്തിന്റെ ഉള്ളടക്കം. ആത്മവിചാരണയും പാപബോധവും ദൈന്യവും നിന്ദയും ഉന്മാദവും അഹങ്കാരവും എതിർപ്പും അസ്തിത്വഭീതിയുമെല്ലാം കളിയച്ഛനിലുണ്ട്.

കളികഴിഞ്ഞും ഉത്സവക്കളിയും ചേർത്തുവയ്ക്കാതെയുള്ള കളിയച്ഛപഠനങ്ങൾ ഒരിക്കലും പൂർണ്ണമാകുന്നില്ല. പ്രപഞ്ചത്തിൽ വന്നു നേടേണ്ടതു നേടാതെ തിരിച്ചുപോകുന്ന മനുഷ്യാത്മാവിന്റെ നെടുവീർപ്പായ ഉത്സവക്കളിയിൽ നടന്റെ കഥയല്ല കാണിയുടെ കഥയാണു പറയുന്നത്. എം.പി. ശങ്കുണ്ണിനായർ ഉത്സവക്കളി ചേർത്തുവച്ച് കളിയച്ഛൻ വായിച്ചിട്ടുണ്ട്.

പി. തന്റെ ജീവിത്തെ കഥകളിയായി കണ്ടു. തിരുവില്വാമലയിൽ വച്ച് കലാമണ്ഡലം അപ്പുക്കുട്ടി പൊതുവാൾ 'വള്ളത്തോൾ ജയന്തി ആണ് കലാമണ്ഡലത്തിൽ കഥകളിയുണ്ട് കാണില്ലേ?' എന്ന് ക്ഷണിച്ചപ്പോൾ "ഞാനൊരു കളിയിൽ വേഷംകെട്ടി കളിക്കുകയാണ് വേഷം തീർന്നില്ല" എന്നാണ് കുഞ്ഞിരാമൻ നായർ മറുപടി പറഞ്ഞത്. ജിവിതം നാടകമായി കാണുന്ന സങ്കല്പത്തിൽ നിന്ന് മാറി ജീവിതത്തെ ഒരു അരങ്ങ്

കളിയായി അദ്ദേഹം കണ്ടു. ഇത് തികച്ചും കേരളീയമായ വിചാരമാണ്. വേഷം തീർന്നില്ല അതായത് ഇനിയും തനിക്കായി പദങ്ങൾ കാത്തിരിക്കുന്നു എന്നർത്ഥം. കവി ഇവിടെ കഥകളി നടനാവുകയാണ്. ഒരു കഥകളി നടനാവാൻ പി. ഉള്ളിലാകെ മോഹിച്ചിരുന്നിരിക്കുമോ? അദ്ദേഹം എഴുന്നേറ്റു "കഥകളി ഉടുപ്പുകൾ ഉണക്കാനിട്ടത് വെയിലേറ്റു തിളങ്ങുന്നത് നോക്കിനിന്നു തൂക്കിയിട്ട കിരീടങ്ങൾ തൊട്ടു പീലിക്കിരീടം വരെ നാരായണൻ തലയിൽ വച്ചു തന്നു. പീലിക്കിരീടം തലയിൽ വച്ചപ്പോൾ എന്തു സുഖം."

നല്ല കഥകളിനടന് യോജിക്കുന്ന മുഖമല്ല പിയുടേത്. പക്ഷേ, പച്ച വേഷത്തിന്റെ ആഹാര്യഭംഗിയും ചാരുതയുമാണ് അദ്ദേഹത്തിന്റെ കഥകളി കല്പനകൾക്ക്.

ഇനി വരുമോ തവ മുഖത്തുജ്ജ്വല-
ഹരിതകാനനം പച്ച തേയ്ക്കും ദിനം
ഇനി വരുമോ കലാനിധേ, നിൻ തെളി-
ക്കുളിർമുഖത്തു നിലാവുകുത്തും ദിനം.

എന്നെഴുതാൻ മലയാളത്തിൽ പി.യേയുള്ളൂ. പാട്ട് കഴിഞ്ഞ ഗായകൻ വച്ച ചേങ്ങില പോലുള്ള വിണ്ടലത്തെ കുറിച്ചും നീലാഭ്രമേചക മേഘങ്ങൾപോലെ നീങ്ങുന്ന കഥകളിപ്പെട്ടികളെക്കുറിച്ചും ചുട്ടിക്കു കിടക്കുന്ന വടമലകളെക്കുറിച്ചും പി. എഴുതുന്നു. തന്നെ പേരില്ലാത്ത വേഷക്കാരനായി സങ്കല്പിച്ച പി. തനിക്കു പ്രിയപ്പെട്ട എഴുത്തുകാർക്കെല്ലാം കഥകളിയിലെ ഓരോ വേഷം നൽകുകയുണ്ടായി. "കെ.കെ. രാജാ പുറപ്പാടെടുത്തു. മുണ്ടശ്ശേരിയുടെ രൗദ്രഭീമൻ - ദുര്യോധന വധത്തിലെ രൗദ്രഭീമൻ അരങ്ങ് തകർത്തു. സുകുമാർ അഴീക്കോടിന്റെ കല്യാണസൗഗന്ധികത്തിലെ ഹനുമാൻ സൗഗന്ധികം തേടുന്ന ഭീമന് ആശംസ നേർന്നു. സി.പി. ശ്രീധരൻ സന്താനഗോപാലത്തിലെ അർജ്ജുനനായി അരങ്ങത്താടി. വേഷം കഴിഞ്ഞു ചൊട്ടിപണി കഴിഞ്ഞ് രണ്ടു ശ്രീധരന്മാരും പുതിയ മഞ്ഞപ്പട്ടു തിരശ്ശീല പിടിച്ചു. കെ.കെ. രാജാ വിജയത്തിലെ രാവണനായി. വിളക്കത്തു തിളയ്ക്കുന്ന കത്തി. എൻ.വി. കൃഷ്ണവാരിയർ ദുര്യോധനവധത്തിൽ കൃഷ്ണനനായി. ദൂതുപദം കേമമാക്കി. ഉള്ളാട്ടിൽ ഗോവിന്ദൻകുട്ടിനായർ വിളക്കു കൊളുത്തി. ഇടശ്ശേരി ചേങ്ങില എടുത്തു. ഡി.സി. മദ്ദളമെടുത്തു. എം.കെ.കെ നായർ ഇലത്താളം കൊട്ടി. ശ്രീകണ്ഠൻനായർ മേളം മുഴക്കി. ഭാസ്കര പണിക്കർ ഉടുത്തുകെട്ടിച്ചു. കാരൂർ കഥ വിസ്തരിച്ചു. ഉറൂബ് രണ്ടാം ദിവസത്തെ നളനായി. വെട്ടൂർ രാമൻനായർ വിജയത്തിലെ രാവണനായി. വിഷ്ണുനാരായണൻ വിശ്വരൂപം കാട്ടി. എം.ആർ.ചന്ദ്രശേഖരൻ ഉർവ്വശിയായി." (ഉദ്ധരണികൾ കവിയുടെ കാല്പാടുകൾ എന്നെത്തിരയുന്ന ഞാൻ എന്നീ പുസ്തകങ്ങളിൽ നിന്ന്). കളിയോഗങ്ങളുടെ നാട്ടിൽനിന്നാണ് പി. കഥകളിയുടെ വിളഭൂമിയിലേക്കു വരുന്നത്. കഥകളിക്കാരോടു കുഞ്ഞിരാമൻനായർക്ക് എന്നും

ബഹുമാനം ഉണ്ടായിരുന്നു 'പത്തു വയസ്സിനുമുമ്പേ കളിവിളക്കിന്റെ താളം അകത്ത് എരിഞ്ഞു' എന്ന് പി. എഴുതിയിട്ടുണ്ട്. എട്ടും പത്തും നാഴിക നടന്നു കളിക്കുപോയ, കാശ് മോഷ്ടിച്ച് കളിക്കാർക്ക് ചായ വാങ്ങികൊടുത്ത, കഥകളി മുദ്ര വശമാക്കിയ, കുഞ്ഞിരാമൻ കളിക്കാരുടെ കൂടെ പോയ്ക്കളയുമോ എന്ന് അച്ഛൻ ഭയന്ന സംഭവങ്ങളെക്കുറിച്ച് 'എന്നെ തിരയുന്ന ഞാനിൽ' കുഞ്ഞിരാമൻനായർ വിസ്തരിച്ച് എഴുതിയിട്ടുണ്ട്. കഥകളിക്കാരോടുള്ള സൗഹൃദവും ആദരവുമെല്ലാം കുഞ്ഞിരാമൻനായർ ശൈലിയിൽത്തന്നെയായിരുന്നു. "തെക്കൻ-വടക്കൻ വേഷക്കാരെല്ലാം ബംഗ്ലാവിലുണ്ട്. കണ്ടു. കെട്ടിപ്പിടിച്ചു. കൈകുലുക്കി, നെറ്റി മുട്ടി. നമസ്തെ കൊടുത്തു. സലാം വച്ചു കാൽതൊട്ടു."

ഈ സ്നേഹസൗഹൃദംകൊണ്ടാണ് കഥകളിക്കാരും പി. യുടെ ആത്മകഥകളിൽ കഥാപാത്രങ്ങളായത്. യഥാർത്ഥത്തിൽ അരങ്ങ് കാണാത്ത നടൻ കുഞ്ഞിരാമൻനായരാണ്. വെള്ളിനേഴി നാണുനായരുടെ വലിയ കണ്ണുകളാണ് കുഞ്ഞിരാമൻനായരുടെ കണ്ണിൽപ്പെട്ടത്. കഥകളിനടന്റെ രംഗശ്രീക്കു കണ്ണു പ്രധാനമാണെന്ന കലാബോധമാണ്. 'കണ്ണിനാണ് കാശ്' എന്ന് പി. യെ കൊണ്ട് എഴുതിച്ചത്. ഫുല്ലനേത്രത്താൽ തഴുകിയെന്ന് കളിയച്ഛനിലും കാണാം.

ആദ്യവസാന കഥകളിവേഷക്കാരനായിരുന്ന ചന്തുപ്പണിക്കർ ദാരിദ്ര്യം മൂലം ചായപ്പീടിക നടത്തിയിരുന്നു. കഥകളിയുടെ ചരിത്രത്തിൽ ഒരു മഹാനടന്റെ മഹാദുരന്തം പി. നേരിട്ട് കണ്ടു. "കലാമണ്ഡലം കൃഷ്ണൻനായരുടെ ആദി ഗുരുനാഥൻ. കഥകളി ആശാൻ ചായക്കച്ചവടക്കാരന്റെ വേഷം കെട്ടി പൂപ്പന്തലിൽ പതിഞ്ഞാടുന്ന ദുരന്തരംഗം കണ്ണിൽ കണ്ടു. ചായ തന്നു. പണിക്കർ സ്വന്തം കൈകൊണ്ടുണ്ടാക്കിയ വട തിന്നു. നവരസവട, പൊക്കവട തിന്നു. പിരിമുറുക്കിയ അഷ്ടകലാശപ്പൊക്കവട" പണിക്കരുടെ വടയ്ക്കു നവരസത്തിന്റെ സ്വാദും പൊക്കവടയ്ക്കു അഷ്ടകലാശത്തിന്റെ രുചിയും അനുഭവിക്കാനുള്ള നാവ് കാവ്യദേവത കുഞ്ഞിരാമൻനായർക്കേ നൽകിയുള്ളു. ഒരു കലാകാരന്റെ ദൈന്യം കവി കാവ്യോചിതമായി പകർത്തിയെഴുതുകയായിരുന്നു.

പ്രകൃതിയെ കഥകളി വേഷത്തിലേക്ക് അന്വയിക്കുന്ന അപൂർവ്വ സൗന്ദര്യമുഹൂർത്തങ്ങൾ പി. യുടെ കവിതകളിലും കവിതയായ ഗദ്യത്തിലും ധാരാളമുണ്ട്. "പകൽ വെളിച്ചത്തിന്റെ ചൊട്ടിയടർന്ന കിഴക്ക് ദിക്ക്. തേപ്പു പാതി തുടച്ച കഥകളിവേഷക്കാരന്റെ മുഖം പോലെ പല നിറം ചിതറിയ ആകാശം. ചുണ്ടപ്പൂവിട്ട തിരനോട്ടം പോലെ തുടുത്തു കലങ്ങിയ ഇളംവെയിൽ."

കഥകളിതന്നെ ഒരു കവിതയാണെന്നു പി.പറയുന്നു. "തുറന്നിട്ട പ്രകൃതി സൗന്ദര്യത്തിന്റെ പച്ചപ്പട്ടുവിരിച്ച പൂപ്പന്തൽക്കളിത്തട്ടിലുള്ള - ഉത്സവക്കളി- നാട്ടിൻപുറത്തെക്കളി - ആ കവിത - അഴക് - പറയാൻ വാക്കില്ലാത്ത ആ എന്തോ ഒന്ന് ഇതിനകത്തില്ലേ-?"

കഥകളികാണലിലെ സോഷ്യലിസത്തെക്കുറിച്ചും പി. എഴുതിയിട്ടുണ്ട്. പണക്കാരനും പിച്ചക്കാരനും വലിയവനും ചെറിയവനും ആണും പെണ്ണും ഒറ്റപ്പന്തലിലിരുന്ന് ഒപ്പമുണ്ണുന്ന കലാസർവ്വാണിസദ്യയാണ് പി. ക്കു കഥകളി. കഥകളിയുടെ ഭാവിയെക്കുറിച്ചും കവി ഉൽക്കണ്ഠപ്പെടുന്നുണ്ട്. കരുത്തനായ ആശാൻ തിരിയിൽനിന്ന് കൊളുത്തിയ പന്തങ്ങളായി വളരുന്ന ശിഷ്യപരമ്പര - ആ സ്വർണ്ണച്ചങ്ങലക്കണ്ണിയറ്റുക്കഴിഞ്ഞുവെന്ന് അദ്ദേഹം ഉദാഹരിച്ചെഴുതുന്നുണ്ട്. ഒരു കുലയിൽ ശേഷിച്ച അഞ്ചുപത്തു നാളികേരം തെക്കും വടക്കും കിഴക്കും പടിഞ്ഞാറും എടുത്തെറിയുന്ന കളിയല്ലേ മേജർ സെറ്റ് കഥകളി എന്നു പി. ചോദിക്കുന്നു.

പി. ക്ക് കഥകളി അഴകിന്റെ നിധിയാണ്. കൈകാര്യം ചെയ്യുന്നവർക്കു ചീത്തയാക്കാൻ വയ്യാത്ത, നൂറാവൃത്തി കണ്ടാലും പുതുമ കുറയാത്ത, സർവ്വരും ഉറക്കമിളച്ചിരുന്നു കാണുന്ന കേരളത്തിന്റെ ആത്മകലയെക്കുറിച്ചു പി. എഴുതുന്നു. "മലനാടിന്റെ വിചിത്ര പ്രകൃത സൗന്ദര്യവിഭവം കാച്ചിയുരുക്കിയ- അദ്വൈതപ്രഭാവസത്തയിൽ വാർത്തെടുന്ന അനശ്വര കല- കേരള സൗന്ദര്യത്തിന്റെ മുഖക്കണ്ണാടി- കേരളസംസ്കാരത്തിന്റെ ആൾക്കണ്ണാടി-"

യഥാർത്ഥത്തിൽ കേരളീയതയുടെ പ്രതിഫലനമായാണ് കഥകളിയുടെയും കൂടിയാട്ടത്തിന്റെയും ആഹാര്യത്തിൽ കാണുന്നത്. കഥകളിയെപ്പോലെ മറ്റു കലകളെപ്പറ്റി പി.അധികം എഴുതിക്കണ്ടിട്ടില്ല. ജന്മദേശചിഹ്നമായ തെയ്യത്തെക്കുറിച്ചും കുഞ്ഞിരാമൻനായർ അധികം പറയുന്നില്ല. പി.യുടെ കവിതകളിൽ തെയ്യങ്ങളുടെ കളിയാട്ടമുണ്ടോ? കഥകളിയിലെ വേഷപ്പകിട്ടല്ല പി.യിലെ കാല്പനികനെ ഉദ്ദീപിപ്പിച്ചത്. താൻ അന്വേഷിക്കുന്നവയുടെ പൊരുൾ അദ്ദേഹം കഥകളിയിൽ കണ്ടു. അതുകൊണ്ടാണ് കുഞ്ഞിരാമൻ നായരുടെ കഥകളിക്കവിതകൾ തത്ത്വവിചാരവിശകലനങ്ങൾകൂടിയായത്. കഥകളിയിലെ കൃഷ്ണനെ കാണുമ്പോൾ കുഞ്ഞിരാമൻനായർ തൊഴുതിട്ടുണ്ടാവണം. കളിയച്ഛനിൽ ഗുരുവായൂരപ്പൻ വരുന്നത് അതുകൊണ്ടുകൂടിയാണ്. 'തലയ്ക്കുമുകളിൽ കൈവെച്ചനുഗ്രഹിക്കുന്നതിന്റെ അർത്ഥം നീ എന്റെ കൈപ്പത്തിക്കുമുകളിൽ വളരരുതെന്നാണ്' എന്ന് എം.എൻ വിജയൻ ഒരു പ്രഭാഷണത്തിൽ പറയുകയുണ്ടായി. ഈ ഒരു നിലപാടിലും കളിയച്ഛൻ പഠിക്കുന്നത് നന്നായിരിക്കും. വള്ളത്തോളിനെ പരാമർശിക്കാതെ കഥകളിയില്ല. മഹാകവി കഥകളിയെ രക്ഷിച്ചു'. കഥകളി മഹാകവിയെയും. എന്നാണ് പി.യുടെ പുതിയ സമവാക്യം. കവിയുടെ കാല്പാടുകളിലെ ഒരു അദ്ധ്യായപ്പേര് കഥകളിവിളക്കത്ത് എന്നാണ്. എന്നെതിരയുന്ന ഞാനിൽ ഉത്സവക്കളിപ്പെട്ടികൾ എന്നൊരു അദ്ധ്യായവും ഉണ്ട്. എന്നിട്ടും കുഞ്ഞിരാമൻനായർ എന്തുകൊണ്ട് ഒരു ആട്ടക്കഥ എഴുതിയില്ല?

കവിയുടെ ജന്മസിദ്ധമായ കഥകളിതാല്പര്യം അഥവാ ഉന്മാദം ഒന്നുകൂടി ബലപ്പെടാൻ കൊല്ലങ്കോട് സ്കൂളിലെ അദ്ധ്യാപനവും കാരണമായി.

ഇയ്യങ്കോട് ശ്രീധരനും കോട്ടയ്ക്കൽ ശിവരാമനുമൊക്കെയായിരുന്നു അവിടെ കവിക്കുകൂട്ട് ആ അന്തരീക്ഷത്തെ കുറിച്ച് പി.എഴുതുന്നു. "സ്കൂളിൽ കഥകളി ക്ലാസ് ഏർപ്പെടുത്തി. ഒറ്റയ്ക്കുള്ള കഥകളിമുറി. ഒഴിവുസമയത്തെല്ലാം സങ്കേതം കഥകളിമുറിയാണ്. കഥകളി ആശാൻ പറയും. "മുൻഷിപ്പണി ഞാനാവാം. കവി മാസ്റ്റർ കഥകളിക്ലാസ്സിൽ ആശാനായി ഇരിക്കട്ടെ. നാലുമണിപ്പൂവാണ് കവിമാസ്റ്റർ. സ്ഥിരം കളിയോഗത്തിലെ വേഷക്കാരൻ പകൽ ഉറക്കം രാത്രി കളി."

'നിത്യവുമക്കഥകളിക്കാരന്റെ നിദ്രയേവമഭിനയിക്കുന്ന' നാലുമണിപ്പൂവ് കൊല്ലങ്കോട്ടു വച്ചാണ് വിടർന്നത്. എന്നു വ്യക്തമായി. നടപ്പിലും നോക്കിലും വാക്കിലും കഥകളിവിചാരങ്ങളുടെ ഉണ്മ പി.കുഞ്ഞിരാമൻ നായർ സാക്ഷാത്കരിച്ചിരുന്നു. അതുകൊണ്ടാണ് കളിയച്ഛൻ കൃതഹസ്തതയാർന്നും അനായാസാമാർന്നും എഴുതാനുള്ള മാനസിക ഉന്മേഷം കവിക്ക് ലഭിച്ചത്.

കേരളത്തിന്റെ സംസ്കാരസമ്പന്നതയുടെ, കേരളപ്രകൃതിയുടെ, സഹൃദയത്വത്തിന്റെ മുഴുവൻ ദൃശ്യാവിഷ്കാരവും പി. കഥകളിയിൽ കാണുകയായിരുന്നു. കഥകളി പഠന വിഷയമായ കൊല്ലങ്കോട് രാജാ ഹൈസ്കൂളിൽ കുറച്ചുകാലം അധ്യാപകനാകാൻ സാധിച്ചത് പി.യുടെ ജീവിതത്തിലെ അപൂർവ്വതകളിലൊന്നായിരുന്നു. വെള്ളിനേഴി ഹൈസ്കൂളിലാണ് പ്രവർത്തിച്ചിരുന്നതെങ്കിൽ പി.യുടെ കലാവിചാരം മറ്റൊരു വിധമാകുമായിരുന്നു.

കവിയച്ഛൻ

കളിയച്ഛന്, പി.കുഞ്ഞിരാമൻ നായർ അത് വായിച്ച കവിസമ്മേളന വേദിയുമായി ബന്ധപ്പെടുത്തിയുള്ള ഒരു വിചാരത്തിനും സാംഗത്യമുണ്ട്. കൂടാളി നമ്പ്യാർ പറഞ്ഞ, കഥകളിക്കാരന്റെ കഥ മറന്ന് പി. തന്നെത്തന്നെ വിസ്തരിക്കുന്നു. കുഞ്ഞിരാമൻ നായർക്കുള്ളിൽ അബോധമായിക്കിട ന്നിരുന്ന വൈകാരികതയുടെ പ്രവാഹമാണ് കളിയച്ഛൻ. പി. യുടെ കാവ്യ ലോകം വിഷാദം കൊണ്ടുകൂടി സമ്പന്നമാണ്. മൂന്ന് ആത്മവിചാര പുസ്ത കങ്ങളിലും ഈ വിഷാദം സൂക്ഷ്മമായി വായിക്കാം. പി.യുടെ (കേമ ദ്രുമ) ജാതകം സമകാലിക കവികളെപ്പോലെ ചിട്ടയാർന്ന ജീവിതത്തിന് പാകപ്പെട്ടതായിരുന്നില്ല. അവരെക്കാൾ അനുഭവലോകത്തിലൂടെയുള്ള സഞ്ചാരം പി.ക്ക് ആനന്ദമല്ലേ നേടിക്കൊടുത്തത്. നടന്ന് കവിത കണ്ട ആളായിരുന്നു കുഞ്ഞിരാമൻ നായർ. പി.യിലെ കവിത്വത്തിന് ആ വിചിത്ര ജീവിതം തടസ്സമായ വേളകളുമുണ്ട്. കണ്ടതെല്ലാം കവിതയാക്കുന്ന ബിംബങ്ങളുടെ അക്ഷയഖനി ഈ പ്രകൃതിതന്നെയാണെന്ന് തിരിച്ച റിഞ്ഞ പി.യെ കവി എന്നതിനപ്പുറം അദ്ഭുതമനുഷ്യനായി വ്യാഖ്യാനി ക്കാനാണ് പലരും ഇഷ്ടപ്പെട്ടത്. ഇതിലെ അപകടം അദ്ദേഹം തിരിച്ചറി ഞ്ഞിരുന്നു. കവിയായി വർത്തമാനകാലത്തിലും ഭാവിയിലും തനിക്ക് ഇടം വേണമെന്ന് കുഞ്ഞിരാമൻ നായർ മോഹിച്ചിരുന്നതിന്റെ സൂക്ഷ്മവിശ കലനങ്ങൾ കവിയുടെ കാല്പാടുകളിലുണ്ട്. അത് വായനയ്ക്കു വിട്ടു തരുന്നു. താൻ അംഗീകരിക്കപ്പെടാത്തതിന്റെയും കവിത്വത്തിൽ തനിക്കു താഴ്ന്നവർ അവരോധിക്കപ്പെടുന്നതിന്റെയും വിഷാദച്ഛവിയുള്ള വിചാര വികാരങ്ങൾ പി. യുടെ ആത്മകഥയിൽ വായിക്കാം. വ്യാജസ്തുതിപര മായ നിരീക്ഷണങ്ങളും വിശേഷണങ്ങളും ഇതിൽ ധാരാളം. എല്ലാവർക്കും മുന്നിൽ വിനീതനാവുന്ന പി. തന്റെ കവിതയെ വിമർശനപരമായി സമീ പിച്ചവർക്കുനേരെ കാവ്യാത്മകമായി ആക്രോശിക്കുന്നതും കാണാം.

കാവ്യനാട്യമില്ലാതെ ജീവിച്ചിടും, നാട്യമില്ലാക്കവിതകൾ എഴുതിയിടും പി.ക്കാലവും പി.യുടെ പിൽക്കാലവും പി. യെവേണ്ട വിധം വായിച്ചുവോ? ശങ്കരക്കുറുപ്പിലും ഇടശ്ശേരിയിലും വൈലോപ്പിള്ളിയിലും അഭിരമിച്ച (യ്ക്കുന്ന) വർ പി. യെ വ്യാഖ്യാനിക്കാൻ പിശുക്കുകാണിച്ചില്ലേ? വിസ്മയ

തക്കത്തിൽ നിന്നൊലറവേ, തങ്ങളിൽ -
നോക്കിച്ചിരിപ്പൂ മറ പിടിക്കുന്നവർ.

കവിയായി, കവിത്വത്തിന്റെ ധാരാളിത്തത്തിൽ പി.യുടെ രചനാപരമായ ചിട്ടക്കേടിനെ അല്പം ഉയർത്തിക്കാണിച്ച് പതുക്കെ പിൻവാങ്ങുന്ന കാഴ്ചയാണ് ഇന്നും കാണുന്നത്.

ആത്മബോധമുള്ള കവിയായിരുന്നു കുഞ്ഞിരാമൻ നായർ. ഈ ആത്മബലത്തിൽ വിശ്വസിച്ചിരുന്ന കവിക്ക് മലയാള കവിയരങ്ങിൽ ആദ്യവസാനവേഷം കെട്ടാൻ മോഹമുണ്ടായതിൽ അദ്ഭുതമില്ല. കഥകളിയിലെ ഒന്നാന്തരം പച്ചവേഷം. അതാണ് പി.ക്കവിത. കഥകളിയുടെ പരമാധികാരിയാണ് കളിയച്ഛൻ. കളിക്കാർക്ക് വേഷം നിശ്ചയിക്കുന്നത് കളിയച്ഛനാണ്. ഒന്നാം കിടക്കാരനാകാൻ ആഗ്രഹിക്കുന്ന നടന് കിട്ടുന്നത് ഇടത്തരം വേഷങ്ങൾ. 'ആശാനിൽ ആശങ്ക വാരിയെറിഞ്ഞ്, താടി നരച്ച ദുർവാശിക്ക് കീഴ്പ്പെടാതെ, തോന്നിയ വേഷങ്ങൾ കെട്ടി നടക്കുവാൻ പൂർണ്ണാധികാരമുണ്ടാവണമെന്ന് സിദ്ധാന്തിച്ച് ഗുരുപദം പിൻപറ്റി കാലം തുലയ്ക്കുവാൻ വയ്യെന്ന് ശഠിച്ച്, പച്ചയിൽ ഇച്ഛപോലെ കത്തിയും താടിയും കലർത്തി. ഈ കളിവട്ടത്തിലും കളിയച്ഛനൊപ്പവും കളിക്കാൻ വയ്യെന്ന് തീരുമാനിച്ച് നടൻ ഏകാന്തസഞ്ചാരിയാവുന്നു. തന്റെ പിൻഗാമിയെ ശിഷ്യനിൽകണ്ട ആശാന് ഈ അപഥസഞ്ചാരം വേദനയുണ്ടാക്കി. ആ വേദന ശാപമായി ശിഷ്യനെ പിന്തുടരുന്നു. അയാൾ പൂർണ്ണമായും ബഹിഷ്കൃതനായി. വിലക്കുകൾ നിഷ്കാസിതനാക്കിയപ്പോഴാണ് പശ്ചാത്താപത്തിന്റെ വെളിച്ചം അയാളിൽ നിറയുന്നത്. ആത്മ പരിശോധനയുടെ അവസാനം, ചുണ്ടപ്പൂവിടാത്ത കണ്ണിൽ നിന്ന് ചിത്തതമോഗർവ്വ ദുർഗ്ഗം തകർന്ന് രണ്ടു കണ്ണുനീർമുത്തുകൾ അടർന്നുവീഴുന്നു. അണിയറയിൽ ചെന്ന് ഗുരുവിന്റെ കാൽക്കൽ വീണ് മാപ്പുപറയാൻ, ചെയ്തതെറ്റിന് തിരുത്ത് അപേക്ഷിക്കാൻ അയാൾ തയ്യാറാവുന്നു. ഗുരുവിനെ വന്ദിക്കാതെ അരങ്ങത്തുപോയി എന്നതാണ് ശിഷ്യന്റെ തെറ്റ്. വന്ദനം നമസ്കാരമാവുന്നു. അതിന്റെ എതിർ സംസ്കാരമാവുന്നു നിന്ദ. ഇത് തിരസ്കാരവുമാകുന്നു. ശിഷ്യൻ ഗുരുവിനെ തിരസ്കരിച്ചു. ആ ശിഷ്യനെ സമൂഹം തിരസ്കരിച്ചു.

കളിയച്ഛനിലെ കേന്ദ്രകഥാപാത്രമായ ശിഷ്യൻ ആര് എന്നതിനെക്കുറിച്ച് വിഭിന്നവായനകൾ ആവാം തന്നെത്തന്നെ കഥകളി നടനാക്കി കുഞ്ഞിരാമൻ നായർ ആത്മാംശമുള്ള കവിത എഴുതി എന്നതാവാം ശരി. യഥാർത്ഥത്തിൽ ഒരു കവിയുടെ ജീവിതകഥ പറയാനാവും പി. ഉദ്ദേശിച്ചിട്ടുണ്ടാവുക. കപടസദാചാരത്തിനെതിരെ അദ്ദേഹം കലഹിച്ചു. ജീവിതത്തിലെ അവിശുദ്ധതകളെ വിചാരണചെയ്തുകൊണ്ടുള്ള കാവ്യമാണ് കളിയച്ഛൻ. കേട്ട ഒരു കഥകളിക്കഥയുടെ ഘടനയിൽ സ്വയം ഏറ്റുപറയുന്ന ആഖ്യാനതന്ത്രമാണ് കുഞ്ഞിരാമൻ നായർ സ്വീകരിച്ചത്. ഇത്രയും മഹനീയമായൊരു കലാസൃഷ്ടി ഇരുന്നയിരുപ്പിൽ എഴുതിത്തീർത്തതിന്റെ പിന്നിൽ കവിത്വത്തിനപ്പുറം ചില പാപബോധങ്ങളുടെ മാനസിക സംഘർഷങ്ങളും ഉണ്ടായിരിക്കണം. ജീവിതത്തിന്റെ ആട്ടപ്രകാരമാണ്

പി.രചിച്ചത്. കളിയച്ഛനിൽ ശിഷ്യന്റെ പ്രവൃത്തികളിലധികവും പി.യുടെ ജീവിതവുമായി യോജിപ്പിച്ചു വായിക്കാവുന്നതല്ലേ? അതായത് പൂർണ്ണ സ്വാതന്ത്ര്യമാണ്, അഥവാ തനിക്കു താൻ തന്നെ വിധികർത്താവ് എന്ന ബോധമാണ് പി.ആഗ്രഹിച്ചതും പ്രവർത്തിച്ചതും. അപ്പോൾ ആരാണ് കളിയച്ഛൻ? പി.ക്കവിത ഏതുസ്കൂളിനെ പ്രതിനിധാനം ചെയ്യുന്നു? ഏതു കവിതാ കളരിയിലാണ് കുഞ്ഞിരാമൻ നായർ കച്ചകെട്ടിയത്?

പൂർവ്വമാതൃകയായി പി. ഉൾക്കൊണ്ടത് ആരെയാണ്? പി.കുഞ്ഞിരാമൻ നായരെ സ്വാധീനിച്ച മലയാള കവി ആരാണ്? അദ്ദേഹത്തിന്റെ വിചാരങ്ങളിൽ എല്ലാവർക്കും ആദരസ്ഥാനമാണുള്ളത്. അപ്രിയം തോന്നുന്നതിനെ മൗനത്തിലൂടെ വെറുതെവിടുന്നതും പി. യുടെ ശീലമാണ്. ഭാരതപ്പുഴയോരമായിരുന്നു പി.യുടെ വസന്തോത്സവതീരം. അവിടമായിരുന്നു അദ്ദേഹം കവിതതേടി അലഞ്ഞത്. അങ്ങനെ വരുമ്പോൾ പി.യുടെ 'സ്കൂൾ' ഏതാണെന്ന് ചോദ്യത്തിന് കൃത്യമായ ഉത്തരമുണ്ടാവില്ല. കവിയായി ജനിച്ച പി.ക്ക് സ്വാധീനങ്ങൾ കുടഞ്ഞുകളയേണ്ട ബാധ്യതയുണ്ടായില്ല.

സൗന്ദര്യനിരീക്ഷണത്തിലും ദേശീയബോധത്തിലുമൊക്കെ ഊന്നിക്കൊണ്ട് പി. എഴുതിയ കവിതകൾക്ക് വള്ളത്തോളിന്റെ 'ബോധ'ങ്ങളോട് അടുപ്പമുണ്ടോ? 'നരബലി' യിലെ കുഞ്ഞിരാമൻ നായർ വള്ളത്തോളിൽ അഭിരമിച്ച കവിയാണോ? കാവ്യാനുശീലനത്തിൽ മലയാളത്തിലെ മികച്ച കവികളെല്ലാം പി. ക്ക് കൂട്ടായിട്ടുണ്ട്. 'പലയിടത്തും ആഴമേറിയ കയങ്ങളുള്ള ആലുവാപ്പുഴയാണ് ആശാന്റെ കാവ്യവൈഖരി' (കവിയുടെ കാല്പാടുകൾ – 1999 – പു. 158) എന്ന് കുഞ്ഞിരാമൻ നായർ ആശാൻ കവിതയെ നിരീക്ഷിക്കുന്നുണ്ട്. തീർച്ചയായും കയങ്ങളില്ലാത്ത, ശാലീനയായ നിളയോടായിരുന്നു പി.ക്ക് പ്രേമം. കവിതയുടെ ശാലീനത അദ്ദേഹം വള്ളത്തോളിലും ദർശിച്ചിരുന്നു. 'വാഗീശ്വരിയുടെ പുളകംപുതച്ച പുരുഷാവതാരരൂപ'മെന്നാണ് കുഞ്ഞിരാമൻ നായർ വള്ളത്തോളിനെ നിർവ്വചിക്കുന്നത് (പുറം. 161). നിളാനദിക്കരയിൽവെച്ച് വള്ളത്തോളിനോടു സംസാരിച്ച, ജീവിതത്തിലെ ഉജ്ജ്വലമുഹൂർത്തത്തെ പി. അവതരിപ്പിക്കുന്നത് കാണുക:

"യദൃച്ഛയാ പട്ടാമ്പി അങ്ങാടിയിൽ നിൽക്കുമ്പോൾ നാലപ്പാടനോടൊത്ത് അദ്ദേഹം ബദ്ധപ്പെട്ട് വണ്ടിയിറങ്ങി അക്കരയ്ക്കു പറ്റാൻ നടന്നുപോകുന്നു. വള്ളത്തോളും നാലപ്പാടനും ഒരു ഞെട്ടിയിലെ പൂക്കളായി അന്തിത്തെന്നലിൽ പറന്നുപോകുന്നു. ഇവൻ പിന്നാലെ കൂടി. ചില വിദ്യാർത്ഥികൾ കൂട്ടത്തിൽ കൂടി. തിരിഞ്ഞുനിന്ന് ആദ്യമായി ഇവന്റെ മുഖത്തുനോക്കി.

"ഇതാര്" എന്ന് അന്വേഷിച്ചു.

ഒരു വിദ്യാർത്ഥി പേരുപറഞ്ഞു.

"കവിതയുണ്ടോ?" മഹാകവി അന്വേഷിച്ചു.

വിദ്യാർത്ഥികൾ മറുപടി നൽകി. "കവിതയെഴുത്തുണ്ട്."

വീണ്ടും മഹാകവി ചോദിച്ചു: "കൈയിലെ പുസ്തകം എന്ത്?"

ഉത്തരം: "രാമരാജ ബഹദൂർ."

"ശരി. ഒരു ദിവസം വന്നേരിക്കു വരൂ."

"അവിടെ വന്നു കണ്ടുകൊള്ളാം."

"ആ സുന്ദര ദീർഘാകാരം നിളാമണൽത്തട്ടിൽ അന്തി വെളിച്ചത്തിൽ നടന്നു മറഞ്ഞു." (പുറം. 165)

വള്ളത്തോൾ പി. യെ അത്യധികം സ്വാധീനിച്ചിട്ടുണ്ട്. എന്നാൽ വന്നേരിയിൽ ചെന്ന്, വള്ളത്തോളിനെ പി. കണ്ടതായി ഓർമ്മിക്കുന്നുമില്ല. 'മഹാകവി കഥകളിയെ രക്ഷിച്ചു; കഥകളി മഹാകവിയെയും' എന്നും കുഞ്ഞിരാമൻ നായർ തെല്ലൊരു പുഞ്ചിരിയോടെ നിരീക്ഷിക്കുന്നുണ്ട്. (എന്നെത്തിരയുന്ന ഞാൻ) വള്ളത്തോൾ കവിതയുടെ കാലത്ത് അദ്ദേഹത്തിന് കാവ്യലോകത്തിലുണ്ടായിരുന്ന സാർവ്വഭൗമസ്ഥാനം കഥകളി ലോകത്തും ഉണ്ടായിരുന്നു. കഥകളിക്കാരെല്ലാം അത്യാദരവോടെ 'മഹാകവി'യെ വന്ദിച്ച കാലമുണ്ടായിരുന്നു. കളിയച്ഛനായി മഹാകവിയെ കഥകളി ലോകം ആദരിച്ചു. കവിയച്ഛനും കളിയച്ഛനുമായി മഹാകവി വള്ളത്തോൾ മഹാകവി വള്ളത്തോൾ തിളങ്ങിനിന്നിരുന്ന കാലത്താണ് പി. കുഞ്ഞിരാമൻ നായർ 'കളിയച്ഛൻ' എഴുതുന്നത്. കവിതവരാതെ പാതിരവരെ അസ്വസ്ഥപ്പെട്ടിരുന്ന പി.ക്ക് പാതിരയ്ക്കുശേഷമാണ് കഥകളിയുടെയും വേഷത്തിന്റെയും വിഷയം വീണുകിട്ടുന്നത്. കളിയച്ഛന് പാഠഭേദംവരുത്തി കവിയച്ഛന്റെ രചനയിലായിരുന്നു. പി.യെന്ന് ഊ കവിതയ്ക്ക് പുതിയൊരു വായന നൽകിയാലോ? ഒറ്റപ്പാലം സാഹിത്യപരിഷത്തിൽ കളിയച്ഛൻ വായിച്ച സന്ദർഭം പി. ഓർമ്മിക്കുന്നതുനോക്കുക.

"നിറഞ്ഞ മഹാസദസ്സ്, മുൻവരിയിൽ വള്ളത്തോൾ അദ്ധ്യക്ഷൻ:"
"ആളെവിടെ?"

കവിതപ്പൊതിയുമായി സ്റ്റേജിലെത്തി. വള്ളത്തോളിന്റെ കാല്ക്കൽ സാഷ്ടാംഗംവീണു. കേരളത്തിന്റെ സംസ്കാരം, സൗന്ദര്യം, സന്ദേശം, ഈ മൂന്നിന്റെ പുളകമണിഞ്ഞ പൂർണ്ണചന്ദ്രപ്രഭ; വള്ളത്തോൾ.

അനുഗ്രഹിച്ചു കവിതവായിച്ചു." (പുറം, 23)

കളിയച്ഛന്റെ അവസാനം പശ്ചാത്താപവിവശനായ ശിഷ്യൻ, അണിയറയിൽച്ചെന്ന് ഗുരുവിനെ നമസ്കരിക്കുന്നുണ്ട്. താൻ വിഭാവനം ചെയ്ത ആ മുഹൂർത്തത്തെ സാക്ഷാത്കരിക്കുകയാണോ കുഞ്ഞിരാമൻനായർ ചെയ്തത്? കവിതയിലെ ഗുരു ആര് എന്നത് ഒരു പക്ഷേ പി. ക്ക് അപ്രസക്തമായിരിക്കാം. ശിഷ്യനെ താനായി അദ്ദേഹം അവരോധിച്ചുവോ? എങ്കിൽ കവിത്വം ധൂർത്തടിച്ചതിന് സമസ്താപരാധം പറഞ്ഞ് നമസ്കരിക്കാൻ അദ്ദേഹം കണ്ട കവിയച്ഛൻ വള്ളത്തോളിനപ്പുറം മറ്റാരാകാനും തരമില്ല. ഇത് കളിയച്ഛന്റെ മറ്റൊരു കാവ്യവായനയാകുന്നു.

കൂട്ടുവേഷങ്ങൾ

"**ക**ളിയച്ഛനി'ൽ നിന്ന് 'കാർമെനി'ലേക്ക് നാലു പതിറ്റാണ്ടിന്റെ അകലമുണ്ട്. കവിതയുടെ കാലാന്തരം കഥയിൽ കണ്ടെത്താം. മലയാളത്തിലെ ഏറ്റവും വലിയ കഥകളി കവിതയും കഥയും പ്രത്യക്ഷത്തിൽ വ്യത്യസ്തമാണെങ്കിലും വായനാചേർച്ചയുണ്ട്.

പി. കുഞ്ഞിരാമൻ നായർ 'ആര്യപരമ്പരാദർശം മറന്നുപോയ' കഥകളിവേഷക്കാരന്റെ കഥ കവിതയിൽ എഴുതി. കഥകളി ആഗോള വിപണിയുടെ ഉല്പന്നവും കലാകാരൻ ഉപോൽപന്നമാകുന്ന കാലത്താണ് എൻ. എസ്. മാധവൻ 'കാർമെൻ' എഴുതുന്നത്. കഥകളിയിലെ ശരീര (കലാ) രാഷ്ട്രീയത്തിന്റെ കാതലും കാതലില്ലായ്മയുമാണ് 'കാർമെനി'ൽ പ്രതിപാദ്യം. കഥകളിരംഗത്തെ ചരിത്രപുരുഷന്മാർ അതേകാലത്തോടും പേരോടുകൂടിത്തന്നെയും കഥാപാത്രങ്ങളാവുന്ന സ്വാഭാവികത 'കാർമെന്റെ' വായനയെ സജീവവും ജൈവികവുമാക്കുന്നു. 'അമ്പതു'കളിൽ നിന്ന് 'തൊണ്ണൂറു' കളിലേക്കുള്ള കഥകളിയുടെ മാറ്റത്തിന്റെ ചരിത്രരേഖ കൂടിയാണ് 'കാർമെൻ'.

'കളിയച്ഛനി'ലെ വേഷക്കാരന് പേരില്ല. ഗുരുനാഥനും പേരില്ല. അവർ തമ്മിൽ 'പോരേ'യുള്ളൂ. ഈ പോരിന്റെ കഥയാണ് 'കളിയച്ഛനി'ലെ കവിത. 'കാർമെനി'ലെ കവിത ആധുനികമാണ്. മാംസസംസ്കരണശാലയിൽ ജോലിചെയ്യുന്ന കാർമെന് രാഘവൻ എന്ന കഥകളിനടനോട് തോന്നുന്ന മാംസനിബദ്ധമായ രാഗമാണ് കാർമെനിനെ ഒരു ഘട്ടംവരെ നിലനിർത്തുന്നത്. ഇത് കാമനിബദ്ധവുമാണ്. രാഗനിബദ്ധമാണ് മാംസം എന്ന് ബി. മുരളിയുടെ കഥാപുസ്തകത്തെയും ഓർമിപ്പിക്കുന്നു 'കാർമെൻ'. തികച്ചും വൈദേശിക പശ്ചാത്തലമാണ് കഥയുടെ ജൈവികത. ശരീരമാണ് നടന്റെ ഏറ്റവും വലിയ മൂലധനം. ഈ ശരീരത്തെ ആസ്പദമാക്കിയാണ് കഥ തുടരുന്നത്. രാഘവന്റെ ഭാഷാതീതമായ മൗനവും ശരീരത്തിന്റെ വാചാലതയുമാണ് കാർമെനെ ആകൃഷ്ടയാക്കുന്നത്. രാഘവന്റെ കളിയരങ്ങുകളുടെ കാണിയായിട്ടല്ല ശരീരമാകുന്ന അരങ്ങിന്റെ ആസ്വാദകയായിട്ടാണ് കാർമെന്റെ നില. അവൾ അയാളെ വില

കല്പിക്കുന്നത് ശരീരാധിഷ്ഠിതമായിട്ടാണ്. കറുപ്പിന്റെ കരുത്ത് ഉറഞ്ഞു കിടക്കുന്ന രാഘവനെ തന്നിലേക്ക് പകർന്നാടിപ്പിക്കാനുള്ള വ്യഗ്രതയാണ് കാർമെന്.

വെനീസിലെ അരങ്ങിലേക്ക് പോകുംമുമ്പേ ഇന്നത്തെവേഷം എന്താണെന്ന് ചോദിച്ച കാർമെന് മുന്നിൽ ഭാഷയില്ലാതെ രാഘവൻ വലയുന്നു. "മദാമ്മയുടെ മുന്നിൽനിന്ന് വിഡ്ഢിത്തം കാട്ടാതെ പോയി ആട്" എന്നായിരുന്നു ഗുരുനാഥന്റെ കല്പന.

മഹാനടന്മാർ അനശ്വരമാക്കിയ തോരണയുദ്ധത്തിലെ ഹനുമാനെ വാനരചാപല്യംകൊണ്ട് വികലമാക്കിയ രാഘവന് ശിക്ഷയെന്നോണം ദുശ്ശാസന വേഷമാണ് ആശാൻ നൽകിയത്. "കാവുങ്കൽ സാക്ഷാൽ ശങ്കരപ്പണിക്കർ കഴിഞ്ഞാൽ ഇവനാണ് മലയാളം കണ്ടിട്ടുള്ളതിൽവെച്ചേറ്റവും വേഷഗുണം" എന്ന് കൊച്ചിരാജാവ് പരിക്ഷിത്ത്തമ്പുരാൻ ബഹുമതി നൽകിയ രാഘവനാണ് കഥയിലെ കേന്ദ്രകഥാപാത്രം. ബ്രാഹ്മണസ്ത്രീയുടെ അവസാനത്തെ കുട്ടിയെ രക്ഷിക്കാൻ ശരം കൊണ്ടുണ്ടാക്കിയ സൂതികാഗൃഹത്തിനരികെ നിൽക്കുന്ന അർജ്ജുനന്റെ നിശ്ചലാവസ്ഥയെ പൂവെറിഞ്ഞാണ് കാർമെൻ ചലിപ്പിക്കുന്നത്. ചലിപ്പിക്കുന്ന ഒരവസ്ഥ കാർമെന്റെ ജീവിത്തിലുണ്ട്. രാഘവനുമായി ഇന്ത്യയിലേക്ക് പോകുന്ന കാർമെനിന്റെ രാശി മീനമാണ്. "ജലമാണ് എന്റെ മൂലകം. എപ്പോഴും ചലിക്കുന്ന ജലം" എന്ന് കാർമെൻ തന്നെ പറയുന്നുണ്ട്. "എപ്പോഴും മാറിക്കൊണ്ടിരിക്കുന്ന ജലം" എന്ന് അമ്മൂമ്മ കാർമെനെ ചൊടിപ്പിക്കുന്നുമുണ്ട്. ഗംഗയുടെ ബനാറസിലേക്കാണ് കാർമെൻ പോകുന്നത്. ജലം ഗംഗയിൽ രൂപകമാകുന്നു. "ഗംഗയുടെ തീരത്ത് ഒരു നദീതട സംസ്കാരംപോലെ ഞാൻ നിലകൊള്ളും എന്ന്" കാർമെൻ വീഞ്ഞിന്റെ ലഹരിയിൽ ഉദ്ഘോഷിക്കുന്നു. ഗംഗാതീരത്താണ് കഥ മറ്റൊരു ഘട്ടത്തിലെത്തുന്നത്. എപ്പോഴും മാറിക്കൊണ്ടിരിക്കുന്ന ജലമായി കാർമെനെ ഈ ഘട്ടത്തിൽ കാണാം. ഗുസ്തിക്കാരനായ മുന്നാഷാഹിയുടെ പൗരുഷത്തികവിലാണ് കാർമെന്റെ കലാബോധം പ്രവർത്തിക്കുന്നത്. പുരുഷത്വത്തിന്റെ ആഘോഷമായാണ് ഗുസ്തിക്കാരുടെ വ്യായാമത്തെ കാർമെൻ നോക്കികാണുന്നത്. "മാംസനിഷ്ഠമായ കൈകളിൽ നിന്ന്, നദികൾ വഴി പിരിഞ്ഞ് ഉപശാഖകളാകുന്ന ഭംഗിയോടെ വളരുന്ന വിരലുകളും ഫ്ളാനൽ ഫർട്ടിന്റെ അകത്തെ നെഞ്ചും പേടിപ്പിക്കുന്ന മൂർച്ചയുള്ള മൂക്കുമാണ് രാഘവന്റെ പൗരുഷപ്രതാപ മുദ്രകളായി കാർമെൻ നോക്കിക്കണ്ടത്. "മാംസ സംസ്കരണശാലയിൽ ജോലി ചെയ്യുന്നതുകൊണ്ട് തനിക്ക് ആളുകളെ അവയവങ്ങൾ മാത്രമായി കാണുവാൻ പറ്റുന്നുള്ളൂ" എന്ന് കാർമെന് സ്വയം തോന്നുന്നുണ്ട്. അവൾ അയാളിലെ ശരീരകലയിലും അത് സൃഷ്ടിക്കുന്ന പൗരുഷ ക്രിയകളിലെ കലാനന്ദത്തേയുമാണ് ആഗ്രഹിക്കുന്നത്. രാഘവനുമായി അടുപ്പമുള്ള മിക്കയല എന്ന സുഹൃത്തിന്റെയും അമ്മൂമ്മയുടെയും എതിർപ്പുകളെ ഉൾകൊള്ളാതെയാണ് 'കാർമെൻ' രാഘവനിലെ ചൊല്ലിയാട്ടത്തികവുകൊണ്ട്

സുഭദ്രമായ ശരീരത്തെ തന്റെ അരങ്ങിൽ ആഘോഷിക്കുന്നത്. ഈ ആഘോഷത്തിന്റെ കലാശഘട്ടത്തെ തികച്ചും കഥകളീയമായി എൻ.എസ്. മാധവൻ രതിയാട്ടഭാഷ സൃഷ്ടിക്കുന്നുണ്ട്. രാഘവനെ രാഗ വാനായി കാർമെൻ കാണുന്നു.

"തോഴാനാം കൊച്ചുമിടുക്കന്റെയുർവ്വശി വേഷമിരുട്ടത്ത് കണ്ടനാൾ/ കോലവുംകെട്ട് കൈവിട്ടുപോയ്ക്കൂട്ടരും കാലവിചാരത്തിലുൾപ്പെട്ട ധൂർത്തനെ" എന്ന് കളിയച്ഛനിൽ പി. കുഞ്ഞിരാമൻ നായർ ഭ്രഷ്ടിന്

തോടിന്നലയാഴിയായ കലവറ -
തോടയം തേടുമരങ്ങിന്നണിയറ

കാരണമായ പ്രകൃതിവിരുദ്ധമായ അതിരിനെക്കുറിച്ച് സൂചിപ്പിക്കുന്നുണ്ട്. ഇവിടെ വിഹിതമായ സത്സംഗമാണ് നടക്കുന്നത്. രതികൂജനങ്ങൾക്ക് അലർച്ചയുടെ ഭാഷ നൽകുകയാണ് മാധവൻ. കഥ തുടങ്ങുന്നതുത്തന്നെ അലർച്ചയുടെ വ്യത്യസ്ത ഭാഷാഭാവതലങ്ങൾ വിവരിച്ചാണ്. "അലർച്ച മാത്രമേയുള്ളൂ നമുക്ക് നാദബ്രഹ്മത്തെ ഉപന്യസിക്കാൻ" എന്ന് ഗുരുനാഥൻ ശിഷ്യയോട് പറയുന്നുണ്ട്. വന്യതയുടെ അടയാളങ്ങളിലൂടെയാണ് കഥാകൃത്ത് കാർമെനും രാഘവനും തമ്മിലുള്ള വേഴ്ച വിവരിക്കുന്നത്.

താത്രിക്കുട്ടിയുടെ ഭ്രഷ്ടുമായി ബന്ധപ്പെട്ട കഥകളി ചരിത്രത്തിന്റെ പൊളിച്ചെഴുത്തിനെ കഥ ഓർമ്മിപ്പിക്കുന്നുണ്ട്. "പരീക്ഷിത്ത് തമ്പുരാന് അറം പറ്റി, കാവുങ്കൽ ശങ്കരപ്പണിക്കരാകും എന്ന് കൊച്ചിതമ്പുരാൻ പറഞ്ഞത് ഇപ്പോഴാണ് ഫലിച്ചത്."

കഥകളി നടന്മാർ പ്രത്യേകിച്ച് വൻവേഷക്കാർ പലപ്പോഴും താത്രിമാരുടെ ഇരകളായി മാറുന്നതിന് ചരിത്രം സാക്ഷിപറയുന്നു. കലയുടെ ഉന്മാദത്തിൽ സ്വയം മറുലോകം സൃഷ്ടിച്ച് അതിൽ സ്വതന്ത്രനായി അലയുന്നവന്, പ്രതാപത്തിന്റെയും കാല്പനിക സംഭോഗശൃംഗാരത്തിന്റെയും വിന്യാസങ്ങൾ നിർവഹിച്ചവന് ഇത്തരം തൃഷ്ണകളെ അതിജീവിക്കുക പ്രയാസമാവുന്നു. കഥകളിയുടെ ആധുനിക ചരിത്രത്തോടൊപ്പം വിദേശ വനിതകളുടെ കഥകളിപ്രിയത്തിന്റെ ചരിത്രവും ആരംഭിക്കുന്നു. കഥകളിയുടെ സൗന്ദര്യം വേഷക്കാരന്റെ മുഖത്തേപ്പില്ലാത്ത ആന്തരിക സൗന്ദര്യവുമായി ചേർത്തുവെക്കുന്ന, അതിനെ വൈകാരികമായി പ്രാപ്തമാക്കുന്ന സ്ത്രീയുടെ പ്രതിനിധികൂടിയാണ് കാർമെൻ. "നമുക്ക് വിവാഹം കഴിക്കാം" എന്ന് രാഘവൻ കാർമെനോട് പറയുമ്പോഴേക്കും, അതിനെ നിരാകരിച്ച്, കഥകളി കളരിസമ്പന്നമാക്കിയ രാഘവന്റെ ശരീരത്തോടുള്ള ആകർഷണത്തിൽനിന്ന് മുന്നാഷാഹിയെന്ന ഗുസ്തിക്കാരന്റെ പേശീബലക്ഷമതയിലേക്ക് കാർമെൻ പകർന്നാടൻ തുടങ്ങിയിരുന്നു. "എപ്പോഴും മാറിക്കൊണ്ടിരിക്കുന്ന ജലം"

എന്ന, അമ്മൂമ്മയുടെ വിലയിരുത്തൽ കാർമെനെ സംബന്ധിച്ച് കൃത്യമാവുകയായിരുന്നു. മറ്റൊരു ജലരാശിയിലേക്ക് അവൾ ഒഴുകുകയായിരുന്നു.

ഇറ്റാലിയൻ കമ്യൂണിസ്റ്റ് പാർട്ടിയുടെ മുഖപത്രമായ 'ലൂണിത്താ' യിൽനിന്ന് കഥകളി ജന്മിത്തത്തിന്റെ തണലിൽ വളർന്നതിനെക്കുറിച്ചും ഇന്നും ജന്മിത്തത്തിന്റെ പരിരക്ഷയിൽ പുലരുന്നതിനെക്കുറിച്ചും കാർമെന്റെ അമ്മൂമ്മ വായിച്ചിട്ടുണ്ട്. അവർക്ക് കഥകളി 'ഇന്ത്യൻ ഓപേറ'യാണ്. തൊഴിലാളിയായ കാർമെന്റെ കാഴ്ചപ്പാടും ജന്മിത്ത പശ്ചാത്തലത്തിൽ ജീവിക്കുന്ന കഥകളിക്കാരന്റെ കാഴ്ചപ്പാടും തമ്മിൽ യോജിക്കില്ല എന്ന് അമ്മൂമ്മ മുന്നറിയിപ്പ് നൽകുന്നതിൽ വർഗവിഭജനത്തിന്റെയും കമ്യൂണിസ്റ്റ് കാഴ്ചപ്പാടിന്റെയും കലാസിദ്ധാന്തത്തിന്റെയും സൂചനകളുണ്ട്.

കാർമെനുമായുള്ള ഒരു റിക്ഷായാത്രയിൽ ഒരു മുഴം മുല്ലപ്പൂമാല വാങ്ങിയ രാഘവനെ കാർമെൻ അധിക്ഷേപിക്കുന്നുണ്ട്. "ചീയുന്ന സംസ്കാരങ്ങളുടെ ചിഹ്നങ്ങൾ നിങ്ങൾ എത്ര പെട്ടെന്ന് പിടിച്ചെടുക്കുന്നു" എന്നാണ് കാർമെന്റെ ചോദ്യം. കൈകൊണ്ട് ജോലിചെയ്തതിന്റെ അഭിമാനം അവൾ ആവർത്തിക്കുന്നുമുണ്ട്.

വെനീസിലെ കാർമെനെയല്ല ബനാറസിൽ കാണുന്നതെന്നും അവൾ മറ്റൊരു കരുത്തിന്റെ പ്രാപ്യസ്ഥാനത്തെത്തിയിരിക്കുന്നു എന്നും തിരിച്ചറിഞ്ഞ രാഘവൻ 'പൂതനാമോക്ഷ'ത്തിന്റെ പശ്ചാത്തലം ആടി സൃഷ്ടിക്കുകയാണ്. ലളിതയായി വന്ന് പൂതനയായി മാറി ലക്ഷ്യത്തിലെത്തുന്ന സ്ത്രീത്വം. രാഘവൻ മറ്റൊരു അവതാരപുരുഷനായി മാറുകയാണ്.

"നെഞ്ചിൻകൂട് തകർത്ത്, രുധിരപാനം ചെയ്യുവാൻ രാഘവൻ മുന്നോട്ടാഞ്ഞു. സംഭവങ്ങളുടെ തുടർച്ചയിൽ അന്ധാളിച്ച കാർമെൻ കുടഞ്ഞെഴുന്നേല്ക്കാൻ ശ്രമിച്ചു. അവളുടെ കഴുത്ത് ബലമായി താഴ്ത്തിപ്പിടിച്ചുകൊണ്ട് രാഘവൻ മലയാളത്തിൽ പറഞ്ഞു: 'നിന്റെ ഹന്താവാണെടീ, ഞാൻ.' "

തുടർന്ന് പൂതനാമോക്ഷത്തിന് എൻ.എസ്. മാധവൻ ഒരുക്കിയ ആട്ടപ്രകാരമാണ് കഥയെ സമ്പന്നമാക്കുന്നത്. "കൃഷ്ണൻ നായർ അഞ്ജന പർവതംപോലെ പിറകോട്ടുമലച്ചു. പിന്നെ കാണുന്നത് ദംഷ്ട്രയും മുഖത്ത് കരിപ്പാടുകളും ഉള്ള പൂതനയായിട്ടാണ്."

രാഘവൻ അങ്ങനെയാണ് സ്വയംമോക്ഷം നേടുന്നത്. കാർമെൻ എന്ന പൂതനയെ കൊന്ന് 'ഖലൻ കലിയൊഴിഞ്ഞാ'ണ് അയാൾ കേരളത്തിൽ എത്തുന്നത്. ലളിതവേഷധാരിണിയായ പൂതനയെ പ്രതീകാത്മകമായി കൊന്ന് മോക്ഷത്തിലേക്കുള്ള മാർഗകവാടം സ്വയം തുറക്കുകയാണയാൾ. യാത്രയിൽ പത്നിയെയും കുട്ടികളെയും കുറിച്ച് അയാൾ ചിന്തിക്കുന്നു. തൃപ്പൂണിത്തുറ പൂർണത്രയീശ ക്ഷേത്രത്തിലെ അണിയറയിൽ ഉറയൊഴിഞ്ഞ പാമ്പിനെപ്പോലെയായി തന്റെ മനസ്സെന്ന് കുറ്റ

സമ്മതം നടത്തി, ആശാനുമുന്നിൽ അഷ്ടകലാശമെടുത്ത് രാഘവൻ ആശാന്റെ നിർദേശപ്രകാരം ചുട്ടിക്ക് കിടക്കുകയാണ്.

ബ്രഹ്മസ്വരൂപൻ ഗുരു കനിഞ്ഞീടുകിൽ
ബ്രഹ്മാണ്ഡമൊക്കെയും നിൻകളിപ്പന്തൽ താൻ

എന്ന് 'കളിയച്ഛനി'ൽ പി. കുഞ്ഞിരാമൻ നായർ എഴുതിയ വരികളെ കാർമെന്റെ അവസാനഭാഗം ഓർമിപ്പിക്കുന്നു.

"സർവാപരാധം പൊറുക്കേണമെന്നൊരു
സാഷ്ടാംഗവീഴ്ച -വിജയിയായ്പ്പൊങ്ങി നീ."

'കളിയച്ഛനി'ൽ പേരില്ലാത്ത നടൻ കാർമെനിൽ പുതിയ കാലത്തിന്റെ രാഘവനായി രൂപംകൊണ്ടതാകാം. 'കളിയച്ഛന്റെ' തിരുത്താണ് 'കാർമെൻ' എന്ന് പി.യുടെ പില്കാലത്തിൽ (മലയാളിയുടെ രാത്രികൾ) കെ.സി. നാരായണൻ നിരീക്ഷിച്ചിട്ടുണ്ട്. മാധവനിൽ പി. പുലരുകയോ തുടരുകയോ ചെയ്യുന്നതിലെ സാംഗത്യം എന്താണ്? 'കാർമെന്റെ' വൈദേശികവും അകേരളീയവുമായ സന്ദർഭങ്ങളും 'കളിയച്ഛനി'ലെ സ്ഥലരാശിയില്ലാത്ത സന്ദർഭങ്ങളും തമ്മിൽ പൊരുത്തങ്ങളുണ്ട്. സ്വയം നഷ്ടപ്പെടുത്തുന്ന വേഷവ്യക്തിത്വങ്ങളുടെ കഥയാണ് രണ്ടും. കംസവധത്തിൽ ആനക്കാരനായി തന്നെ തരംതാഴ്ത്തുന്ന ആശാനോടുള്ള നീരസം രാഘവന്റെ വാക്കുകളിലുണ്ട്. മൗനമുദ്രിതമായ കലയെ ശബ്ദംകൊണ്ടെങ്കിലും ജയിക്കാനാണ് ആശാൻ രാഘവനോട് പറയുന്നത്. ആനക്കാരന്റെ 'വാചിക'മാണ് ഗുരുനാഥൻ ഉദ്ദേശിച്ചത്. മൗനത്തിന്റെ നാനാർഥങ്ങളെ ശരീരവിനിമയത്തിലൂടെ ആവിഷ്കരിക്കുന്നതിൽ അതുല്യനായി പുലരുന്ന -രാജപ്രശംസയ്ക്ക് അർഹനായ - വേഷഭംഗിയിലും മുഖലാവണ്യത്തിലും അഗ്രിമനായ രാഘവനെ വാചികത്തിലെ ലോകധർമികൊണ്ട് നേരിടുകയാണ് ഗുരുനാഥൻ.

ഒക്കില്ലൊരിക്കലും മേലിലിനിക്കിനി-
യിക്കളി വട്ടത്തിലൊത്തുകളിക്കുവാൻ

എന്ന് 'കളിയച്ഛനി'ലെ ശിഷ്യനെപ്പോലെ 'കാർമെനി'ലെ രാഘവൻ അസന്ദിഗ്ധനാവുന്നില്ല. ഗുരുശാപത്തിന്റെ തീക്ഷ്ണ തീവ്രതയിലേക്ക് രാഘവൻ എത്തുന്നില്ല. ഗുരുനാഥൻ അയാളെ പരിഹസിക്കുന്നതേയുള്ളൂ. രാഘവൻ, അച്ഛൻ നമ്പൂതിരിക്ക് നായർസ്ത്രീസംബന്ധത്തിലുണ്ടായ മകനാണ്. മേളപ്രിയനായിരുന്ന, ശബ്ദത്തിന്റെ ഉപാസകനായിരുന്ന നമ്പൂതിരി, മകൻ സംസാരിക്കാൻ തുടങ്ങുമ്പോൾ അവനെ നിശ്ശബ്ദമാക്കിയിരുന്നു. അവന് കഥകളി പഠിക്കാനുള്ള പണത്തിനായി ഗുരുവായൂരിൽ സ്ഥലം എഴുതിക്കൊടുത്തിരുന്നു. മകനെ വർത്തമാനത്തിൽനിന്ന് വിലക്കിയതിന്റെ കാരണത്തിലും അച്ഛൻനമ്പൂതിരിക്ക് കലാനീതി പറയാനുണ്ട്. മകൻ കഥകളിക്കാരനാവേണ്ടതാണ്. മൗനത്തിന്റെ ഭാഷ ശീലിക്കണം. ശബ്ദപ്രിയനായ അച്ഛന്റെ മകൻ മൗനകലയുടെ പ്രയോക്താവാവുകയാണ്. അതിലേക്കുള്ള പ്രയാണസാധകമാണ് ഈ മൗനശീലം.

അക്കാലം സംബന്ധത്തിൽ പിറന്ന മകന് അച്ഛനോട് നേർക്കുനേർ സംസാരിക്കാനുള്ള അർഹതയും ഇല്ല. സ്വസമുദായത്തിൽതന്നെ ഇല്ല. പിതൃത്വത്തിലെ വരേണ്യതയാണ് രാഘവന്റെ കലാത്മകതയുടെ പൊരുൾ എന്നതിന്റെ സൂചന കഥയിലുമുണ്ട്. സർഗാത്മകതയുടെ പിതൃത്വം നമ്പൂതിരിമാരിൽ ആരോപിക്കുക എന്ന കൗതുകം ചരിത്ര ത്തിലും കാണുന്നുണ്ട്. ഇന്ന നമ്പൂതിരിക്ക് വിജാതീയ പത്നിയിലുണ്ടായ മകൻ എന്നതായിരിക്കും ആ ബൗദ്ധികനിലയുടെ ആരൂഢം.

'കാർമെനി'ൽ രാഘവൻ കാർമെന് ഒരു സംസ്കൃതവസ്തുവാണ്. മാംസസംസ്കരണശാലയിലെ തൊഴിലിന് ശേഷമുള്ള ലൗകികാനന്ദത്തി നായി അവൾ രാഘവനിലെ കലാകാരനെ കിഴിച്ച് ശിഷ്ടം ശരീരം അസം സ്കൃതചിത്തയായി ആവാഹിക്കുന്നു. തൊഴിൽശാലയിൽ മാറിമാറിവ രുന്ന മാംസശരീരങ്ങളുമായുള്ള താദാത്മ്യത്തിന്റെ പേരിലാവാം, അത്ത രമൊരു മനോഭാവം കാർമെനെ ആവേശിക്കുന്നു. വിവാഹം വേണ്ട എന്ന് കാർമെൻ പറയുമ്പോൾ എന്തുകൊണ്ട് എന്നാണ് രാഘവന്റെ ചോദ്യം. എന്തുകൊണ്ട് എന്നതിനെ അയുക്തിയുടെ മറുചോദ്യങ്ങൾകൊണ്ട് കാർമെൻ നേരിടുന്നു. കുടുംബസ്ഥനായ രാഘവൻ കാർമെനെ വിവാഹം കഴിക്കാൻ തീരുമാനിക്കുന്നതിലെ സാംഗത്യം സംസ്കരിക്കപ്പെടാത്ത കാമമനോനിലയാണ്. സ്നേഹത്തിന് തിരശ്ശീല പിടിക്കാതെ കാമത്തിന്റെ അണിയറയിൽ രാഘവനെ തളച്ചിടുകയാണ് കാർമെൻ ചെയ്യുന്നത്. കാർമെനുവേണ്ടി രാഘവൻ സൃഷ്ടിച്ച ഭൗതികമായ പൂതനാമോക്ഷത്തി നൊടുവിലും അക്രൂരമായ ചിരി ചിരിച്ച് അത് ആഘോഷിക്കുകയാണ് കാർമെൻ. "നിന്റെ ഹന്താവാണ് ഞാൻ" എന്ന രാഘവന്റെ നിമന്ത്രണ ത്തിൽ മാനസാന്തരവും വേഷപ്പകർച്ചയും പകർന്നാട്ടവും ഉണ്ട്. കലി ഒഴിഞ്ഞ നളനെപ്പോലെയാവുന്നു രാഘവൻ.

(ഖലൻ കലിയൊഴിഞ്ഞ നാൾ കരളിലോർത്തുതൻ കാമിനീം എന്ന് ഉണ്ണായിവാരിയർ) അയാൾ പത്നിയെ ഓർമിക്കുന്നു. ഉള്ളിലെ, കാർമെ നോടുള്ള അഭിനിവേശത്തെ, അടങ്ങാത്ത ആസക്തിയെ രാഘവൻ വിടുതി ചെയ്യുകയാണ്. 'കളിയച്ഛനി'ലെ വരികളോട് നീതിയാവുന്ന ചില അവ സ്ഥകൾ രാഘവനിലുമുണ്ട്.

ഊരി വലിച്ചെറിഞ്ഞേക്കുക, ഭോഷ, നി-
ന്നാത്മസമർപ്പണ വിഘ്നമിക്കഞ്ചുകം.

ഭാസുരഭാവിക്ക് രാഹു, നരകദുർഗങ്ങൾ, ബുദ്ധിഭ്രമമാം തമസ്സ് എന്നീ പ്രയോഗങ്ങൾക്കും ഇവിടെ സാംഗത്യമുണ്ട്. രാഘവന്റെ ബുദ്ധിഭ്രമമാം തമസ്സ് ഒഴിഞ്ഞു, ഭാസുരഭാവിക്ക് രാഹുവായതിനെ ഉന്മൂലനം ചെയ്തു. നരകദുർഗങ്ങളിൽനിന്ന് വിടുതി നേടി.

മന്ദപവനൻ തഴുകുമ്പോൾ കൂരിരുൾ ഗ്രന്ഥി ഭേദിച്ചുവിരിയുന്ന കോര കംപോലെയായി രാഘവൻ.

ദേവൻ ദിനേശൻ തൊടുമ്പോൾ തമിസ്രമാം
രാവു വെളിച്ചം വിതറും പ്രഭാതമാം

എന്ന് 'കളിയച്ഛന്റെ' അവസാനത്തെ വരികളെ കഥാത്മകമാക്കുന്ന അവസാനമാണ് 'കാർമെനി'ലും കാണുന്നത്.

"കാരുണ്യഭിക്ഷ തരുവാനുഴറുന്ന സൽഗുരുവിന്റെ" കാൽക്കീഴിൽ

"സർവാപരാധം പൊറുക്കേണമെന്നൊരു
സാഷ്ടാംഗവീഴ്ച- വിജയിയായ്പ്പൊങ്ങി നീ"

ഇതാണ് 'കാർമെനി'ൽ സംഭവിക്കുന്നത്. "നോക്കിനിൽക്കാതെ ചെന്ന് തേക്കടാ ചായം" എന്നാണ് ആശാൻ ശിഷ്യനോട് സ്നേഹരൂപത്തിൽ ആജ്ഞാപിക്കുന്നത്. "കാലവിചാരത്തിലുൾപ്പെട്ട ധൂർത്തനായി" 'കളിയച്ഛനി'ലെ കേന്ദ്ര കഥാപാത്രം കോലംകെട്ടുന്നുണ്ട്. കാലക്കേടിന്റെ കോലക്കേടിലേക്ക് രാഘവൻ എത്തുമായിരുന്നു. പി. കുഞ്ഞിരാമൻ നായർ.

ലോല പീതാംബരച്ചാർത്തുകൾക്കപ്പുറം
പീലിമുടി വനമാലകൾക്കപ്പുറം
പ്രീതിപ്പൊലിമതൻ പൊൻതിടമ്പാം മഹാ-
ജ്യോതിസ്സ്വരൂപനെ കാണുന്നതില്ലയോ

എന്ന് എഴുതുന്നുണ്ട്. ഈ കൃഷ്ണസങ്കല്പംതന്നെയാണ് രാഘവനെയും പൂതനയുടെ ഹന്താവായി വന്യതയിലേക്ക് നയിക്കുന്നത്.

കുഞ്ഞിരാമൻ നായർ, കുറുകാതെ, മുഴുകിയും മുറുകിയുമെഴുതിയ കവിതയാണ് 'കളിയച്ഛൻ'. കേട്ട കഥയെ അദ്ദേഹം കവിതയാക്കുകയായിരുന്നു. ആദർശാത്മകമായിട്ടാണ് അദ്ദേഹം കവിതയെ സമീപിക്കുന്നത്. എൻ.എസ്. മാധവന്റെ കഥകളുടെ പൊതുസ്വഭാവമായ ഘടനാപരമായ അച്ചടക്കം 'കാർമെനി'ൽ കാണുന്നില്ല. വാചാലമാണ് എങ്കിലും വിഭിന്ന കലാലോകങ്ങളുടെ ഭൂമിശാസ്ത്രപരവും സാംസ്കാരികവുമായ അടയാളങ്ങൾ കഥയിലുണ്ട്. എൻ.എസ്. മാധവനും വിസ്തൃതമായ 'ലോക'ത്തിലേക്ക് കഥകളിയെ നയിക്കുകയാണ്.

കലയുടെ ശരീരശാസ്ത്രത്തിന്റെ രണ്ട് മനോനിലകൾ മാധവൻ 'കാർമെനി'ൽ പരീക്ഷിക്കുന്നു. കഥകളി പഠിപ്പിക്കുന്ന ഇടത്തിന് കളരി എന്നാണ് പേര്. ചവിട്ടിയുഴിഞ്ഞ് ശരീരം ഏതുനിലയിൽ വഴങ്ങാനും പാകപ്പെടുത്തുന്നു. നല്ല ചൊല്ലിയാട്ടം കിട്ടിയ ആൾ എന്ന ഖ്യാതി നടനുണ്ടെങ്കിൽ അയാളുടെ ശരീരം ഏതുരീതിയിലും വഴങ്ങും എന്നർത്ഥം. ആയിരം അരങ്ങുകളിൽ രൗദ്രപ്രതാപിയായി ആടിയ രാവണനിലെ മനുഷ്യൻ കാമനകൾക്കുമുന്നിൽ പത്തുശിരസ്സും ഹോമിച്ച് തപസ്സാട്ടം നടത്തും. 'രംഗം', 'പരിണയം', 'മാറാട്ടം', 'വാനപ്രസ്ഥം','കളിയച്ഛൻ' എന്നീ ചലച്ചിത്രങ്ങളിൽ ഇത്തരമൊരു മനുഷ്യാവസ്ഥയുടെ പരിച്ഛേദം കാണാം. രാഘവനിലെ ശരീരം കണ്ട പ്രതീതിനിലയിലല്ല കാർമെൻ മുന്നാഷാഹിയുടെ

ശരീരം നോക്കിക്കണ്ടതും 'അനുഭവ'ത്തിന്റെ അനുമാനത്തിലെത്തിയതും. കല കുറവായതും മത്സരാധിഷ്ഠിതമായ കല ഏറിയതുമായ ശരീരമാണത്. ഒരാളെ കീഴടക്കിയതിന്റെ മുന്നിൽ കീഴടങ്ങാൻ അഥവാ അയാളെ കീഴടക്കാനാണ് കാർമെന് ഇഷ്ടം. മുന്നാഷാഹിക്കുനേരെ 'കാർമെൻ' പലതവണ കൈവീശുന്നുണ്ട്. കാർമെൻ ശരീരങ്ങളുടെ കഥയാവുന്നു. ശരീരാധിഷ്ഠിതമായാണ് കഥ തുടരുന്നത്.

'കളിയച്ഛനി'ലെ കേരളീയതയിൽനിന്ന് കഥകളി 'കാർമെനി'ലെ ആഗോളപരിപ്രേക്ഷ്യത്തിൽ എത്തിയ വികാസപരിണാമ ചരിത്രത്തിന്റെ സാഹിതീയമായ മാറ്റംകൂടിയായി ഈ കവിതയുടെയും കഥയുടെയും കൂട്ടുവേഷക്കാഴ്ചയ്ക്കും കൂട്ടിവായനയ്ക്കും സാംഗത്യം കാണുന്നു. കഥകളിയുടെയും മലയാള കഥയുടെയും ഉത്തരാധുനികതയുടെ മുദ്രകൾകൊണ്ടും 'കാർമെൻ' സമ്പന്നമാവുന്നു.

പകർന്നാട്ടം

'കളിയച്ഛൻ'ഒരു കഥകളി വേഷക്കാരന്റെ കഥാകവിതയായി മാത്രം വായിച്ചാൽ മതിയോ? അത് വായനയുടെ അപര്യാപ്തതയോ ബഹുതലസ്പർശിത്വത്തിൽ നിന്നുള്ള ഒളിച്ചോട്ടമോ ആയി വ്യാഖ്യാനിയ്ക്കപ്പെടാം. അടിക്കുറിപ്പില മുഖക്കുറിപ്പാണ് പി. കവിതയുടെ പ്രത്യേകത. വൈലോപ്പിള്ളി അടിക്കുറിപ്പുകൾ കൊടുത്തിരുന്നു. കുഞ്ഞിരാമൻ നായർക്ക് കവിത പ്രവാഹമായിരുന്നതിനാൽ അതിന്റെ അർത്ഥ തലങ്ങളെക്കുറിച്ചോ വാക്കർത്ഥം രൂപീകരിക്കുന്ന കാവ്യബന്ധുരമായ സൗന്ദര്യത്തെക്കുറിച്ചോ അദ്ദേഹം ബോധവാനായില്ല. പകരം ആമുഖവരികളിലൂടെ കവിതയ്ക്ക് മറ്റൊരു പരിപ്രേക്ഷ്യം അദ്ദേഹം സാധിച്ചു. കളിയച്ഛന്റെ തുടക്കത്തിൽ പി. നൽകിയ ഒരു വ്യാഖ്യാനത്തിന്റെ ചുവടുപിടിച്ച് ഇത് കഥകളിയിതരമായ ജീവിതകഥ കൂടിയായി വായിക്കാമെന്ന മറുപാദം വരും. ആ വായനയെ നിരാകാരിക്കുന്നില്ല.

"കൊട്ടാനും പാടാനും ആടാനും മാത്രമല്ല, ചൊട്ടക്കരിയരയ്ക്കാനും വിയർപ്പു വിഴുപ്പുണക്കാനും ചുമടു ചുമക്കാനും തനിക്ക് താൻ മാത്രം തുണപോരുന്ന കളിവട്ടമൊന്നുണ്ട്. പഴഞ്ചനിൽപ്പഴഞ്ചനെങ്കിലും പുത്തനിൽപ്പുത്തനായി എന്നെന്നും വിളികൊള്ളുന്ന ആ കഥകളി യോഗത്തിന് മാലോകർ വിളിച്ച മറ്റൊരു കുറ്റപ്പേരു കൂടിയുണ്ട്. ജീവിതം! നവരസ പരമ്പരകളിടവിടാതെ കരയോരത്തെത്തൊട്ടുതലോടുന്ന ജീവിതം!- അനാദ്യന്തവും അത്യദ്ഭുതകരവുമായ പ്രപഞ്ചജീവിതം!

ഈ മുഖമൊഴിയുടെ പശ്ചാത്തലത്തിൽ മനുഷ്യജീവിതാരോപ കവിതയായി മാത്രം കളിയച്ഛൻ വ്യാഖ്യാനിക്കുന്നവരുണ്ട്. കൊട്ട്, പാട്ട്, ആട്ടം, ചൊട്ടിക്കരി, കളിവട്ടം, കഥകളിയോഗം, നവരസം എന്നീ കഥകളി സാങ്കേതിക സംജ്ഞകൾ ഇതിൽ വരുന്നുണ്ട്. ആദ്യകാലങ്ങളിൽ കളിയോഗത്തിലെ ആശ്രിതത്വത്തിന്റെ സൂചന ഈ ഭാഗത്തുവരുന്നുണ്ട്. ഈ കളിവട്ടം തനിക്ക് തുണയാവുന്നു. തനിക്ക് താൻമാത്രം തുണയാവുന്നു. കഥകളിയോഗത്തെ പഴഞ്ചനിൽ പഴഞ്ചൻ, പുത്തനിൽ പുത്തൻ എന്ന് കവി വിശേഷിപ്പിക്കുന്നു. എത്ര പഴകുന്തോറും കഥകളി പുത്തനായി ശോഭിക്കുന്നു. 'കുറ്റപ്പേര്' എന്നാണ് ജീവിതത്തെ കവി വിലയിരുത്തുന്നത്. നവ

രസ പരമ്പരകളുടെ സമ്യക്മേളനമാണ് ജീവിതം. ശൃംഗാരം, ഹാസ്യം, കരുണം, വീരം, രൗദ്രം, ഭയാനകം, ബീഭത്സം, അദ്ഭുതം, ശാന്തം എന്നീ രസങ്ങൾ ആടാത്ത ജീവിതങ്ങളില്ല. കളിയച്ഛനിലെ വേഷക്കാരനും ഈ രസങ്ങളിലൂടെ കടന്നുപോയിട്ടുണ്ട്. കരയോരത്തെ തൊട്ടുതലോടുന്നജീവിതം എന്ന് എഴുതുമ്പോൾ പി. പ്രകൃതിയെ കൂട്ടുപിടിക്കുകയാണ്. പ്രകൃതിയുടെ പശ്ചാത്തലമില്ലാത്ത ഒറ്റരൂപകമെങ്കിലുമില്ലാത്ത ഒരു കവിതയെങ്കിലും പി. എഴുതിയിട്ടുണ്ടോ? ആ നിലയ്ക്ക് കഥകളി പ്രകൃതിയുടെ കഥകൂടിയായി കളിയച്ഛൻ വായിക്കാം. കളിക്കോപ്പ് പുതുക്കാൻ സന്ധ്യകൾപറയുന്നു. നക്ഷത്രങ്ങൾ കളിക്കു വിളക്കുവയ്ക്കാൻ പറയുന്നു. പ്രകൃതിയിൽ നിന്നുതുടങ്ങി പ്രകൃതിയിലാണ് കളിയച്ഛൻ അവസാനിക്കുന്നത്. പ്രകൃതിഗീതമായും ഈ കവിത വായിക്കാം. ശങ്കരക്കുറുപ്പ്

നീങ്ങുന്നു ദൂരെ കഥകളിപ്പെട്ടികൾ -
നീലാഭ മേചകമേഘങ്ങൾ പോലവേ.

പുലർത്തിയിരുന്ന ദാർശനികമായ പ്രകൃത്യുപാസനയല്ല പി.യിൽ കാണുന്നത്. 'ഇമചിമ്മിച്ചിമ്മി നോക്കി നിന്നുപോയ് ഞാൻ മൂവന്തിക്കാക്കമനീയമഹാനട നടന ലീല' എന്ന് ശിവതാണ്ഡവത്തിൽ ജി. ശങ്കരക്കുറുപ്പ് എഴുതുന്നു. കഥകളി എന്ന മഹാനട നടന ലീല ഇമചിമ്മാതെ കണ്ടുനിന്നതിന്റെ സാക്ഷ്യംകൂടിയാണ് 'കളിയച്ഛൻ' അത് ശാസ്ത്രീയബദ്ധമായ കാഴ്ചയായിരുന്നില്ല. കഥകളിയരങ്ങിൽ അണിയറയിലെയും കളിയോഗത്തിലെയും മനുഷ്യകഥ കാണുകയാണ് കുഞ്ഞിരാമൻ നായർ. അരങ്ങിലെ രാവണൻ പ്രതാപത്തിന്റെ മഹച്ചരിതങ്ങൾ ആടിത്തീർന്ന് അണിയറയിലെത്തുമ്പോൾ നിസ്സഹായനായ കലാകാരനാവുന്നു. അണിയറയ്ക്കുപുറത്ത് അയാൾ വെറുംമനുഷ്യനാവുന്നു. കഥകളിക്കാർ വൃത്തിയായി വേഷം ധരിച്ച് നടന്നുപോകുന്നതിനെ പരിഹസിച്ചവരെക്കുറിച്ച് കൃഷ്ണൻകുട്ടിപ്പൊതുവാൾ വള്ളത്തോൾ സ്മരണയിൽ (മേളപ്പദം) എഴുതുന്നുണ്ട്.

കഥകളിക്കാരുടെ നേട്ടങ്ങളിൽ അസഹിഷ്ണുക്കളായവർ അന്നേ ഉണ്ടായിരുന്നു. കളിയച്ഛൻ ഏതൊരു സാധാരണക്കാരന്റെയും സർവ്വസാധാരണമായ ജീവിതകഥയായി എങ്ങനെ വായിക്കാനാകും? ഗുരുത്വത്തിന്റെ പിഴവിൽ ആത്മകലയ്ക്ക് അപഭ്രംശംസംഭവിച്ച ഒരു കലാകാരന്റെ ആന്തരസംഘർഷം സാധാരണ മനുഷ്യന്റേതിൽ നിന്ന് ഭിന്നമാണ്. കുഞ്ഞിരാമൻനായരുടെ ആത്മാംശം കലർന്ന കഥയായി, പി. യുടെ ജീവിത കഥയായി കവിത വായിക്കുമ്പോൾ, ഇത്തരമൊരു വിലക്കിലൂടെ കവി കടന്നുപോന്നിട്ടുണ്ടോ എന്നും അന്വേഷിക്കേണ്ടിയിരിക്കുന്നു. മലയാളകവിതയിൽ അധികമായ കലാപമൊന്നും കുഞ്ഞിരാമൻ നായർ നടത്തിയിട്ടില്ല. സമകാല കവികളിൽ കവിത്വ സിദ്ധികൂടിയതുകൊണ്ടാകാം രൂപഘടനാബോധമോ നിയന്ത്രണമോ ഇല്ലാതെ അദ്ദേഹം എഴുതിപ്പോന്നത്. പി. കുഞ്ഞിരാമൻ നായരുടെ കവിതയേക്കാൾ ആഘോഷിക്കപ്പെട്ടത് അദ്ദേഹത്തിന്റെ അപൂർവ്വവും അസാധാരണവുമായ ജീവിതമായിരുന്നു. പി. സ്മരണകളിൽ അധികവും വ്യക്തികൗതുകങ്ങളാണ്. കാവ്യപഠനങ്ങളിലെ ഗൗരവം വളരെ കുറവും ജോൺ അബ്രഹാമിനെക്കുറിച്ചുള്ള വിചാരങ്ങളിലും ആ ജീവിതമാണ് വിലയിരുത്തപ്പെടുന്നത്. കുമാരനാശാന്റെ വ്യക്തിചിത്രങ്ങൾ ഇല്ല എന്നുതന്നെ പറയാം. പി. യുടെ കാവ്യ ജീവിതത്തിലെ തന്നിഷ്ടത്തെ കളിയച്ഛനിലെ പദങ്ങളുമായി ചേർത്തുവായിക്കുന്നവരുണ്ട്. പച്ചയും കത്തിയും താടിയും കൂടിക്കലർത്തിയ വേഷക്കാരനെപ്പോലെ കാവ്യ ജീവിതത്തിൽ ഒരു സങ്കര സംസ്കാരം പി. യിൽ കാണുന്നില്ല. പൂർണ്ണാധികാരത്തോടു തന്നെയാണ് പി. കവിതയിൽ ജീവിച്ചത്. പേരിനൊരു അധ്യാപക ജോലി. അതാകട്ടെ കവിത്വത്തിന്റെ അസ്വാതന്ത്ര്യവേളയുമായിരുന്നു. വള്ളത്തോളിനെക്കുറിച്ചാണ് കവിത എന്ന് പി. അക്കിത്തത്തോട് പറയുന്നുണ്ട്. വള്ളത്തോൾ സ്കൂളിന്റെ തുടർച്ചയല്ല കുഞ്ഞിരാമൻനായർ. 'നരബലി' എഴുതിയ പി.യിൽ വള്ളത്തോൾ സ്വാധീനമാകുന്നില്ല. യുവാവായതന്നെ പരിചയപ്പെട്ട വേളയിൽ എന്നെ അനുഗ്രഹിക്ക് എന്ന്പറഞ്ഞ് തന്റെ കൈപ്പടം നെറ്റിയിലേക്ക് ചേർത്തുവച്ച കുഞ്ഞിരാമൻ നായരെക്കുറിച്ച് ബാലചന്ദ്രൻ ചുള്ളിക്കാട് എഴുതിയിട്ടുണ്ട്. പി.യുടെ പൊതുസ്വഭാവങ്ങളിലൊന്നായിരുന്നു ഈ മട്ടിലുള്ള ചെയ്തികൾ. "ആര്യ പരമ്പരാ ദർശം മറക്കാത്ത കുഞ്ഞിരാമൻ നായർക്ക് വള്ളത്തോളിനെ നമസ്കരിക്കാതിരിക്കാനാവില്ല. അവിടെ ഉള്ളൂരായിരുന്നുവെങ്കിലും കുഞ്ഞിരാമൻ നമസ്കരിക്കുമായിരുന്നു. മനുഷ്യകഥാനുഗായിയായി കളിയച്ഛൻ വായിക്കാം. ജീവിതം തകർന്ന ഒരാളുടെ പശ്ചാത്താപത്തിന്റെ കഥയായുള്ള വായന ഏതുപ്രകാരത്തിലുമാകാം. മലയാളിയുടെ ഉദാസീനമായ സാംസ്കാരിക മനോഭാവത്തിന്റെ പ്രതിഫലനം കൂടിയാണ് ഇത്തരം വായനകൾ. മലയാളിയുടെ അഭിമാനമായ കഥകളി കേന്ദ്രമാക്കി വേഷക്കാരന്റെ ജീവിത സംഘർഷം ആവിഷ്ക്കരിക്കുന്ന കവിത നമ്മുടെ സംസ്ക്കാരഭദ്രതയുടെ

ആവശ്യകത ഉദ്ബോധിപ്പിക്കുകയാണ്. ആ ബിംബാവലികൾകൊണ്ട് സമൃദ്ധമായിട്ടുകൂടി, കഥകളിയെ നിരാകരിക്കുന്ന കേരളീയ മനോഭാവം ഈ കവിതയ്ക്കുനേരെയും ഉയർന്നു. വൈദേശിക കാവ്യ സ്വാധീനം വരെ ആരോപിക്കപ്പെട്ടു. ലക്കാന്റെയും ഭറിദയുടെയും സിദ്ധാന്തങ്ങൾ അതിനുമേൽ ആരോപിക്കപ്പെട്ടു. പല ലോകത്തിൽ ഒരുപോലെ ചിന്തിക്കുന്ന കവികൾ ഉണ്ട്. കളിയച്ഛൻ ഇംഗ്ലീഷിലേക്ക് കഥകളീയമായ അന്തരീക്ഷം നഷ്ടപ്പെടുത്താതെ വിവർത്തനം ചെയ്താൽ അത് ലോക കവിതകളിൽ മികച്ചതായിത്തീരും. അഡോണിസിനും അത് വായിക്കാം. മലയാള കവിതയുടെ കരുത്ത് തിരിച്ചറിയാം. ചിലിയൻ എഴുത്തുകാരൻ റോബർട്ടോബൊലാനോയെ വായിയ്ക്കാത്തതിൽ തനിക്ക് നാണക്കേടില്ലെന്നും കാരണം തന്റെ പുസ്തകം അദ്ദേഹം വായിച്ചിട്ടില്ലല്ലോ എന്ന് അർത്ഥം വരുന്ന രീതിയിൽ കഥാകൃത്തും നോവലിസ്റ്റുമായ സുഭാഷ് ചന്ദ്രൻ സംസാരിച്ചത് പ്രത്യക്ഷത്തിൽ തെറ്റിദ്ധരിക്കപ്പെട്ടു. കൊളോണിയൽ ആധിപത്യത്തിനുവശംകെട്ട് നിസ്സാഹായരായി നിൽക്കുന്ന എഴുത്തുസമൂഹത്തിനുവേണ്ടി വാദിക്കുകയായിരുന്നു സുഭാഷ് ചന്ദ്രൻ. നമ്മുടേത് മോശമെന്നും വൈദേശികകൃതിയിൽ പരക്കെ മികച്ചതെന്നുമുള്ള മൂഢധാരണയെ ചോദ്യം ചെയ്യുകയായിരുന്നു സുഭാഷ് ചന്ദ്രൻ. കളിയച്ഛനിലെ പ്രാദേശികതദേശാന്തര വിഷയമായി മാറുന്നത്; അത്സാർവ്വകാലകമാവുന്നത്; ലോകത്തെവിടെയുമുള്ള കലാകാരന്റെ പ്രശ്നമാകുന്നത്. കേരളത്തിലെ ഒരുകവി ആവിഷ്കരിച്ചതിനെ അതിലെ സവർണ്ണബിംബങ്ങളുടെ ആധിക്യം വച്ച് തള്ളിപ്പറയുക എളുപ്പമാണ്. ലോകാന്തരങ്ങളിൽ ചർച്ചയാവേണ്ട ഒരു കാവ്യ സമീപനത്തെ ലോകത്തിനുമുന്നിൽ പരിഭാഷപ്പെടുത്തി വയ്ക്കേണ്ട കലാധർമ്മം അല്ലെങ്കിൽ സാംസ്കാരിക യത്നം അനുഷ്ഠിക്കാതെ കളിയച്ഛനെ വൈദേശിക കാവ്യ വിഷയത്തോടു കൂട്ടിച്ചേർക്കുന്ന നിരൂപണമതം ചോദ്യം ചെയ്യപ്പെടേണ്ടതാണ്. മാർക്വസിനെ വായിക്കുകയും കുഞ്ഞിരാമൻനായരെ നിരാകരിക്കുകയും ചെയ്യുന്ന വായനാ സംസ്കാരം ചോദ്യം ചെയ്യപ്പെടണം. നൂറുശതമാനം കഥകളീയമായിത്തന്നെ കളിയച്ഛനെ വായിക്കുന്നത് അരുതെങ്കിൽ ആ അരുതിനെ മലയാളി ആഘോഷിക്കേണ്ടിയിരിക്കുന്നു. അനാദ്യന്തവും അദ്ഭുതകരവുമായ പ്രപഞ്ചജീവിത വൈചിത്ര്യങ്ങൾ തന്നെയാണ് കവിതയിലൂടെ ആവിഷ്കരിക്കുന്നതെന്ന് കവി എഴുതുന്നത്. ആ നിലയ്ക്ക് കളിയച്ഛനെ വായിക്കാനല്ല. ഒരു തെയ്യം കലാകരന്റെയോ തുള്ളൽ കലാകാരന്റെയോ കഥയായിരുന്നു എങ്കിൽ കളിയച്ഛന് ഇത്രമേൽ കാവ്യമാനം കൈവരികയില്ലായിരുന്നു. കഥകളി വേഷക്കാരന്റെ കഥയ്ക്കുമാത്രമേ ഇത്ര വ്യാപ്തിയുള്ളു. പ്രയുക്തകലകളാണ് കഥകളിമേളവും കഥകളി സംഗീതവും അതിലെ കലാകാരന്മാർക്കും വേഷക്കാരുടെ സ്വതന്ത്രമാനങ്ങളില്ല. ഈ മനുഷ്യാവസ്ഥയുടെ വിഭിന്നത ഉൾക്കൊള്ളാൻ വേഷക്കാരന്റെ കഥയാണ് ഉചിതം. കവിയുടെ കഥകൂടിയല്ല. എങ്ങനെ രഞ്ജിക്കാനാണെന്നുടെ സങ്കല്പവും നിന്നുടെ യാഥാർത്ഥ്യവും എന്ന് കണ്ണീർപ്പാടത്തിൽ

വൈലോപ്പിള്ളി എഴുതുന്നു. കളിയച്ഛനിലെ ശിഷ്യന്റെയും ആശാന്റെയും വിചാരധാരകളുമായി ഈ വരികളെ ബന്ധിപ്പിക്കാം. ഞാനൊരു സൗന്ദര്യാത്മക കവി മാത്രമാണെന്ന വൈലോപ്പിള്ളിയുടെ ഏറ്റുപറച്ചിൽ കുഞ്ഞിരാമൻ നായർക്കും ചേരും. വൈലോപ്പിള്ളി സൗന്ദര്യം അന്വേഷിച്ചു ചെന്നു. കുഞ്ഞിരാമൻ നായർക്ക് അത് വന്നു ചേർന്നു. പ്രകൃതിജീവിതങ്ങളുടെ കഥപറഞ്ഞ കുഞ്ഞിരാമൻ നായർ എന്നും നഷ്ടത്തെച്ചൊല്ലി വേദനിച്ച കവിയായിരുന്നു. ലാഭം എന്നവാക്ക് കുഞ്ഞിരാമൻനായർ എഴുതിയിട്ടേയില്ല. കളിയച്ഛൻ ലാഭം കാംക്ഷിച്ച് സ്വയം നഷ്ടം വരുത്തിയ നടന്റെ കഥ കൂടിയാവുന്നു. ഈ നഷ്ടത്തെ ലാഭമാക്കാനുള്ള വഴിയല്ല നഷ്ടം നികത്താനുള്ള സഞ്ചാരപഥമാണ് കുഞ്ഞിരാമൻനായർ വേഷക്കാരന് ഉപദേശിക്കുന്നത്. ആ നിലയ്ക്ക് കളിയച്ഛനിലെ ആശാൻ, ശിഷ്യൻ എന്നീ കഥാപാത്രങ്ങൾക്കുശേഷം മൂന്നാമനായി വരുന്ന പി. കുഞ്ഞിരാമൻ നായർ, കലിതയിൽ ഇടപെടുന്ന കവിതന്നെ മറ്റൊരു നിലയിൽ കവിതയിൽ കേന്ദ്രകഥാപാത്രമാവുന്നു. ഈ ഒരു വേഷക്കാരനിൽ പരകായപ്രവേഷം സാധിച്ച് ആടുകയായിരുന്നു. പി. അങ്ങനെ ഒരു സ്വയം തിരുത്തൽ സാധ്യത ആരായുന്ന; സ്വാതന്ത്ര്യത്തിന്റെ ദുരുപയോഗപാതയിലൂടെയുള്ള സഞ്ചാരം പി. സാധിക്കുകയായിരുന്നു. അങ്ങനെ കളിയച്ഛനിലൂടെ കുഞ്ഞിരാമൻനായർ കഥകളി നടനായി ഒന്നുജീവിച്ചുനോക്കി. ആദ്യവസാനക്കാരനാവാൻ കളിയച്ഛനോടു കയർക്കുന്ന വേഷക്കാരനിൽ നിന്നു മോചിതനായി, അരങ്ങിൽ നിന്ന് അണിയറയിലെത്തി, കിരീടമഴിച്ച്, തുടച്ച്, കവിയായി പകർന്നാടി ശിഷ്യനെ ഉപദേശിച്ചു.

1937-ൽ പി. കുഞ്ഞിരാമൻനായരുമായുള്ള ഒന്നാമത്തെ കൂടിക്കാഴ്ചയെപ്പറ്റി ഉറൂബ് എഴുതുന്നു. മുഖഭാവം സവിശേഷമായിരുന്നു. തനി പച്ചയല്ല, കത്തിയുമല്ല മൂക്കത്തെ ഉണ്ട വീണുപോയ ഒരു കത്തിവേഷം പോലെയോ മൂക്കത്ത് ഉണ്ടയുള്ള ഒരു പച്ച വേഷം പോലെയോ തോന്നി. കറുത്തിട്ടാണെങ്കിലും കരിവേഷത്തിന്റേതായ ഒന്നുമില്ല. (തന്നെ തിരഞ്ഞു നടക്കുന്ന കവി. പി.യുടെ കാല്പാടുകൾ: എഡിറ്റർ. എൻ. സന്തോഷ് കുമാർ. മാതൃഭൂമി ബുക്സ്)

ഒരു കഥകളി വേഷക്കാരനായിട്ടാണ് ഉറൂബ് കുഞ്ഞിരാമൻനായരെ കാണുന്നത്. മൂക്കത്ത് ഉണ്ടയുള്ള പച്ചവേഷം എന്ന കല്പനയിൽ യുക്തിഭംഗമുണ്ട്. പി. കവിതയിൽ ആവിഷ്കരിച്ച യുക്തിഭംഗിയില്ലാത്ത വേഷസങ്കലനം ഓർമ്മിക്കുക. സുന്ദരികളും സുന്ദരന്മാരും എന്ന നോവലിൽ ഗോപിക്കുറുപ്പ് എന്ന കഥകളി നടനെ സൃഷ്ടിച്ച ഉറൂബ് മാത്രമാണ് മുഖത്തേപ്പില്ലാത്ത കുഞ്ഞിരാമൻ നായരുടെ മുഖത്ത് ചുട്ടികുത്തിയത്. അതും കളിയച്ഛന്റെ പശ്ചാത്തലത്തിൽ. ഒരു കളിയച്ഛനായി ഉറൂബ് കുഞ്ഞിരാമൻനായരെ, കണ്ടതിന്റെ സാംഗത്യം കൗതുകമാണ്. പി. യുടെ ശരീരഭാഷയും മുഖാകൃതിയും മനസ്സും തമ്മിലുള്ള സാകല്യം ഇവിടെ കാണാം.

'കളി കഴിഞ്ഞ്' എന്ന കവിതയുടെ മുഖക്കുറി നോക്കുക: "കേളി കേട്ടൊരു കഥകളിയാശാന്റെ- ഒടുക്കത്തെ കളിയരങ്ങ്, ഒടുക്കത്തെ വേഷം - കണ്ണ് നിറഞ്ഞ കഥകളിയോട് വിടവാങ്ങുന്ന ആശാൻ. ഇത് ചൊല്ലി ക്കേട്ടു. തണുത്ത വൃശ്ചികരാത്രി- വടമലത്താഴ്‌വരയിലെ രാത്രി ഇതു കേട്ടു."

പ്രത്യക്ഷത്തിൽ പ്രധാനിയായ ഒരു വേഷക്കാരന്റെ ജീവിതത്തിലെ തന്നെ പെട്ടിവച്ചകളിയെക്കുറിച്ചാണ് ഈ കവിത. തണുത്ത വൃശ്ചിക രാത്രിയും വടമലത്താഴ്‌വരയുമായി പ്രകൃതി നിറഞ്ഞ അന്തരീക്ഷം. കഥ കളി പ്രകൃതിയുടെ കഥ തന്നെ ഈ കവിത. 'പ്രപഞ്ചത്തിൽ വന്നു നേടേ ണ്ടതു നേടാതെ തിരിച്ചുപോകുന്ന മനുഷ്യാത്മാവിന്റെ നെടുവീർപ്പ്' എന്ന ആ മുഖക്കുറിപ്പോടെയാണ് ഉത്സവക്കളിതുടങ്ങുന്നത്. അത്തരമൊര വസ്ഥയും കഥകളി എന്ന കലയിലെ കാഴ്ച സാധ്യതകൾ പി. പ്രയോജ നപ്പെടുത്തി. മൂന്നിലും പ്രധാനകഥാപാത്രം പി. കുഞ്ഞിരാമൻനായർ തന്നെ. സ്വയം കഥകളി വേഷക്കാരനും കാണിയുമായി മാറിയ പി. കുഞ്ഞിരാമൻനായരുടെ സാംസ്കാരികാവബോധത്തിന്റെ പകർന്നാട്ടങ്ങ ളാണ് ഈ കവിതകൾ.

ചുമ്മാ പല പല വേഷങ്ങൽ കെട്ടിയി -
ന്നാത്മസ്വരൂപത്തെയോരാതെയായി ഞാൻ.

മങ്ങാത്ത കളിവിളക്ക്

കേരളീയവും മലയാളീയവുമായ മൗലികമൂല്യങ്ങൾ നഷ്ട പ്പെടുന്നതിനെച്ചൊല്ലി വ്യസനിച്ച കവിയായിരുന്നു പി.കുഞ്ഞിരാമൻനാ യർ. പി.യുടെ സമസ്ത കവിതകളിലും വ്യത്യസ്ത തരത്തിൽ ഈ ആകു ലതകളുടെ അംശങ്ങൾ ഉണ്ട്. സാത്വികമായ വിചാരധാരകളിലൂടെ വേണം ജീവിതം കടന്നുപോകേണ്ടത് എന്ന് വിശ്വസിച്ച കവിയായിരുന്നു അദ്ദേഹം. അതേസമയം ആന്തരസംഘർഷം അനുഭവിച്ചതിന്റെ പരി ദേവനത്തോടെയും പി.യുടെ കവിതകൾ വായിക്കാം. ആത്മകഥയും ഇപ്പോൾ സംഘർഷങ്ങളെക്കൊണ്ട് സമ്പന്നമാണ്. പി.യുടെ നിസ്സഹായ തയും ദൈന്യതയും കബളിപ്പിക്കപ്പെട്ടതിലെ ആത്മവേദനയുമെല്ലാം ജീവിതകഥയിൽ ആലങ്കാരികമായും അക്ഷരാർത്ഥത്തിലും തെളിഞ്ഞു വരുന്നുണ്ട്. കളിയച്ഛനിൽ നടന്റെ ആത്മവേദനയുണ്ട്. ഗുരുവിന്റെയും ശിഷ്യന്റെയും നൊമ്പരങ്ങളുടെ കൂടി ആട്ടമാണ് കവിതയിൽ നടക്കുന്നത്. ശിഷ്യവാത്സല്യത്തിന്റെ കലാകാലമായിരുന്നു. അമ്പതുകളിലാണ് കളിയ ച്ഛൻ എഴുതുന്നത്. കഥയിൽ അതികഠിനമായി ശാസിച്ചും ശിക്ഷിച്ചും വേദനിപ്പിച്ചും ഗുരു വൈകുന്നേരം മധുരം തന്ന് സ്നേഹിക്കുന്നതിന്റേയും ചിത്രങ്ങൾ കഥകളി കലാകാരന്മാരുടെ ആത്മകഥയിൽ വായിക്കാം. കീചകവധത്തിൽ വലലന്റെ വേഷം സ്വയം നിശ്ചയിച്ച് കീചകന്റെ വേഷം തനിക്ക് നൽകിയ കലാമണ്ഡലം പത്മനാഭൻ നായരുടെ ശിഷ്യ സ്നേഹ ത്തെക്കുറിച്ച് കലാമണ്ഡലം ഗോപി തുറന്ന് എഴുതിയിട്ടുണ്ട്. തന്റെ ആത്മഹത്യാശ്രമം അറിഞ്ഞപ്പോൾ പത്മനാഭൻനായർ തളർന്നു വീണതിനെക്കുറിച്ചും ഗോപി എഴുതിയിരുന്നു. ഗോപിയുടെ നളന് യോജിച്ച ഹംസമായിരുന്നു പത്മനാഭൻനായരുടേത്. ശിഷ്യൻ നളന് ഗുരുവിന്റെ ഹംസം. രാമൻകുട്ടിനായരുടെ ഹനുമാനും ശിഷ്യൻ ഗോപി യുടെ ഭീമനുമായി നിരവധി അരങ്ങുകൾ നടന്നു. ലവണാസുരവധത്തിൽ കീഴ്പ്പടം കുമാരൻനായരുടെ ഹനുമാന് ശിഷ്യരായ സദനം കൃഷ്ണൻ കുട്ടിയും നരിപ്പറ്റ നാരായണൻ നമ്പൂതിരിയും കുശലവന്മാരായി അര ങ്ങിൽ വന്നിട്ടുണ്ട്. ശിഷ്യർ മികച്ച ആദ്യാവസാന വേഷക്കാരായി പേരെടുത്ത കാലത്താണ് എൺപതിനോടടുക്കുന്ന ഗുരുവിനൊപ്പം ഈ

വേഷങ്ങൾ കെട്ടിയത്. ഒന്നാം ദിവസത്തെ ദമയന്തി ഇനി മേലിൽ കെട്ടില്ലെന്ന് അസന്ദിഗ്ധനായ കോട്ടയ്ക്കൽ ശിവരാമൻ, കെട്ടണമെങ്കിൽ ഗുരുനാഥൻ പത്മശ്രീ വാഴേങ്കട കുഞ്ചുനായർ രണ്ടാമത് ജനിച്ചു വന്ന് പറയണമെന്ന് പ്രഖ്യാപിക്കുകയുണ്ടായി. ക്ലാസിക്കൽ കലകളിലെ ഗുരുശിഷ്യബന്ധത്തിന്റെ സമ്മോഹനകാലത്തിന്റെ വാങ്മയങ്ങളാണ് ഈ അനുഭവങ്ങൾ. ശിഷ്യന്റെ പരമാധികാരി ഗുരുവായിരുന്നു. കേരള കലാമണ്ഡലം, കോട്ടയ്ക്കൽ പി.എസ്.വി. നാട്യസംഘം, സദനം കഥകളി അക്കാദമി തുടങ്ങിയ സ്ഥാപനങ്ങളിലെ ഗുരുനാഥന്മാർ കർക്കശക്കാരായിരുന്നു. കളിയോഗങ്ങളിലെ ആശാന്മാരും അപ്രകാരം തന്നെ. കഥകളിയിലെ കല്ലുവഴിച്ചിട്ടയുടെ ആധുനിക വക്താവായ എക്കാലത്തേയും മികച്ച കഥകളി ഗുരു പട്ടിക്കാംതൊടി രാമുണ്ണിമേനോൻ കഥകളി വിഷയത്തിൽ തന്റെ പരമാധികാരികതയിൽ തീർത്തും വിശ്വസിച്ചിരുന്നു. അദ്ദേഹം തന്റെ രക്ഷിതാവായ ഒളപ്പമണ്ണയിലെ നമ്പൂതിരിയെ നിരാകരിച്ച സന്ദർഭം ഉണ്ടായിട്ടുണ്ട്. കലാമണ്ഡലം കളരിയിൽ തന്നെ തിരുത്തിയ വള്ളത്തോളിനോട് കലഹിച്ച് കളരി വിട്ടുപോന്നിട്ടുണ്ട്. മൈസൂർ രാജസദസ്സിൽ 'പാട്ടിനൊത്ത്' കളിച്ചിട്ടുണ്ട്. വെങ്കിടകൃഷ്ണ ഭാഗവതർ കാലം കയറ്റിപ്പാടിയപ്പോൾ കൈകൊട്ടിക്കളിച്ച സംഭവം ഓർമ്മിക്കുക. "മുണ്ടശ്ശേരിക്ക് കഥകളിയെക്കുറിച്ച് ഒരു ചുക്കും അറിയില്ല" എന്നും വാഴേങ്കട കുഞ്ചുനായർ അവർക്ക് കത്തയച്ചിട്ടുണ്ട്. ഇതെല്ലാം കഥകളി നടന്മാരുടെ ആത്മവിശ്വാസത്തിന്റെ സത്യരേഖകളാകുന്നു. കലാമണ്ഡലത്തിലെ പരമാചാര്യനായിരുന്ന രാവുണ്ണിമേനോന്റെ 'വ്യാകരണ'ത്തേക്കാൾ ഗുരുകുഞ്ചുക്കുറുപ്പിലെ 'ഭാഷ'യിലാണ് കലാമണ്ഡലം കൃഷ്ണൻ നായർ ആകൃഷ്ടനായത്. വടക്കേ മലബാറിൽനിന്നു വന്ന കൃഷ്ണൻ നായർ യഥാർത്ഥത്തിൽ തകഴിവഴിയിലാണ് സഞ്ചരിച്ചത്. ആശായ്മയുടെ അതീത വിശ്വാസത്തിലെ ഒരു തിരുത്ത് കൃഷ്ണൻ നായരിൽ നിന്നും തുടങ്ങുന്നതിനായി കാണാം. സ്ത്രീവേഷങ്ങളിൽ വിശ്രുതകാലത്താണ് പൂതന കൃഷ്ണനായ കൃഷ്ണൻനായർ കലാമണ്ഡലത്തിൽ എത്തുന്നത്. ചന്തുപ്പണിക്കരും അമ്പുപ്പണിക്കരും പഠിപ്പിച്ച പാഠങ്ങളിൽ നിന്നുള്ള ഊർജ്ജം കൃഷ്ണൻ നായർ പെരുപ്പിച്ചത് പട്ടിക്കാംതൊടി കളരിയിൽ നിന്നായിരുന്നില്ല കുഞ്ചുക്കുറുപ്പിന്റെ സൗന്ദര്യദർശനങ്ങളിൽ നിന്നായിരുന്നു. കുഞ്ചുക്കർത്താവ് എന്ന കഥകളിനടന്റെ സ്വാതന്ത്ര്യദാഹങ്ങളെക്കുറിച്ച് കഥകളി രംഗത്തിൽ വായിക്കാം. കലയുടെ ഉന്മാദസ്ഥലികളിൽ ഏകാന്തനായി അലഞ്ഞു നടന്ന പ്രതിഭയായിരുന്നു കുഞ്ചുക്കർത്താവ്. കുഞ്ചുക്കർത്താവിന്റെ നളൻ നളനുണ്ണിക്കുവരെ മാതൃകയായിരുന്നു. ഗതാനുഗതികത്വത്തിന് വിച്ഛിത്തി വരുത്തി കലാകാരനിലെ സ്വതന്ത്രകലാഭിവാഞ്ഛ സാക്ഷാത്ക്കരിച്ച വേഷക്കാർ കഥകളി ചരിത്രത്തിലുണ്ട്. തേക്കിൻകാട്ടിൽ രാവുണ്ണിനായർക്ക് പട്ടിക്കാംതൊടി രാവുണ്ണി മേനോന്റെ സൗന്ദര്യശാസ്ത്രത്തോടുണ്ടായിരുന്ന വിപ്രതിപത്തിയും ശ്രദ്ധേയമാണ്. 'നാട്യരചന' എന്നൊരു പുസ്തകം തന്നെ അദ്ദേഹം എഴുതുകയുണ്ടായി. കലാമണ്ഡലം

കൃഷ്ണൻ നായർ സ്ത്രീവേഷമിട്ട് 'പച്ച' തന്റെ തട്ടകമാക്കിമാറ്റി. അദ്ദേഹം കത്തിയും ബ്രാഹ്മണവേഷവും കെട്ടി. ചുവന്ന താടിയിലും വിജയിച്ചു. 'പൂർണ്ണാധികാരമുണ്ടെന്നു തോന്നിയ വേഷങ്ങൾകെട്ടി നടക്കുവാൻ' എന്ന കളിയച്ഛനിലെ വരികളെ ഗുരുനാഥനെ ധിക്കരിച്ചല്ലാതെ ആത്മ ബലംകൊണ്ട് സാക്ഷാത്ക്കരിക്കാൻ കലാമണ്ഡലം കൃഷ്ണൻനായർക്കു സാധിച്ചു. കൃഷ്ണൻനായരോളം രംഗശോഭയാർന്നൊരു നടൻ ആ കാല ത്തുണ്ടായിരുന്നില്ല. തുടർന്നുള്ള പച്ചവേഷക്കാരിൽ കലാമണ്ഡലം ഗോപിയാണ് വിഖ്യാതനായത്. അടിസ്ഥാനവേഷം പച്ചയാണെങ്കിലും അതിന് നേർ വിരുദ്ധമായ ദുര്യോധന വധത്തിലെ രൗദ്രഭീമനായും ഗോപി അരങ്ങു വാണു. പച്ചയിൽ സൂക്ഷിച്ച സാത്വികതയെ ക്രോധത്തിന്റെ സംഹാരതാണ്ഡവത്തിലൂടെ മറികടക്കുകയാണ് ഗോപി. കത്തിവേഷ പ്രതാപിയായിരുന്ന കലാമണ്ഡലം രാമൻകുട്ടി നായർ വെള്ളത്താടിയിലും തുല്യനിലയിൽ തിളങ്ങി. വിദേശ യാത്രയ്ക്കിടയിൽ ശ്രീലങ്കയിലെ വിശ്രമ സ്ഥലത്ത് അവിടെചുറ്റി നടന്നുകണ്ട് മടങ്ങിയെത്തിയ രാമൻകുട്ടിനായ രോട് ആശാൻ, ലങ്ക മുഴുവൻ ചുട്ടെരിച്ചുവോ എന്നുചോദിച്ച സഹൃദയ നോട് "ഞാനവിടെ രാജാവായിട്ടാണ് അധികം ഇരുന്നിട്ടുള്ളത്" എന്ന് രാമൻകുട്ടി നായർ മറുപടി പറയുകയുണ്ടായി. ഹനുമാൻ, രാവണൻ വേഷങ്ങളിൽ അദ്ദേഹത്തിനുണ്ടായിരുന്ന ആധിപത്യം ഓർക്കുമ്പോഴാണ് ഈ വർത്തമാനത്തിലെ രസികത്വം ശ്രദ്ധേയമാകുന്നത്. രാവുണ്ണി മേനോനെ അക്ഷരംപ്രതി പിന്തുടർന്ന രാമൻകുട്ടി നായർ, അച്ഛന്റെ കളരി പാഠങ്ങൾ പിന്തുടർന്ന പത്മനാഭൻ നായർ എന്നിവരിൽ നിന്ന് രാവുണ്ണി മേനോന്റെ ആദ്യകാല ശിഷ്യപ്രധാനിയായ കീഴ്പ്പാടം കുമാരൻ നായർ വ്യത്യസ്തനായി. അദ്ദേഹം ഗുരുനാഥനെ പൂജിച്ച് മറികടന്നു. പുതുകാലം ആവശ്യപ്പെടുന്ന കഥകളി ദർശനങ്ങൾക്കായി രാമുണ്ണി മേനോനിൽ നിന്ന് കുമാരൻനായർ ബഹുദൂരം മുന്നോട്ട് പോയി. വാഴേങ്കട കുഞ്ചുനായരുടെ ശിഷ്യൻ ആ വഴി പിന്തുടർന്നു. പച്ചയിൽ അഗ്രിമരായ കലാമണ്ഡലം വാസുപ്പിഷാരടി, സദനം കൃഷ്ണൻകുട്ടി, കോട്ടയ്ക്കൽ ചന്ദ്രശേഖര വാരിയർ, കലാമണ്ഡലം ബാലസുബ്രഹ്മണ്യൻ, കൃഷ്ണകുമാർ എന്നിവ യിൽ പച്ചയിലും തിളങ്ങുന്നു. യുവനടരിൽ കലാമണ്ഡലം ഷൺമുഖൻ സ്ത്രീവേഷത്തിലും പച്ചവേഷത്തിലും ശോഭിക്കുന്നു. ഇവരെല്ലാം ഗുരു നാഥന്മാരിൽ നിന്ന് ബഹുദൂരം മുന്നേറിയവരാണ്. കല്ലുവഴിച്ചിട്ടയുടെ പരമ കാന്തിയിൽ അഭ്യസിച്ചുറച്ച കലാമണ്ഡലം ഗോപിയുടെ അരങ്ങിലെ പല നിലകളും മുദ്രവിന്യാസങ്ങളും കല്ലുവഴിച്ചിട്ടയ്ക്കു നിരക്കാത്തതായി വ്യാഖ്യാനിക്കപ്പെട്ടിട്ടുണ്ട്. അതിന്റെ സൗന്ദര്യാംശം ഗോപിയുടെ ശരീര ഭാഷയുമായി ഉൾച്ചേർന്നു കിടക്കുന്നതുകൊണ്ടാണ് അനുകർത്താക്കൾ പരാജയപ്പെടുന്നത്. വാസുപ്പിഷാരടിയുടെ കേശഭാരത്തിൽ വാഴേങ്കട ശൈലിയുടെ സ്വർഗ്ഗീയമുദ്രയാർന്ന പതാക പാറിക്കളിക്കുമ്പോൾ ഗോപി യിൽ സദനം കൃഷ്ണൻ കുട്ടിയിൽ ഗുരുവഴിയുടെ നേർരേഖകൾ അത്ര സമ്പന്നമല്ല. അവർ സ്വർഗീയ ദർശനങ്ങൾ വഹിക്കുന്നവരാണ്.

വടക്കൻ കേരളത്തിൽ നളചരിതം പ്രചരിപ്പിക്കാൻ ഗുരു കുഞ്ചുക്കുറുപ്പ് കച്ചകെട്ടുകയായിരുന്നു. ഉണ്ണായി വാരിയരുടെ നാട്ടിൽ വടക്ക്, തെക്ക് ദേശങ്ങളിൽ നിന്നു വന്നവരാണ് നളചരിതം പ്രചരിപ്പിച്ചത്. കൃഷ്ണൻ നായർക്കൊപ്പം വാഴേങ്കട കുഞ്ചുനായരും നളനായി തിളങ്ങി. കൃഷ്ണൻ നായരുടെ ശോഭയാർന്ന രംഗങ്ങളെ കുഞ്ചുനായർ ഔചിത്യ വിചാരങ്ങളിലൂന്നിയാണ് പ്രതിരോധിച്ചത്. തുടർന്ന് കലാമണ്ഡലം ഗോപി നളസ്ഥാനത്തെ പ്രതിരോധ്യനായി മാറി. കഥകളിയുടെ ഉന്നമനം അടിസ്ഥാന ലക്ഷ്യം വെച്ച് മുകുന്ദ രാജാവിന്റേയും കക്കാട് കാരണവർപ്പാടിന്റേയും സഹകരണത്തോടെ വള്ളത്തോൾ സ്ഥാപിച്ച കേരളകലാമണ്ഡലത്തിലെ ഒന്നാമത്തെ ബാച്ച് കഥകളി വിദ്യാർത്ഥികൾ ഒറ്റയാളും കഥകളി വേഷക്കാരനായില്ല. അവർ നൃത്തമേഖലയെയാണ് ഉപാസിച്ചത്. കല്ലുവഴിച്ചിട്ടയിൽ വൃത്തിയായി അഭ്യസിച്ച കീഴ്പ്പടം കുമാരൻനായർ ഏറെക്കാലം മദിരാശിയിൽ തമിഴ് ചലച്ചിത്രകാരന്മാരുടെ നൃത്തഗുരുവായി തുടർന്നു. എം.എൻ. നമ്പ്യാരുടെയും എം.എം. ജി. രാമചന്ദ്രന്റേയും ഗുരുസ്ഥാനീയനായി. കാവുങ്കൽ കളരിയുടെ സദ്സന്താനമായി ആ പരമ്പരയിലെ അവസാനിക്കാത്ത മൗലിക വേഷക്കാരനായ കാവുങ്കൽ ചാത്തുണ്ണിപ്പണിക്കർ ജീവിതത്തിലെ സുവർണ്ണകാലം അഹമ്മദാബാദിലെ ദർപ്പണയിൽ മൃണാളിനി സാരാഭായിയുടെ സഹനർത്തകനായും നൃത്തസംവിധായകനായുമാണ് കഴിച്ചുകൂട്ടിയത്. പക്ഷേ അവർക്ക് പില്കാലത്ത് കഥകളിയിൽ മേൽവിലാസം ഉണ്ടായി.

കലാമണ്ഡലത്തിലെ ആദ്യബാച്ച് വിദ്യാർത്ഥികൾ കഥകളി രംഗത്ത് നിലനിന്നിരുന്നുവെങ്കിൽ കഥകളിയുടെ ചരിത്രം മറ്റൊന്നാകുമായിരുന്നു. ഇന്ന് കാണുന്ന കഥകളിയുടെ വ്യക്തിത്വം തലമുറയിലേക്ക് പകർന്നൊഴുക്കാൻ അവർക്ക് സാധിക്കുമായിരുന്നില്ല നിശ്ചയം. തന്റെ കഥകളി ഉത്തമസങ്കല്പങ്ങൾ കളരിയിൽ തകർന്നു വീഴുന്നതിനെക്കുറിച്ച് വള്ളത്തോൾ ശ്ലോകം തന്നെ എഴുതിയിട്ടുണ്ട്.

റഷ്യാനൃത്തത്തിലത്രെ രസികത ശിവരാമന്
ഹാ കേളു കേളീ നാനാലോലൻ ഹസിപ്പൂകഥ
കളിയെ/മുദാ മാധവൻ മദ്യഭദക്തൻ

കൃഷ്ണൻ നിഷ്ണാതനായ് ഗോഷ്ഠിയിലറുമടിയപ്പിള്ളരിന്നഭ്യസിപ്പോർ/സച്ഛിഷ്യാപാദനത്തിൽ കലിതരുചി/കലാമണ്ഡലം തോറ്റുപോമോ? – എന്നായിരുന്നു വള്ളത്തോളിന്റെ വ്യസനവും ഉത്കണ്ഠയും. മാധവൻ, ശങ്കരൻ, കേളു, ശിവശങ്കരൻ, കുഞ്ചുണ്ണി, ശിവരാമൻ, ഗോപിനാഥ് എന്നിവരായിരുന്നു വിദ്യാർത്ഥികൾ. ആനന്ദശിവറാം ഗുരുഗോപിനാഥ്, കേളുനായർ എന്നിവർ നർത്തകരായി പ്രശസ്തി നേടി. ശിവശങ്കരൻ എന്ന ശിഷ്യന് രാമുണ്ണിമേനോൻ മകളെ വിവാഹം ചെയ്തു കൊടുത്തു. ശിവശങ്കരൻ ഒരു കൊലപാതകക്കുറ്റത്തിന് അറസ്റ്റിലാവുകയുണ്ടായി. അദ്ദേഹത്തെ തൂക്കിക്കൊന്നു എന്നും പരോളിലിറങ്ങിയ കാലത്ത്

ആത്മഹത്യ ചെയ്തു എന്നും അതല്ല അദ്ദേഹം കൊല്ലപ്പെട്ടു എന്നും പറഞ്ഞു കേൾക്കുന്നു. ഒന്നാം ബാച്ചിന് കുഞ്ചുക്കുറുപ്പും കവളപ്പാറനാരായണൻ നായരും കോപ്പൻനായരും രാമുണ്ണിമേനോനും ആശാന്മാരായിരുന്നു. ഇത്ര സമുന്നതരായ ഗുരുനാഥന്മാർക്കു കൂടി ശിഷ്യരുടെ അന്യ കലാസഞ്ചാരങ്ങൾ തിരിച്ചറിയാനോ നിയന്ത്രിക്കാനോ സാധിച്ചില്ല. അവർ കഥകളിയുടെ അടിസ്ഥാനം സ്വാംശീകരിച്ച് അതിനെ കലാപരമായി വെല്ലുവിളിച്ച് ജീവിതത്തിനായി മറ്റൊരു കലാമാർഗ്ഗം തെരഞ്ഞെടുത്തു. കളിയച്ഛനിലെ ശിഷ്യനും കഥകളിയിൽ നിന്നുകൊണ്ട് കഥകളിയെ വെല്ലുവിളിക്കാനുള്ള കുതറൽ സ്വഭാവം ഉണ്ടായിരുന്നു. അധികാരസ്ഥാനത്തിനു നേരേയുള്ള ധിക്കാരം കൂടിയായി അത് മാറുന്നതിനെയാണ് പി. തിരുത്തിയത്. അല്പകാലം കൂടി കാത്തിരുന്നുവെങ്കിൽ പച്ചയിലും കത്തിയിലും താടിയിലും വേറിട്ട വ്യക്തിത്വമായി ശിഷ്യന് തിളങ്ങാമായിരുന്നു. ക്ലാസിക്കൽ കലാരംഗത്ത് അറുപത് വയസ്സായ ഒരാളെ തരക്കേടില്ല എന്നാണ് വിലയിരുത്തുക. മുതിർച്ചയുടെ അടയാളകാലം കൂടിയാണത്. അതിനും പകുതി പ്രായത്തിൽ സർഗ്ഗാത്മകധിക്കാരത്തിന് മുതിരുന്നത് വളർച്ചയെ പ്രതിരോധിക്കും. കളിയച്ഛന്റെ ഇച്ഛയല്ല ശിഷ്യന്റെ ഇച്ഛ. ആഗ്രഹങ്ങളുടെ സംഘട്ടനമാണ് ഇവിടെ നടക്കുന്നത്.

മുണ്ടശ്ശേരിയുടെയും ശങ്കരക്കുറുപ്പിന്റെയും കഥകളി അറിവിന്റെ അഭാവത്തെ ചോദ്യം ചെയ്ത വാഴേങ്കട കുഞ്ചുനായർക്ക് പി. കുഞ്ഞിരാമൻ നായരെ ഇഷ്ടമായിരുന്നു. കുഞ്ചുനായരുടെ തോളിൽ കൈയിട്ട് ചിരിച്ച് നിൽക്കുന്ന പി. കുഞ്ഞിരാമൻനായരുടെ ചിത്രമുണ്ട്. മാതൃഭൂമിയിൽ പ്രസിദ്ധീകരിച്ച ഈ ചിത്രത്തിന് 'കളിയച്ഛനും കളിയച്ഛനെഴുതിയ കവിയും' എന്നാണ് അടിക്കുറിപ്പ്. സാരസമ്പന്നമായ അടിക്കുറിപ്പ്. കോട്ടയ്ക്കൽ ശിവരാമനായിരുന്നു പി. യുടെ മറ്റൊരു ഇഷ്ടവേഷക്കാരൻ. 'തോഴനാം കൊച്ചുമിടുക്കന്റെ യുർവ്വശീ വേഷമിരുട്ടത്തു കണ്ടുമിരണ്ടനാൾ' എന്ന വരികളെഴുതുമ്പോൾ കോട്ടയ്ക്കൽ ശിവരാമന്റെ യൗവനകാലത്തെ സ്ത്രീവേഷത്തിന്റെ അഴക് പി.യുടെ സ്മൃതിപഥത്തിൽ ആടിയിരുന്നുവോ? അയൽദേശക്കാരനായ കൃഷ്ണൻനായരുടെ അരങ്ങിനെക്കുറിച്ച് കുഞ്ഞിരാമൻ നായർ എഴുതിയിട്ടില്ല. 'കളി കഴിഞ്ഞ'തിലെ കഥാപാത്രം ഗുരു കുഞ്ചുക്കുറുപ്പാകണം. കുഞ്ചുക്കുറുപ്പിന്റെ വേഷങ്ങളോട് പി.ക്ക് മമത ഉണ്ടായിരുന്നിരിക്കണം. തന്റെ കാല്പനികാന്വേഷണത്വരയ്ക്ക് പി.ക്ക് പച്ച വേഷം ആശ്വാസം നൽകിയിരുന്നിരിക്കാം. കുഞ്ഞിരാമൻ നായർ നളചരിതം കണ്ടവിധം എപ്രകാരമായിരിയ്ക്കും? കുചേലവൃത്തത്തിലെയും സന്താനഗോപാലത്തിലെയും ദുര്യോധനവധത്തിലെയും കൃഷ്ണൻ എങ്ങനെയാണ് അദ്ദേഹത്തിൽ ആവേശിച്ചിട്ടുണ്ടാവുക. കളിയച്ഛന്റെ അവസാനത്തിൽ വരുന്ന 'പീലിമുടി വനമാലകൾക്കപ്പുറമുള്ള ജ്യോതിസ്വരൂപൻ' കളിയരങ്ങിലെ കൃഷ്ണൻ തന്നെയാണ്. ശ്രീകൃഷ്ണന്റെ പീലിത്തിരുമുടിയുടെ സൗന്ദര്യം പി. കണ്ടത് കഥകളിയിൽ നിന്നാവണം.

1950– കളിൽ കഥകളി അതിന്റെ ആധുനികതയെ സമീപിക്കുകയായിരുന്നു. കലാമണ്ഡലത്തിലും കോട്ടയ്ക്കലും സദനത്തിലുമായി കഥകളി വരും കാലത്തിനായി ഉടുത്തുകെട്ടുകയായിരുന്നു. കളിയച്ഛനിൽ വൻ വേഷക്കാരനായി ഉയരാനുള്ള പഴുതുകൾ അന്വേഷിക്കുന്ന നടന് അതെല്ലാം തന്റെ ഗുരുനാഥൻ അടയ്ക്കുന്ന തോന്നലുണ്ടാവുകയാണ്. പാരമ്പര്യവും ആധുനികതയും തമ്മിലുള്ള കലാസംഘട്ടനത്തിന്റെ നാന്ദി കൂടിയാണിത്. സ്വയം ഭരണാവകാശത്തിനായുള്ള തേടലാണിത്. ഇനിയുള്ള കഥകളിക്കാലം തന്റെ സങ്കല്പത്തിനനുസരിച്ച് പുലരണമെന്ന ശിഷ്യന്റെ കലാദർശനത്തിനും സൗന്ദര്യചിന്തയ്ക്കും ഇടം കിട്ടാതെ വരുമ്പോഴുള്ള ആത്മരോഷത്തിന്റെ ദർശനവും പരീക്ഷണത്തെ സ്വീകരിക്കാൻ വിമുഖരാവുന്ന സദസ്സിന്റെ പരിഹാസവും പാരമ്പര്യത്തിന്റെ ശക്തിഘോഷവും കളിയച്ഛനിൽ നിന്ന് ഉയർന്നു കേൾക്കാം. കലാപരമായ നിശ്ചലതയ്ക്ക് കൂട്ടുനിൽക്കാൻ ശിഷ്യന് കഴിയുന്നില്ല. ആത്മകലയുടെ നിശ്ചലതയിൽ ഗുരുവും വിശ്വസിക്കുന്നില്ല. ഗുരുനാഥൻ ശിഷ്യന് പൂർണ്ണസ്വാതന്ത്ര്യം നൽകിയിരുന്നുവെങ്കിലോ? കളിയച്ഛന്റെ ആദ്യഭാഗത്തെ നടന്റെ വിചാരധാരകൾ അതിനുള്ള ഉത്തരം നൽകുന്നുണ്ട്. പൊന്നിൻ മലരുതരികെന്നുഷസ്സുകൾ എന്നു തുടങ്ങി വാനത്തു മോഹപ്പുക കോട്ടകെട്ടണം എന്നുവരെയുള്ള വരികളിൽ കഥകളി വേഷക്കാരന്റെ സ്വകീയദർശനമുണ്ട്. അത് വരാൻ പോകുന്ന കഥകളിക്കാലത്തിന്റെ ചിത്രം കൂടിയാണ്. പ്രകൃതി ചിത്രങ്ങളെക്കൊണ്ടാണ് പി. ഈ ആഗ്രഹബിംബങ്ങൾ ഒരുക്കുന്നത്. ഗുരുവും ശിഷ്യനും മാത്രമാണ് ഇവിടെ മനുഷ്യരായിട്ടുള്ളത്. അധികഭാഗവും പ്രകൃതിയെ ആശ്രയിച്ച് കവിത മുന്നേറുന്നു.

> ഇരുട്ടിൽ ഖണ്ഡകാവ്യങ്ങൾ
> തിരുത്തും സൂര്യ രശ്മികൾ
> നിർമ്മിച്ചു തൂവലിൻ തുമ്പാൽ
> ഭാവനാ മണി പത്തനം

എന്നെഴുതുമ്പോൾ പി.യുടെ മനസ്സിൽ മറ്റൊരു കഥകളി അരങ്ങ് ഉണർന്നിരിക്കണം. അമ്പതുകളിൽ അതിചിന്ത വഹിച്ച് സ്വാതന്ത്ര്യദാഹിയായ ഒരു കലാകാരനെ കുഞ്ഞിരാമൻനായർ അവതരിപ്പിക്കുന്നു. സ്വാതന്ത്ര്യദാഹിയായ ഒരു കവി കുഞ്ഞിരാമൻ നായരിലും പ്രവർത്തിച്ചിട്ടുണ്ട്. അദ്ദേഹം സ്വതന്ത്രമായി സഞ്ചരിക്കുകയായിരുന്നു. ഗുരുനാഥന്മാരെ വെല്ലുവിളിക്കാതെ തന്നെ പട്ടാമ്പി പുന്നശ്ശേരിക്കളരിയിലെ പണ്ഡിതരുടെ പട്ടികയിലോ പട്ടാമ്പിക്കവിതകളുടെ പട്ടികയിലോ അല്ല പി. കുഞ്ഞിരാമൻ നായർക്ക് സ്ഥാനം. പുന്നശ്ശേരി നമ്പി നീലകണ്ഠശർമ്മയെ ഭക്ത്യാദരപൂർവ്വം പി. ഓർമ്മിക്കുന്നുണ്ട്. അച്ഛനെ ധിക്കരിച്ചിറങ്ങിയ നാളുകളെക്കുറിച്ചും അദ്ദേഹം കുണ്ഠിതപ്പെടുന്നുണ്ട്. പി.കുഞ്ഞിരാമൻനായർക്ക് അത് ധിക്കാരമായിരുന്നില്ല. കവിത്വം അദ്ദേഹത്തെ വലിച്ചിഴയ്ക്കുകയായിരുന്നു.

കളിയച്ഛനെ സ്മാർത്തവിചാരവുമായി ബന്ധപ്പെടുത്തിയുള്ള വായനയ്ക്ക് സാംഗത്യമില്ല. കാവുങ്കൽ ശങ്കരപ്പണിക്കരാണ് കുറിയേടത്ത് താത്രിയുമായി ബന്ധപ്പെട്ടതിന്റെ പേരിൽ ഭ്രഷ്ടനായ വിഖ്യാത കഥകളിനടൻ. ഭ്രഷ്ടനായിട്ടും തെക്കൻ നാടുകളിൽ ശങ്കരപ്പണിക്കർ വേഷം കെട്ടി. കൊല്ലങ്കോട് വച്ചാണ് ഭ്രഷ്ട് നീങ്ങിയ കളി ഉണ്ടായത്. കുഞ്ഞിരാമൻനായർ കൊല്ലങ്കോട്ട് അധ്യാപകനായിരുന്നു എന്നതും കൗതുകം.) കാവുങ്കൽ പരമ്പരിയിലെ ശങ്കരൻകുട്ടി പണിക്കർ അന്ന് പി.യുടെ സഹപ്രവർത്തകനുമായിരുന്നു. എം. ഗോവിന്ദന്റെ 'ഒരു കൂടി ആട്ടത്തിന്റെ കഥ' യുടെ പശ്ചാലത്തിൽ കളിയച്ഛൻ വായിക്കുക സാധ്യമല്ല. ഒന്നാംകിട വേഷക്കാരനായ കാവുങ്കലിനെയാണ് താത്രി ആഗ്രഹിച്ചത്. കളിയച്ഛനിൽ കോലവും കൈവിട്ടു.... കാലവിചാരത്തിലുൾപ്പെട്ട ധൂർത്തനെ.... എന്ന വരികളിൽ ഭ്രഷ്ടിന്റെ സൂചനയില്ല. സ്മാർത്തവിചാരവുമായി ബന്ധപ്പെട്ടുള്ള ഭ്രഷ്ടിന്റെ ചരിത്രപരവും സാമൂഹികപരവും സാസ്കാരികപരവുമായ പ്രധാന്യമൊന്നും ഇവിടെ കാണുന്നില്ല. ശിഷ്യന്റെ ദുർനടപ്പിന്റെ ഒരു ചിത്രമായി മാത്രമാണ് ഈ അപഥസമാഗത്തെ വിശേഷിപ്പിക്കേണ്ടത്. ഇതു മൂലമുള്ളൊരു ഭ്രഷ്ട് സംഭവിക്കുന്ന കാലവുമായിരുന്നില്ല അമ്പതുകൾ. കലാലോകത്ത് ഇത്തരം അരുതുകൾക്കു നേരെ പലരും കണ്ണടിച്ചിരുന്ന കാലം കൂടിയായിരുന്നു അത്. അരങ്ങിനും അണിയറയ്ക്കുമപ്പുറമുള്ള കലാകാരന്റെ കാമനകളെക്കുറിച്ച് കുഞ്ഞിരാമൻനായർക്ക് അറിവുണ്ടായിരുന്നു. കഥകളി അണിയറയിൽ ഒരു മഹാസൗന്ദര്യം ഒരുങ്ങുന്നത് കണ്ട് അദ്ഭുതപ്പെട്ട് ഇരുന്ന കവി കൂടിയായിരുന്നു കുഞ്ഞിരാമൻനായർ. മറ്റൊരു മലയാളകവിയും ഈ മട്ടിൽ കഥകളി കണ്ടിട്ടില്ല. ഒളപ്പമണ്ണ, അക്കിത്തം, പാലൂർ, വിഷ്ണുനാരായണൻ നമ്പൂതിരി, ആറ്റൂർ രവിവർമ്മ തുടങ്ങിയവരുടെ കവിതകളിൽ കഥകളി അനുഭവരേഖകൾ കാണാമെങ്കിലും കഥകളി അതിന്റെ മഹാകാവ്യമായി വായിച്ച് കുഞ്ഞിരാമൻനായർ മാത്രമാണെന്നു പറയേണ്ടിവരും. പി.യേക്കാൾ കഥകളി പരിചയവും കലാകാരപരിചയവും ഉണ്ടായിട്ടുകൂടി പി. കളിയച്ഛൻ വായിച്ച വേദിയിൽ 'കൈകാട്ടിയന്ത്രം' എന്ന കവിത ചൊല്ലിയിട്ടുകൂടി, തുടർകാലങ്ങൾ കളിയച്ഛനു സമാന്തരമായി ഒരു രചന ഒളപ്പമണ്ണയിൽ നിന്നുണ്ടായില്ല. പട്ടിയ്ക്കാം തൊടി രാമുണ്ണിമേനോന്റെ അവസാനത്തെ ശിഷ്യനായ പഴയകാല സ്ത്രീവേഷക്കാരനായ എം.എൻ. പാലൂരിൽനിന്നും, കളിയച്ഛനെപ്പോലെ സമ്പൂർണ്ണകഥകളി കവിത പിറന്നില്ല. കളിയച്ഛൻ എന്ന കളിവിളക്ക്, കഥകളിക്കവിതയുടെ അരങ്ങിൽ കെടാവിളക്കായി ശോഭിക്കുകയാണ്. ആ വിളക്കിൽ കരിന്തിരി കത്തുകയില്ല. പലകാലങ്ങളുടെ പകർന്നാട്ടങ്ങൾ കണ്ട് നിറദീപപ്രഭയാർന്ന് അത് ജ്വലിച്ചുനിൽക്കും.

മെച്ച്വം തഴച്ച്വവ, നാരു ഞാനിക്കളി -
യച്ഛന്റെ മുമ്പിലോച്ഛാനിച്ച്വു നില്ക്കുവാൻ.

ദൈവനാമത്തിൽ

കഥകളി ആത്യന്തികമായി നമുക്ക് പകർന്നു നൽകുന്നത് എന്താണ്? രാത്രിയുടെ ഏറ്റവും വലിയ മായികതകൂടിയാണ് കളിയരങ്ങ്. കഥകളിക്കു പോകുന്നവർ; അത് ആവേശമാകുന്നവർ; അവരെ കളിബ്ഭ്രാന്തന്മാർ എന്നാണ് വിശേഷിപ്പിക്കുക. മറ്റൊരു കേരളീയ കലകളിലെയും കാഴ്ച ക്കാരെ ബ്ഭ്രാന്തന്മാർ എന്ന് വിളിക്കാറില്ല. 'കളിക്ക് വിളക്കുവച്ചേടത്തും ചെണ്ടപ്പുറത്ത് കോൽവീഴുന്നേടത്തും' ഉണ്ടാകും എന്നത് മലയാളിയുടെ കാഴ്ചശീലത്തിന്റെയും കേൾവിജ്ഞാനത്തിന്റെയും ആവർത്തനത്തെ പരിഹാസപൂർണ്ണമായും പറഞ്ഞുകേൾക്കാറുണ്ട്. സഹൃദയത്വം ചോദ്യം ചെയ്യപ്പെടുകയാണിവിടെ. സൂരി നമ്പൂതിരിപ്പാടും ഇന്ദുലേഖയും തമ്മിൽ കഥകളിയെക്കുറിച്ചുള്ള സംഭാഷണത്തെ, നമ്പൂതിരിപ്പാടിന്റെ 'എനിക്ക് നല്ല ബ്ഭ്രാന്താണ്; കലശലായ ഭ്രാന്ത്. എന്ന സ്വയം വിശകലനത്തെ നമ്മൾ ചിരിച്ചാണ് വായിച്ചത്. ഇന്ദുലേഖയും അത്തരമൊരു സമീപന മാണ് കൈക്കൊണ്ടത്. വീണവായനയിലും പിയാനോ വായനയിലും ഇന്ദു ലേഖയ്ക്കുണ്ടായിരുന്ന ബ്ഭ്രാന്തിന്റെ സമാന്തരതലമാണ് സൂരി നമ്പൂ തിരിപ്പാടിന്റെയും ഭ്രാന്ത്. ചന്തുമേനോൻ വടക്കേമലബാറുകാരനായിരുന്നു. അവിടെ കഥകളിക്കുണ്ടായിരുന്ന കാഴ്ചയുടെ സമ്മോഹനതലം ചന്തു മേനോൻ തിരിച്ചറിഞ്ഞിരുന്നു. സി.വി. രാമൻപിള്ളയുടെ നോവലുകളുടെ അധ്യായങ്ങളിൽ ആമുഖമായി ആട്ടക്കഥകളിലെ അതും പതിനെട്ടോളം ആട്ടക്കഥകളിലെ വരികൾ എടുത്തുചേർത്തിട്ടുണ്ട്. കഥാഗതിയുമായി; കേന്ദ്രകഥാപാത്രപ്രകൃതവുമായി ഒത്തുപോകുന്ന പദങ്ങൾ. ചന്തുമേ നോനും സി.വി. രാമൻ പിള്ളയും ഉൾ ക്കൊണ്ട കഥകളി സംസ്കാര ത്തിന്റെ ദർശനങ്ങൾ കൂടിയായി ഇതിനെ വ്യാഖ്യാനിക്കാം. വി.കെ. എന്നി ലാണ് അതിശക്തമായ കഥകളിബോധം കാണുന്നത്. നളചരിതം മൂലം എന്ന നീണ്ടകഥയിൽ നളചരിതം ആട്ടക്കഥയെ വി.കെ.എൻ. അപനിർമ്മി ക്കുകയുണ്ടായി. കഥകളികേന്ദ്രമായി കെ.പി. ബാബുദാസിന്റെ അരങ്ങ്, പി.വി. ശ്രീവത്സന്റെ കേശഭാരം എന്നീനോവലുകൾ പ്രസിദ്ധപ്പെടുത്തി യിട്ടുണ്ട്. കേരളീയതയുടെ ദൃശ്യപ്പൊലിമയായ കഥകളി, ഈ കലകൊണ്ട് ജീവിക്കുന്ന കലാകാരന്മാർ; എന്നിട്ടും മറ്റൊരു പരിപ്രേക്ഷ്യത്തോടെ ഒരു

നല്ല നോവൽ മലയാളത്തിൽ വന്നുകഴിഞ്ഞിട്ടില്ല. രംഗം (1985) വാനപ്രസ്ഥം (1989) എന്നിവ കഥകളികലാകാരന്റെ ആത്മസംഘർഷത്തിന്റെ കഥപറയുന്ന ചലച്ചിത്രങ്ങളാണ്. എം.ടി. വാസുദേവൻനായരുടെ മികച്ച തിരക്കഥയും ഐ.വി. ശശിയുടെ സംവിധാനവുമാണ് രംഗത്തിന്റെ ജീവൻ. മാറാട്ടം (1988), പരിണയം (1994), കളിയച്ഛൻ (2015), നായകൻ, (2010) ആട്ടക്കഥ, എന്നീചലച്ചിത്രങ്ങളിൽ കഥകളി എന്ന കലയെയും അതിലെ കലാകാരന്റെ സംഘർഷങ്ങളെയും കണ്ടെടുക്കാനുള്ള ശ്രമം നടന്നിട്ടുണ്ട്. 1985–ൽ മാത്രമാണ് ഒരു കഥകളി വേഷക്കാരന്റെ ജീവിതകഥ സിനിമയായത് എന്നത് അദ്ഭുതമാകുന്നു. കവിത പുറത്തുവന്ന് അറുപത്തിരണ്ട് കൊല്ലങ്ങൾക്കുശേഷമാണ് 'കളിയച്ഛൻ' സിനിമപ്രദർശന ശാലകളിൽ എത്തിയത്. കാവാലം നാരായണപ്പണിക്കരുടെ കലിസന്തരണം എന്ന കവിതയ്ക്ക് നാടകരൂപവും ഉണ്ടായിട്ടുണ്ട്. സാത്വികനായ ഒരു നടന് കലിവേഷം കെട്ടേണ്ടിവരുന്ന, കലയും ജീവിതവും തമ്മിലുള്ള വൈരുധ്യത്തെ കലാത്മകമായി സമീപിക്കുന്ന നാടകമാണ് 'കലിവേഷം'. നെല്ലിയോട് വാസുദേവൻനമ്പൂതിരി സാത്വികനായ വിശുദ്ധ ബ്രാഹ്മണനാണ്. അദ്ദേഹം ചുവന്നതാടി മേഖലയിലെ താമസവേഷങ്ങളിൽ അഗ്രിമനുമാണ്. ഈ വൈരുദ്ധ്യമാണ് നാടകത്തിന്പ്രമേയം.

നാടകീയതയാണ് കളിയച്ഛൻ എന്ന കവിതയെ ഇത്രമേൽ വായിപ്പിച്ചത്. 'ഉത്സവക്കളിയും' കളി കഴിഞ്ഞും അത്രമേൽ വായിക്കപ്പെടാതെ പോയത് അത് ഈ മട്ടിൽ നാടകീയമല്ലാത്തതുകൊണ്ടുകൂടിയാണ്. കളിയച്ഛൻ കഥയച്ഛനായും വായിക്കാം. കളിയച്ഛൻ എഴുതപ്പെട്ട ഒരു നാടകപാഠത്തിലൂടെയുള്ള അവതരണം അതിന്റെ സമഗ്രതലത്തിൽ എന്തുകൊണ്ട് ഉണ്ടായില്ല? കലിവേഷം എഴുതി സംവിധാനം ചെയ്ത കാവാലം എന്തുകൊണ്ട് കളിയച്ഛനിൽ കൈവച്ചില്ല? പരീക്ഷണകുതുകികളായ നാടകക്കാർ പോലും അതിന് തയ്യാറാവാത്തത് എന്താണ്? ഖസാക്കിന്റെ ഇതിഹാസം നാടകമാക്കിയപ്പോൾ ഉണ്ടായ വിമർശനം അത് നോവലിനോട് നീതികാട്ടിയില്ല എന്നതാണ്. ഭാഷയും ആഖ്യാനവും കിഴിച്ചാൽ ഖസാക്കിന്റെ ഇതിഹാസത്തിൽ ബാക്കി നിൽക്കുന്നതെന്താണ്? ഒ.വി. വിജയൻ സൃഷ്ടിച്ച ഭാഷയിലെ ബഹുമാനങ്ങളും ബഹുസ്വരതയും നാടകം നഷ്ടപ്പെടുത്തി എന്നാണ് വിജയന്റെ ഗൗരവപ്പെട്ട വായനക്കാർ പറയുന്നത്. ഖസാക്ക് നാടകത്തിനേ വഴങ്ങില്ല എന്ന് ആഷാമേനോൻ നാടകം കാണാതെ തന്നെ വിധി എഴുതി. വിജയൻ സൃഷ്ടിച്ച നാടകീയത നോവലിൽ നിന്ന് അടർത്തിമാറ്റി മറ്റൊരു നാടകസ്വരൂപം നൽകുക അസാധ്യമാണ്. നോവൽ തിരക്കഥയാക്കി ചലച്ചിത്രമാക്കുന്നതിനേക്കാൾ 'നഷ്ടങ്ങൾ' സംഭവിക്കുന്നു. അത് നാടകമാക്കുമ്പോൾ. അതതു സാഹിത്യകൃതികളിലെ നാടകീയത ആ എഴുത്തുരൂപത്തിന്റെ ഘടന അനുശാസിക്കുന്ന വിധത്തിൽ സംഭവിക്കുന്നതാണ്. വൈലോപ്പിള്ളിയുടെ കണ്ണീർപ്പാടവും ഇടശ്ശേരിയുടെ പൂതപ്പാട്ടും സൃഷ്ടിക്കുന്ന നാടകീയത അല്ലെങ്കിൽ വൈലോപ്പിള്ളിയുടെ പെണ്ണും പുലിയും, ഇടശ്ശേരിയുടെ 'പുത്തൻകലവും

അരിവാളും' സൃഷ്ടിക്കുന്ന നാടകീയത അത് കവിതയ്ക്കകത്തു സംഭവിക്കുന്നതാണ്. കവി കല്പിക്കുന്ന നാടകീയത അത് വൃത്തനിബദ്ധമായും താളാനുസാരിയായും സംഭവിക്കുന്ന ഒരു കാവ്യകലാപ്രതിഭാസമാണ്. നാടകപാഠത്തിന് ഉൾക്കൊള്ളാൻ സാധിയ്ക്കാത്ത പലതും അതിലുണ്ടാകും. ചിലകാവ്യബിംബങ്ങൾ പ്രത്യേകിച്ചും പി. കുഞ്ഞിരാമൻ കവിതകളിലെ ധൂർത്തമായ, പലപ്പോഴും അവ്യക്തമായ കല്പനകൾ നാടകത്തിനുചേരുന്നതല്ല; നാടകത്തിൽ നിന്നു ചോരുന്നതുമാണ്. കളിയച്ഛനിലെ കാവ്യകല്പനാഭാഗങ്ങൾ മാറ്റി നിർത്തിയേ അതിന് നാടകാവിഷ്കാരം സാധ്യമാകു. പാട്ടുകഴിഞ്ഞൊരു ഗായകൻ വച്ചതാം ചേങ്ങില പോലെ മയങ്ങുന്ന വിണ്ടലം. നാടകത്തിൽ എപ്രകാരമാണ് ദൃശ്യസമ്പന്നമാക്കുക. കഥകളിപ്പെട്ടികളുടെ മേഘച്ഛായയും നാടകത്തിന്നതീതമാണ്. കവി വരികളിലൂടെ സൃഷ്ടിക്കുന്ന ഒരു നാടകീയത വേറെയാവുന്നു. കളിയച്ഛനെന്ന കവിത ഓർമ്മ വരത്തക്കവിധത്തിൽ മൂലപാഠമായി കവിത സ്വീകരിച്ച് മറ്റൊരു നാടകപ്രകാരം ഒരുക്കിയാലും അത് കളിയച്ഛനോട് നീതിയാവില്ല. വായിക്കുമ്പോൾ സൃഷ്ടിക്കപ്പെടുന്ന ജൈവികമായ ഒരു ആസ്വാദന പ്രക്രിയയുണ്ടല്ലോ അതാണ് കളിയച്ഛനിലെ കവിതയും കഥയും നാടകവും എന്നുപറയാം. ആഖ്യാനമാണ് ഇവിടെ പ്രധാനമായി പറയേണ്ടത്. പ്രകൃതിയിൽ നിന്നു തുടങ്ങി വേഗത്തിൽ മനുഷ്യനിലേക്ക് എത്തുകയാണ് കവിത. മനുഷ്യനിലൂടെ സഞ്ചരിക്കുമ്പോഴും പ്രകൃതിയിലേക്ക് തിരനോക്കുകയും വീണ്ടും മനുഷ്യനിൽ എത്തുകയും ദൈവനാമത്തിൽ കലാശിക്കുകയും ചെയ്യുന്നു.

ആസ്തികന്റെ കോണിലും നാസ്തികന്റെ കോണിലും ഈ കവിത വായിക്കാം. കഥകളിയോടുള്ള അതിരറ്റ ആസ്തിക്യമനോഭാവമുള്ള ഗുരുവും കഥകളി സമ്പ്രദായങ്ങളോട് നാസ്തികഭാവം പുലർത്തുന്ന ശിഷ്യനും. ഇവരുടെ വിരുദ്ധഭാവങ്ങളാണ് കവിതയെ ചലനാത്മകമാക്കുന്നത്. ക്ലാസിക്കൽ കലകളിലെ ചിട്ടകളിലോ അതിന്റെ നേരുകളിലോ ശിഷ്യൻ വിശ്വസിക്കുന്നില്ല. അയാൾ ഒരുക്കുന്ന തത്ത്വ സംഹിതകളിൽ ഒതുങ്ങാത്ത ഗുരുനാഥനോടുള്ള ആക്ഷേപം മറ്റൊരർത്ഥത്തിൽ കലയോടുള്ള അനാദരവുകൂടിയാണ്. ഈ കലാനിന്ദയാണ് ശിഷ്യന്റെ പതനത്തിന്റെ നാന്ദി. ക്ഷമയോ ചിന്തയോ ബുദ്ധിയോ പ്രായോഗികതയോ ഇല്ലാത്ത ആരോഗ്യപരമല്ലാത്ത നിഷേധം ശിഷ്യനിലുണ്ട്. ഇതിന് ഭക്തിയുടെ തലത്തിലുള്ള പരിഹാരമാർഗ്ഗമാണ് കവി നിർദ്ദേശിക്കുന്നത്. 'ഭക്തകവി' എന്നൊരു വിശേഷണം കൂടിയുണ്ട് പി. കുഞ്ഞിരാമൻനായർക്ക്. ബിരുദമായി ചാർത്തിക്കിട്ടിയതാണത്. തിരുവില്വാമലയിലും ഗുരുവായൂരും താമസിക്കുകയും അലയുകയും ചെയ്ത കുഞ്ഞിരാമൻ നായരുടെ ദൈവവിശ്വാസം എന്തായിരുന്നു? ശൈവമോ വൈഷ്ണവമോ? കവി അധികമായി പ്രാർത്ഥിച്ചത് അവതാരങ്ങളെയായിരുന്നു. ശ്രീരാമനെയും ശ്രീകൃഷ്ണനെയും തിരുവില്വാമല പടിഞ്ഞാറെ നടയിലെ നിർമ്മാല്യദർശനത്തിലെ ഉദാത്ത സായൂജ്യത്തെക്കുറിച്ച് കവി എഴുതിയിട്ടും ഉണ്ട്.

കളിയച്ഛനിൽ ദൈവമായി പ്രത്യക്ഷപ്പെടുന്നത് കൃഷ്ണവേഷമായും വ്യാഖ്യാനിക്കാം. ശ്രീകൃഷ്ണനെ തത്സ്വരൂപമായി കവി കണ്ടത് കളിയരങ്ങത്തായിരിക്കാം. കുചേലവൃത്തത്തിലും സന്താനഗോപാലത്തിലും സുഭദ്രാഹരണത്തിലും ദുര്യോധനവധത്തിലും വ്യത്യസ്ത പ്രകാരത്തിലാണ് ശ്രീകൃഷ്ണൻ വരുന്നത്. ദുര്യോധനവധത്തിൽ കൃഷ്ണന്റെ വിശ്വരൂപപ്രദർശനം തന്നെയുണ്ട്. മാങ്കുളം കൃഷ്ണൻ നമ്പൂതിരി കഥകളിയിലെ കൃഷ്ണവേഷത്തിന് പുതിയ ആട്ടപ്പൊരുൾ നൽകിയ കലാകാരനായിരുന്നു. കോട്ടയ്ക്കൽശിവരാമന്റെ കൃഷ്ണനും ഗംഭീരമായിരുന്നു. കുഞ്ഞിരാമൻനായർ ആത്മകഥയിൽ അച്ഛനമ്മമാരെ ദൈവങ്ങളായി കാണുന്നു. ഗുരുനാഥൻ പുന്നശ്ശേരി നമ്പി നീലകണ്ഠശർമ്മയെയും ദൈവസ്ഥാനത്തിരുത്തുന്നു. ജീവിതവെളിച്ചവും വിദ്യാവെളിച്ചവും പകർന്നു നൽകുന്ന ഗുരുനാഥന്മാരാണ് അച്ഛനമ്മമാരും ഗുരുനാഥനും ഗുരുദൈവമാണ് എന്നും സ്വയം വരുത്തുന്ന ഗുരുത്വക്കേട് ദൈവനിഷേധമാണെന്നുമുള്ള സന്ദേശം കളിയച്ഛൻ പകർന്നുനൽകുന്നുണ്ട്. ഐക്യകേരളത്തിന് അറുപത് തികഞ്ഞ വേളയിൽ പ്രശസ്തകഥാകൃത്തും നോവലിസ്റ്റുമായ സുഭാഷ് ചന്ദ്രൻ "മലയാളിക്ക് ഒരു ആമുഖം" എന്ന ശീർഷകത്തിൽ എഴുതിയ ലേഖനത്തിൽ ഗുരുത്വത്തിനെക്കുറിച്ച് എക്കാലവും പ്രസക്തിയുള്ള നിരീക്ഷണം നടത്തുന്നത് നോക്കുക.

"മാതാപിതാഗുരുദൈവം എന്നതിന് അച്ഛനെയും അമ്മയെയും ഗുരുവിനെയും ദൈവത്തെപ്പോലെ കാണണം എന്നുമാത്രമല്ല അർത്ഥം, അച്ഛനും അമ്മയും ഗുരുവും ചേർന്ന ത്രിത്വമാണ് ഒരു വ്യക്തിയെ സൃഷ്ടിക്കുന്ന ദൈവം എന്നു കൂടിയാണ്. ശരീരം നൽകും വ്യക്തിത്വരൂപവൽക്കരണത്തിൽ പ്രാഥമികമായ ചില സ്വാധീനങ്ങൾ ചെലുത്തുകയും ചെയ്തുകൊണ്ട് സ്രഷ്ടാവ് എന്ന അർത്ഥത്തിൽ അച്ഛനമ്മമാർ ആ നിർമ്മാണപ്രക്രിയയിൽ പങ്കുപറ്റുമ്പോൾ ആത്യന്തികമായി ആ പ്രാണനെ എക്കാലത്തേക്കുമായി സ്വാധീനിക്കുകയും നിർണ്ണയിക്കുകയും ചെയ്തുകൊണ്ട് ഗുരുത്വമുള്ള ഒരു പുറം കക്ഷി ഒരാളുടെ മൂന്നാമത്തെ ദൈവമാകുന്നു. ഗുരുത്വം എന്നത് ഒരുവനെ മഹത്വത്തിന്റെ ഏത് പർവ്വതശൃംഗത്തിലും കയറ്റിയിരുത്താൻ ത്രാണിയുള്ള പുണ്യം നിറഞ്ഞ ഒരു വാക്കായിരുന്നു മലയാളത്തിൽ ഗുരുത്വമില്ലായ്മ അഥവാ കുരുത്തക്കേട് എന്ന വാക്കായിരുന്നു മടങ്ങിവരവില്ലാത്തവിധം ഒരാൾക്ക് ചെന്നുപതിയ്ക്കാവുന്ന ഏറ്റവും ആഴമുള്ള കൊക്കരണി "(മാതൃഭൂമി ദിനപ്പത്രം 2016 നവംബർ 1 പുറം 1) ഈ നിരീക്ഷണം കളിയച്ഛനിലെ ശിഷ്യനും സാധുവാകുന്നു. ഭാഗത്തിൽ ഓഹരി കിട്ടിയ വീട് വിറ്റ്, വീട് വിട്ടാണ് അയാൾ കളിയോഗത്തിൽ എത്തിയത്. ഇനി കളിയോഗം മാത്രമാണ് അയാളുടെ വീട്. ഈ വീട്ടിൽ വച്ചുവേണം അയാൾക്ക് പുലരാൻ. വീട്ടിൽ അയാൾ നിഷേധിയായിരുന്നുവോ എന്നതിന് കവിതയിൽ ഉത്തരമില്ല. ഭാഗം, ഓഹരി, വില്ക്കൽ എന്നിവയിൽ തന്നിഷ്ടമുണ്ട്. ഭൗതികജീവിതത്തിലെ

തന്നിഷ്ടം കലാജീവിതത്തിലും പ്രാവർത്തികമാക്കാനുള്ള ബദ്ധപ്പാടാണ് അയാളെ പിന്മടക്കമില്ലാത്ത ആഴത്തിൽ പതിപ്പിച്ചത്. മാതൃപിതൃഭക്തി യുള്ള ഒരാൾക്ക് ഗുരുഭക്തി സ്വാഭാവികമായി ഉണ്ടായിരിക്കും. ജീവിത നിഷേധിയുടെ കലാനിഷേധം കൂടിയാണ് ഇവിടെ കാണുന്നത്. കഥകളി പഠിക്കാനിറങ്ങിയ ഒരാളെ സംബന്ധിച്ചിടത്തോളം തുടർ സ്വാധീനപുരു ഷൻ ഗുരുനാഥൻ തന്നെയാവുന്നു. മറ്റൊരു ഗുരുത്വത്തിന്റെ പൊൻവെളിച്ച മാണ് ഒരാളെ ഗുരുനാഥനാക്കുന്നത്. തന്നിൽ ഗുരുനാഥൻ പ്രയോഗിച്ച തിന്റെ സാംഗത്യമറിഞ്ഞ് അത് തുടർതലമുറയ്ക്ക് പകരുകയാണ് കള രിയിൽ ഗുരുനാഥൻ ചെയ്യുന്നത്. ക്ലാസിക്കൽ കലകളിൽ അത്തരമൊരു രീതി ശാസ്ത്രമുണ്ട്. വളരുന്ന ശിഷ്യനിൽഗുരുവിന് കാഴ്ചപ്പാടുണ്ടായി രിക്കും. ഈ കാഴ്ചയെയാണ് ശിഷ്യൻ സ്വയം വിലയിരുത്താൻ മുതിരു ന്നത്. കളിയച്ഛന്റെ സൂക്ഷ്മവായനയിൽ ഗുരുനാഥൻ പ്രത്യക്ഷത്തിൽ ഒരു തെറ്റും ചെയ്തിട്ടില്ല. ആദ്യാവസാനത്തിനെന്നെ ക്ഷണിക്കാത്ത" എന്നേ ശിഷ്യൻ പറയുന്നുള്ളൂ. ആദ്യവസാനവേഷം എന്നതിൽ ഗുരു നാഥന്റെ ശിഷ്യനോടുള്ള മൗനമാണ് യഥാർത്ഥത്തിൽ കവിതയിലെ പ്രതി നായകൻ. ഇന്നത്തെ മൗനം വരുംകാലത്ത് ശിഷ്യന് പ്രസിദ്ധിപടരുന്ന വാചാലതയ്ക്കുള്ള വളമായികാണുകയാണ് ഗുരുനാഥൻ. ഒരു ദൈവക ടാക്ഷമായി ഗുരുത്വം തന്നിൽ പതിക്കാനുള്ള തപസ്സ് എന്നല്ല പ്രാർത്ഥന പോലും ശിഷ്യൻ നടത്തുന്നില്ല. യുക്തിവാദമാണ് അവിടെ പ്രവർത്തി ക്കുന്നത്. കലാപരമായ അന്ധവിശ്വാസംതന്നെ. മേളക്കൊഴുപ്പിൽ ഇണ ങ്ങാത്തമുദ്ര, താളപ്പിഴ എന്നിവയിൽ നിന്നുതന്നെ വേഷക്കാരന്റെ അപൂർണ്ണത ബോധ്യപ്പെടും. ചുട്ടി അടരലും കിരീടം ചെരിയലും ഈ അപൂർണ്ണതയ്ക്ക് അടിവരയിടുന്നു. 'മുഖശ്രീ'ക്കു നേരെപോലും ആക്ഷേപം ഉയർന്നുകേൾക്കുന്നു. ഇതെല്ലാം, ശരീരഭാഷാധിഷ്ഠിതവും ചിന്താധിഷ്ഠിതവുമായ പ്രശ്നങ്ങളെല്ലാം കാലംകൊണ്ട് പരിഹരിക്കപ്പെടാ വുന്നതേയുള്ളൂ. കഥകളിവേഷക്കാരുടെ ആദ്യകാല ചിത്രങ്ങളിൽനിന്ന് അവർ മുതിർന്ന് നിൽക്കുമ്പോഴുള്ള ചിത്രത്തിലെ ആഭിജാത്യം ശ്രദ്ധി ക്കുക. കലകൊണ്ട് ആർജ്ജിച്ച അനുകൂല ഊർജ്ജം അവരിൽ നിറയുക യാണ്. കാലം അവർക്ക് മുഖശ്രീ നൽകുന്നു, കാലം അവരുടെ ശരീ രത്തെ പുഷ്ടിപ്പെടുത്തുന്നു. ഇല്ലായ്മകളെ പൂരിപ്പിക്കുന്നു. ദുർമേദസ്സു കൾ എടുത്തുകളയുന്നു. പക്വതയിലേക്ക് അവരെ പുഷ്ടിപ്പെടുത്തുന്നതും കാലമാണ്. അകാലത്തിൽ ബാധ്യതയാവുന്ന പലതും വരും കാലത്തിൽ സാധ്യതയാവാൻ ക്ഷമാപൂർവ്വമായ കാത്തിരിപ്പ് ക്ലാസിക്കൽ കലകളിൽ അനിവാര്യമാണ്. കലയിലാണ് കലാപം സൃഷ്ടിക്കേണ്ടത്. ജീവിതത്തിൽ അല്ല. ഗതാനുഗതികത്വത്തിന്റെ തിരുത്തൽ അരങ്ങിലാണ് സാധിക്കേ ണ്ടത്. ഗുരുനാഥൻ പഠിപ്പിച്ച വ്യാകരണത്തിൽ അധിഷ്ടിതമായി പുതിയ ഭാഷ സൃഷ്ടിക്കുന്നത് ഗുരുനിഷേധമോ ഗുരുത്വക്കേടോ അല്ല. അത് ദൈവനിന്ദയല്ല. ദൈവത്തോട് നമുക്ക് ഇഷ്ടമുള്ള ഭാഷയിൽ സംസാ രിക്കാം. സ്വയം ശ്ലോകങ്ങളോ സ്തവങ്ങളോ എഴുതാം ചൊല്ലാം.

ദൈവത്തോട് മൗനം കൊള്ളുന്നവരെ മുഴുവൻ അവിശ്വാസികളായി തള്ളാനും കഴിയില്ല. ഗുരുനാഥനിലുള്ള ശിഷ്യന്റെ അവിശ്വാസവും ഗുരുനാഥന് ശിഷ്യനിലുള്ള വിശ്വാസവും ഇരുവരും സംഘർഷത്തിലെത്തുകയാണ് കളിയച്ഛനിൽ. ദൈവനിഷേധത്തിനു തീർത്തും തുല്യമായ ഒന്നാണ് ശിഷ്യൻ ചെയ്തിരിക്കുന്നത്. കഥകളിയുടെ ശ്രീകോവിലിൽ പ്രതിഷ്ഠിക്കപ്പെട്ട ദൈവമാണ് ഗുരുനാഥൻ. ഫുല്ലനേത്രത്താൽ തഴുകിയ ഗുരുവിനെ ഗുരുവായൂരപ്പസമാനനായി കാണാൻ പി. പറയാതെ പറയുന്നുണ്ട്. കവിതയുടെ അവസാനം കടന്നുവരുന്ന പീലിക്കിരീടം അത് സാക്ഷ്യപ്പെടുത്തുന്നു. ഈ ഭക്തി കലയോടുള്ള ഭക്തിയായി മാറുകയാണ്. ആത്മകലയോടുള്ള സമർപ്പണമനസ്സും സർവ്വം ത്യജിച്ചുള്ള കലോപാസനയുമാണ് പ്രബലപ്പെടേണ്ടത് എന്ന് പി. പറയുന്നുണ്ട്. കലയിൽ ഭക്തിയും വിഭക്തിയുമില്ലാത്ത ഒരു പുതുതലമുറ രംഗപ്രവേശം ചെയ്യുന്നത് കലയുടെ വളർച്ചയ്ക്ക് ദോഷമാകുന്നു എന്നതിന്റെ മുന്നറിയിപ്പ് സ്വരംകൂടിയാണ് കളിയച്ഛനിൽ മുഴങ്ങിക്കേൾക്കുന്നത്. വലിയൊരു അപചയത്തിലേക്ക് കഥകളി എന്ന കല ചെന്ന് പതിച്ചുകൂടാ എന്നും അത്തരമൊരു സാധ്യത നിലനിൽക്കുന്നു എന്നും കവി ഉറപ്പിക്കുകയാണ്. കഥകളി എന്ന കലയോടുള്ള ഭക്തിയാണ് കളിയച്ഛന്റെ മറ്റൊരുബലം. ഭാവബന്ധുരമായ ഭക്തിയോടെ നിർവ്വഹിച്ചുപോരേണ്ട ഒരു കലയാണ് കഥകളി എന്നും എങ്കിലേ കലാകാരന് വിജയമുണ്ടാകു എന്നും കവി അടിവരയിട്ടുറപ്പിക്കുന്നു.

കളിയച്ഛൻ ഇംഗ്ലീഷിലേക്ക് പരിഭാഷപ്പെടുത്താൻ കെൽപ്പുള്ള കവികളായിരുന്നു അയ്യപ്പപണിക്കരും കാവാലം നാരായണപണിക്കരും. കളിയരങ്ങിലെ കുട്ടനാടൻ ചിട്ടയറിയാമായിരുന്ന അവർ അത് നിർവഹിക്കാത്തതെന്തെ? വിഷ്ണു നാരായണൻനമ്പൂതിരിക്കും കളിയച്ഛൻ പരിഭാഷപ്പെടുത്താമായിരുന്നു. എങ്കിൽ ലോകകവിതയ്ക്ക് മുമ്പാകെ കേരളത്തിന്റെ മികച്ച ഒരു കവിത സമർപ്പിക്കപ്പെടുമായിരുന്നു. പരിഭാഷയിൽ പി ചോർന്നുപോകും എന്നതിനാലാവാം അവർ ഈ മൊഴിമാറ്റത്തിന് മുതിരാത്തത്.

കൂടിയാട്ടം

പി. കുഞ്ഞിരാമൻ നായരുടെ കാലത്തെ രണ്ട് വിശിഷ്ടകവികളായിരുന്ന വൈലോപ്പിള്ളി ശ്രീധരമേനോനും ഇടശ്ശേരി ഗോവിന്ദൻനായരും ഉൾക്കൊണ്ട കഥകളിസ്വാധീനം എപ്രകാരമായിരുന്നു? പി.യോളം കഥകളിയുടെ പകിട്ടിൽ അവർ അഭിരമിച്ചില്ല. എന്നാൽ കേരളീയതയുടെ ചന്തം ചാർത്തിവിളങ്ങുന്ന കഥകളി. പ്രത്യേകിച്ച് സമാനതകളില്ലാത്ത നളചരിതം വൈലോപ്പിള്ളിയെസ്വാധീനിച്ചവിധം; ലവണാസുരവധത്തിലെ ഹനുമാൻ എന്ന കഥകളി ഇടശ്ശേരി ഉൾക്കൊണ്ട വിധം. ഇവ കളിയച്ഛനുമായി ചേർത്തുവായിക്കാവുന്നതാണ്. ഈ മൂവരം കഥകളി കണ്ടരീതിയും, അതിനെ കാവ്യാത്മകമാക്കി മാറ്റിയ വഴികളും അതിലെ വ്യത്യാസങ്ങളും ചർച്ചചെയ്യപ്പെടേണ്ടതാണ്. ഇവരുടെ കാവ്യാദർശനം സമീപനം തത്ത്വശാസ്ത്രങ്ങളും തികച്ചും വ്യത്യസ്തമായിരുന്നു. ഒരേ സമതലം പങ്കിടുമ്പോൾത്തന്നെ കവിതയിൽ ഇവർ പുലർത്തിയ വ്യതിരിക്തതകൾ അവരുടെ മൗലികതയും സ്വകീയതയുമാകുന്നു.

കാവ്യരചനാസമ്പ്രദായത്തിലും പ്രമേയസ്വീകരണത്തിലും ഈ വിഭിന്നതകാണാം. ‘തിരനോട്ടം’ എന്ന കവിതയിലൂടെ വൈലോപ്പിള്ളിയും ഹനുമത്സേവതുഞ്ചൻപറമ്പിൽ എന്ന കവിതയിലൂടെ ഇടശ്ശേരിയും കളിയച്ഛനിലൂടെ പി.യും മൂന്നു സൗന്ദര്യദർശനങ്ങളാണ് വിളയിച്ചെടുക്കുന്നത്. ഇവ വിളക്കിച്ചേർക്കാനുള്ള ശ്രമമാണ് ഈ അധ്യായം. ആലോചിച്ച്, മനസ്സിലെഴുതി, കടലാസ്സിലെഴുതി, വെട്ടിയൊതുക്കി കറതീർക്കുന്ന രചനാവിരുത് വൈലോപ്പിള്ളിയിൽ കാണാം. ശില്പത്തിൽ ശ്രദ്ധാലുവായിരുന്നു അദ്ദേഹം. ഇടശ്ശേരിയിൽ ഒരളവോളംവരെ ഇതു കാണാം. കുഞ്ഞിരാമൻ നായരിൽ ലവലേശമില്ലാത്ത ഒന്നാണ് പുനരാലോചനയും പുനരെഴുത്തും. കളിയച്ഛന്റെ രൂപഘടനയിലെ വാചാലതയോട് ആർ.രാമചന്ദ്രൻ അടക്കമുള്ള കവികൾ വിയോജിപ്പ് പ്രകടിപ്പിച്ചിട്ടുണ്ട്. വൈകാരിക പ്രവാഹമായി വന്നു ചേർന്ന കവിതയാണ് കളിയച്ഛൻ. ഈ മഹാകവികൾ കഥകളീയമായിചിന്തിച്ച് മലയാളീയമായി എഴുതിയതിന്റെ സാജാത്യ വൈജാത്യങ്ങൾ നോക്കുക.

വൈലോപ്പിള്ളിയുടെ കവിതയോളം പ്രസിദ്ധമാണ് അദ്ദേഹത്തിന്റെ വ്യക്തിത്വവും. അദ്ദേഹത്തിന്റെ കവിത സുതാര്യതകൊണ്ട് വായനക്കാരെ അടുപ്പിക്കുമ്പോൾ, കവി സ്വഭാവത്തിലെ കാർക്കശ്യംകൊണ്ട് അവരെ അകലെ നിർത്തുന്നു. കവിതയുടെ ഗുണം അനുഭവിച്ച് കവിയെ തേടിയെത്തുന്നവരെ നിരാശപ്പെടുത്തുന്നതായിരുന്നു വൈലോപ്പിള്ളിയുടെ പെരുമാറ്റം. തന്റെ അന്തഃസംഘർഷങ്ങൾ, പ്രത്യേകിച്ച് ദാമ്പത്യത്തിലെ

കച്ചുകളിപ്പന്തൽ, കൂട്ടിക്കലർത്തി ഞാൻ -
പച്ചയിലിച്ഛയാ കത്തിയും താടിയും.

ഇഴചേരായ്ക സത്യസന്ധമായിട്ടാണ് വൈലോപ്പിള്ളി എഴുതിയിട്ടുള്ളത്. പ്രകാശപൂർണമായ അപൂർവ്വം ജീവിത മുഹൂർത്തങ്ങളുടെ വൈകാരിക ധന്യതയും ആ കവിതകളിൽ വായിക്കാം.

ഒറ്റയ്ക്കു ജീവിച്ച വലിയ ഒരു കാലം വൈലോപ്പിള്ളിക്കുണ്ടായിരുന്നു. പത്നിയെ പിരിഞ്ഞുള്ള ജീവിതകാലത്തെ നളന്റെ 'ബാഹുജീവിത'കാലവുമായി ചേർത്തുവെയ്ക്കുന്ന ഒരു ശ്ലോകം അദ്ദേഹം എഴുതിയിട്ടുണ്ട്.

'താനേ ചായ ചമയ്ക്കു, മൂണുമതുപോൽ
ഓരോ മനോരാജ്യമേ-
ൽപ്പാനേ തെല്ലിടയുള്ളൂ; ബാഹുക ദിനം
ഞാനേവമുന്തീടവേ,
ഈ നേരം പുന, രോണമായ്, കവിതവെ-
യ്ക്കേണം വിളമ്പേണ, മാ-
ശാനേ'യെന്നു കലമ്പലാണു, ശിവനേ,
ഭേദം പ്രവാസംവനേ!'

(ഓണക്കവിത: മകരക്കൊയ്ത്ത്)

ഓണപ്പതിപ്പുകളിലേക്ക് കവിത ആവശ്യപ്പെട്ടുകൊണ്ടുള്ള പത്രാധിപന്മാരുടെ കത്തുകളാവാം വൈലോപ്പിള്ളിയെ ഇങ്ങനെയൊരു ശ്ലോകമെഴുതാൻ പ്രേരിപ്പിച്ചിട്ടുണ്ടാവുക. ചായ മുതൽ ഊണുവരെ വയ്ക്കുക, അത് സ്വയം വിളമ്പുക, കഴിക്കുക, പാത്രങ്ങൾ വൃത്തിയാക്കുക ഇങ്ങനെ ഭാര്യയുടെ ഒരുക്കങ്ങൾ ഏറ്റെടുക്കേണ്ടിവരുന്ന അവസ്ഥ. അതിനിടയിൽ കാവ്യവിഷയങ്ങളിൽ വ്യാപരിക്കാനുള്ള നേരമില്ല. മനോരാജ്യം കാണാനേ ഇടയുള്ളൂ. ആ മനോരാജ്യത്തിൽ വൈലോപ്പിള്ളി പത്നിയെ ഓർമിച്ചിരിക്കുമോ? നളചരിതം മൂന്നാം ദിവസത്തിലെ ബാഹുകൻ

എന്നു കാണ്മനിന്ദുസാമ്യമുടലഹം

എന്നു ദമയന്തിയെ ഓർമ്മിക്കുന്നുണ്ട്. കവിത എഴുത്തിനെ 'കവിത വയ്ക്കേണം, വിളമ്പേണം' എന്നാണ് വിശേഷിപ്പിക്കുന്നത്. കവിതയെഴുത്ത് വൈലോപ്പിള്ളിക്ക് അനായാസമായിരുന്നു.

അന്നാദിപാകസംഭാരം
സ്വാമിനിയോഗാത്
വന്നതുകണ്ടേ, നന്നേരം
കുംഭേ നിറഞ്ഞു നീരം
കുതുകമെത്രയും പാരം;
ദംഭം കൂടാതെ ഘോരം
ദഹനൻ കത്തിയുദാരം
പോന്നു തേരിലൊതുങ്ങി
പൂന്നിര കണ്ടു മടങ്ങി
അവമർദ്ദനം തുടങ്ങി
അവകളപ്പോൾ വിളങ്ങീ

എന്ന് നളചരിതം നാലാം ദിവസത്തിൽ, ബാഹുകനെ നിരീക്ഷിച്ച കേശിനി ദമയന്തിയോട് പറയുന്നുണ്ട്. പാചകകലയിൽ ബാഹുകന്റെ അനായാസത വാചകകലയിൽ അല്ലെങ്കിൽ കാവ്യകലയിൽ വൈലോപ്പിള്ളിക്കും ഉണ്ടായിരുന്നു. കാവ്യപാചകത്തിലും വൈലോപ്പിള്ളി ബാഹുകനെ ഓർമ്മിപ്പിക്കുന്നു. 'കുറുകിയ കൈകളോടുകൂടിയവൻ' എന്നും ബാഹുകൻ എന്ന വാക്കിന് അർത്ഥമുണ്ട്. 'കാച്ചിക്കുറുക്കിയ കവിത' എന്നാണ് വൈലോപ്പിള്ളിക്കവിതകൾക്കുള്ള പൊതുവിശേഷണം. വേർപാടുകാലത്താണ് വൈലോപ്പിള്ളി മികച്ച കവിതകൾ എഴുതിയിട്ടുള്ളത്. കലിബാധയേറ്റ നളന് കലി അകലാനുള്ള ഔഷധം കൂടിയായിരുന്നു കാർക്കോടകദംശനം. വിഷം ഔഷധമാവുകയാണ്. ഋതുപർണന് അശ്വഹൃദയമന്ത്രം കൈമാറി പകരം അക്ഷയഹൃദയമന്ത്രം ഹൃദിസ്ഥമാക്കുന്നതോടെ ബാഹുകൻ പഴയ സ്വത്വത്തിലേക്ക് തിരിച്ചു വരുന്നു, ബാഹുകനായി ജീവിക്കേണ്ടി വന്നപ്പോഴാണ് നളൻ രാജത്വത്തിന്റെ മഹിമ അറിയുന്നത്. ബാഹുകാവസ്ഥയിൽ കവിത്വത്തിന്റെ മഹിമ ഉൾക്കൊണ്ടിരുന്നുവോ? 'ഭേദം പ്രവാസംവനേ' എന്നു കവിക്ക് തോന്നാൻ കാരണമെന്താവാം? വനരാജ്യവാസത്തിന് അദ്ദേഹത്തെ പ്രേരിപ്പിച്ചത് ഏതു ഘടകമാണ്?

ജീവിതത്തിന്റെ രുചിഭേദങ്ങൾ നിർണയിക്കാൻ പുരുഷനെ സഹായിക്കുന്നത് സ്ത്രീയാണ്. വൈലോപ്പിള്ളിയുടെ ജീവിതത്തിൽ പത്നിയുടെ സാന്നിധ്യം നൽകിയ സ്വാദിനെക്കുറിച്ചുള്ള കവിതകൾ അധികമില്ല. സുഖദാമ്പത്യ കവിതകൾ അദ്ദേഹം എഴുതിയിട്ടുണ്ടെങ്കിലും വായിക്കപ്പെട്ടതും പഠിക്കപ്പെട്ടതും അത്തരം കവിതകളുമല്ല. വൈലോപ്പിള്ളി പത്നിയിൽ നിന്നു മാറിത്താമസിച്ചതുപോലെ നളൻ ദമയന്തിയിൽനിന്നും മാറിത്താമസിച്ചു. ശാന്തിയുടെ അല്പമധുരം നുണയാൻ ധാരാളം ചവർപ്പ് അനുഭവിക്കേണ്ടി വരുന്ന ജീവിതാവസ്ഥയെക്കുറിച്ച് 'സഫലമീയാത്ര' യിൽ എൻ.എൻ.കക്കാട് എഴുതിയിട്ടുണ്ട്. ദാമ്പത്യം മധുരതരമായ കവിതകൾ വൈലോപ്പിള്ളി അധികം എഴുതാത്തതിനു കാരണം ഈ ബാഹുകാവസ്ഥയാണ്. പക്ഷേ ബാഹുകനിലും നളനുണ്ടായിരുന്നു. ഉടലിൽ

ബാഹുകനായും അകത്ത് നളനായും നളൻ ജീവിക്കുന്നുണ്ട്. ദമയന്തി യുടെ രുചികളാണ് ബാഹുകൻ പാചകം ചെയ്തത്. സ്വയം ഒരുക്കിയ ജീവിതത്തടവറയിൽ ഒറ്റയ്ക്കു പാർക്കുന്നവന്റെ ഏറ്റവും വലിയ ദൈന്യം പാചകമാണ്. വൈലോപ്പിള്ളിയെ കാണാനെത്തുന്നവന്റെ ഏറ്റവും വലിയ ദൈന്യം പാചകമാണ്. വൈലോപ്പിള്ളിയെ കാണാനെത്തുന്നവർക്ക് അദ്ദേഹം സ്വന്തമായുണ്ടാക്കിയ ചായയും ഉച്ചയൂണും കഴിച്ചതിന്റെ അഭിമാനപൂരിതമായ 'അനുഭവങ്ങൾ പറയാനുണ്ടാകും. താനേ ചമച്ച ചായയെക്കുറിച്ചും ഊണിനെക്കുറിച്ചും മറ്റൊരു മലയാളകവിക്കും എഴു താനുമില്ല. അത്തരമൊരു ഉച്ചയൂണിന്റെ അനുഭവം ഒരു കവി എഴുതിയി ട്ടുണ്ട്. സ്വന്തം അനുഭവം പറഞ്ഞ് വൈലോപ്പിള്ളിയെ വിറപ്പിക്കാൻ അദ്ദേഹത്തിനു കഴിഞ്ഞു.

ബാലചന്ദ്രൻ ചുള്ളിക്കാടിന്റെ 'അന്ന' ത്തിൽ 'കവി'യുടെ അമ്മയുടെ കഷ്ടജാതകത്തെകുറിച്ച് വൈലോപ്പിള്ളി സഹതപിക്കുമ്പോൾ ചിരി യാർന്ന മനോവ്യാപാരത്തിലൂടെ വൈലോപ്പിള്ളിയുടെ 'ജാതകനില' യെകുറിച്ച് ബാലചന്ദ്രൻ സഹതപിക്കുന്നുണ്ട്.

എനിക്കു ചിരി വന്നു ബാഹുകദിനമുന്തിക്കഴിക്കു
മവിടുത്തെജ്ജാതകം ബഹുകേമം

(അന്നം)

നളചരിതത്തിലെ ബാഹുകവിനോട് ഉപമിക്കാവുന്ന രീതിയിൽ രണ്ടു വ്യക്തിത്വത്തിൽ ദാമ്പത്യംപ്രവാസിയായി ജീവിച്ച വൈലോ പ്പിള്ളിയെ നളചരിതം ആട്ടക്കഥ എപ്രകാരമാണ് സ്വാധീനിച്ചിരിക്കുക? നളചരിതം തന്റെ കൂടി കഥയായി വൈലോപ്പിള്ളി വായിച്ചിട്ടുണ്ടാകണം.

കേരളീയതയുടെ സാംസ്കാരികധാരണകളെകുറിച്ച് ധാരാളമായി എഴുതിയിട്ടുണ്ടെങ്കിലും വൈലോപ്പിള്ളിക്കവിതകളിൽ കഥകളിയുമായി ബന്ധപ്പെട്ട ബിംബങ്ങൾ അപൂർവ്വമായേ വരുന്നുള്ളൂ. കേരളീയതയെ കഥകളിയിലെ തികഞ്ഞ 'പച്ച' വേഷമായി സങ്കല്പിച്ച്; നളന്റെ വേഷ മായി കണ്ട്, നളചരിതമായും വായിക്കാവുന്ന ഒരു കവിത വൈലോപ്പിള്ളി എഴുതിയിട്ടുണ്ട്. 'തിരനോട്ടം' എന്നാണ് കവിതയുടെ പേര്.

അണിയറയിൽ ചുട്ടിക്ക് കിടന്ന് അരങ്ങിലെത്തി ആടി അണിയറയി ലെത്തി വേഷമഴിക്കുന്ന ഒരു നടന്റെ പ്രവൃത്തിയെ ഓർമ്മിപ്പിക്കുന്നു ഈ കവിത. പുറപ്പാടും മേളപ്പദവുമുള്ള ഒരു കളിയരങ്ങിന്റെ ചിത്രത്തിലൂടെ കേരളപ്രകൃതിക്ക് കഥകളിപശ്ചാത്തലം ഒരുക്കുകയാണ്. ചുട്ടിക്കു കിട ക്കുന്ന വേഷക്കാരനെപ്പോലെ കടൽത്തീരം, സഹ്യപർവതമാകുന്ന കിരീടം, പ്ര്യകൃതിക്ക് കഥകളി പശ്ചാത്തലം ഒരുക്കുകയാണ്. ചുട്ടിക്കു കിടക്കുന്ന വേഷക്കാരനെപ്പോലെ കടൽത്തിരശ്ശീല, സാമഗാനസമമായ മഞ്ജുതര, പ്രകൃതി ശബ്ദാധിഷ്ഠിതമായ വാദ്യങ്ങൾ, വിളഞ്ഞ നെൽ പ്പാടത്തെ ഓർമ്മിപ്പിക്കുന്ന ഓമനമുഖത്തോടെ, ഋതുസൗന്ദര്യസമന്വിത മായ രംഗശ്രീയോടെ പുറപ്പാട് എടുക്കുന്ന പ്രകൃതി. 'തുംഗവിസ്മയാ

ഹ്ലാദം' എന്നാണ് ഈ സൗന്ദര്യാതിരേക'ത്തെക്കുറിച്ച് കവി അമ്പരക്കുന്നത്. ദൂരദിക്കുകൾക്കുപോലും വിസ്മയം ഉണർത്തുന്ന ലാവണ്യം. കഥകളിയുടെ വിശ്വപ്രസിദ്ധിയിലേക്കുള്ള മുദ്രകൂടിയാന് 'ദൂരദിക്ക്' നളചരിതത്തിൽ 'ദബരദിക്കിൽ നിന്നും' എന്ന് ഉണ്ണായിവാരിയർ പ്രയോഗിച്ചിട്ടുമുണ്ട്.

വനവാസിയായ നളനിൽ നിന്നാണ് വൈലോപ്പിള്ളി നളചരിതത്തെ കുറുക്കിയെടുക്കുന്നത്. അതിനു മുമ്പ് നളന്റെ പ്രകൃതം കവി എഴുതുന്നുമുണ്ട്.

സർവനാശത്തിൽ കാട്ടിൽ
സ്ഥൈര്യം, മാടലിൽ വേവും
ദുർവിഷസർപ്പത്തിന്റെ
പേരിലും ദയാപൂരം
ദുരിതപ്പരപ്പിലും
ദുർലഭമാമാസ്തിക്യം
പരദാസ്യത്തിൽപ്പോലും
പ്രൗഢമാമഭിമാനം
ഹാ പുരോഗതിയുടെ
പാതയിലൂടെ ലക്ഷ്യ
ഗോപുരം തേടുന്നശ്വ-
ഹൃദയമന്ത്രധ്യാനം
കലികൽമഷം നീങ്ങി-
ശ്ശാന്തസുന്ദരനിരാ-
കുലജീവിതകല്യാ-
ണാപ്തിയിൽ വിശ്വാസവും
പ്രിയ കേരളനാടേ,
ദേവകളനുഗ്രഹം
സ്വയമേകിയ നിന്നെ.....

എന്ന് നളന്റെ (ബാഹുകന്റെയും) ജീവിതമുഹൂർത്തങ്ങളെ കാച്ചിക്കുറുക്കിയെടുക്കുന്നുണ്ട് വൈലോപ്പിള്ളി. കേരളത്തിന്റെ സാംസ്കാരികചരിത്രം കൂടിയാണ് നളകഥയിലൂടെ വൈലോപ്പിള്ളി പറയുന്നത്.

'കഥകളി കണ്ടതിനുശേഷം ഉറങ്ങുമ്പോൾ ആ മേളവും വേഷങ്ങളും കിനാവിൽ മേളിക്കുന്നുണ്ടല്ലോ' എന്ന് അടിക്കുറപ്പും നൽകുന്നുണ്ട്.

മുദ്രിത മൗനം മുഖ-
മെങ്കിലും നാനാഭാവോ-
ദ്രിക്തമീനളരൂപം

കേട്ട ലങ്കാദഹനങ്ങളിൽനിന്നും കണ്ട കല്യാണസൗഗന്ധികങ്ങളിൽനിന്നും വായിച്ച സുന്ദരകാണ്ഡങ്ങളിൽ നിന്നല്പം വർധിതതര ധവള

ഹിമാചലസന്നിഭതുംഗ ശരീരനായി' വളർന്ന് മലയാള മനസ്സിന്റെ തീരത്ത് സാഗരലംഘനത്തിനൊരുങ്ങി നിൽക്കുകയാണ് ഹനുമാൻ എന്ന കഥാപാത്രം. പാണ്ഡിത്യത്തിന്റെ കളിയരങ്ങത്തും പാമരത്വത്തിന്റെ തുള്ളൽപ്പന്തലിലും കവിതയുടെ ഐതിഹാസികതയിലും നാടോടി വാങ്മയത്തിലുമെല്ലാം (ചാടീ ഹനുമാൻ രാവണന്റെ മതിലിന്മേൽ" എന്നു തുടങ്ങുന്ന പുലിക്കളിപ്പാട്ട്) ഹനുമത് സാന്നിധ്യം നാലഞ്ചുനൂറ്റാണ്ടുകളായി കേരളത്തിൽ അടിയുറച്ചു നിൽക്കുന്നുണ്ട്. മലയാളകാവ്യരൂപങ്ങളിൽ ഈ സാന്നിധ്യത്തിന്റെ പരപ്പ് ഇടശ്ശേരിക്കവിതയെ മുൻനിർത്തി നിരീക്ഷിക്കുകയാണ് ഈ ലേഖനത്തിലൂടെ.

ഇടശ്ശേരിയും ഉറൂബും ഇ.നാരായണനും മുറയ്ക്കു കഥകളി കണ്ടു നടന്നിരുന്ന കാലത്തെക്കുറിച്ച് അക്കിത്തം ഒരു വർത്തമാനത്തിൽ സൂചിപ്പിക്കുകയുണ്ടായി. ഇടശ്ശേരിയുടെ 'ലവണാസുരവധത്തിലെ ഹനുമാന്റെ' ആമുഖത്തിൽ പരാമർശിക്കുന്ന മൂന്നുപേർ ഇവരാണ്.. ആനക്കരവടക്കത്തുവെച്ച് കവളപ്പാറ നാരായണൻനായരുടെ ഹനുമാനും കാവുങ്കൽ ചാത്തുണ്ണിപ്പണിക്കരുടെ ലവനും സഹോദരന്റെ കുശനുമായുള്ള ലവണാസുരവധം കഥകളി കണ്ടതിനു പിറ്റേന്ന് രാവിന്റെ കനംതൂങ്ങിയ കൺപോളകളും പ്രഭാതം ചാലിച്ച കണ്ണുകളുമായി എഴുന്നേറ്റുപോരുമ്പോൾ മനസ്സിൽ മായാതെ നിന്ന താളത്തിൽനിന്ന് പ്രചോദനമുൾക്കൊണ്ടാണ് ഇടശ്ശേരി ഈ കവിത എഴുതുന്നത്. കഥകളിയുടെ ചരിത്രത്തിൽ കവളപ്പാറയുടെ ഹനുമാൻ എന്നും ഒറ്റതിരിഞ്ഞു നിൽക്കുന്നു. ഹനുമാന്റെ മൃഗമർത്ത്യദേവസങ്കലനാത്മകതയാണ് ഇടശ്ശേരിയെ പ്രചോദിപ്പിച്ചത്. ഹനുമാനാണ് ഇടശ്ശേരിയുടെ ദൈവം ഹനുമാൻസേവയാണ് ഇടശ്ശേരിയുടെ ശക്തി. ശക്തിയിലേക്ക് കുതിക്കാൻ ഇടശ്ശേരിയെക്കൊണ്ട് ആഹ്വാനം ചെയ്യിപ്പിക്കുന്നത് ഉള്ളിലെ ഈ ഹനുമദ്ഭക്തിയാണ്. ഇടശ്ശേരിക്കവിതകളിൽ ഭഗവതിയും ശ്രീകൃഷ്ണനുമൊക്കെയുണ്ടെങ്കിലും അദ്ദേഹം ആരാധിച്ചതും ഉപാസിച്ചതും ഹനുമാനെയായിരുന്നു.

ലവണാസുരവധത്തിലെ ഹനുമാൻ' ഇടശ്ശേരിയുടെ നീണ്ട കവിതയാണ്. ലവണാസുരവധം ആട്ടക്കഥയിലെ എട്ടാംരംഗമായ ഹനുമദ് ബന്ധനത്തിന് ഇടശ്ശേരി തീർത്ത ആട്ടപ്രകാരമാണ് ഈ കവിത. ആട്ടക്കഥയിൽ ഈ ഭാഗത്ത് ഹനുമാന് മൂന്നു പദങ്ങളേയുള്ളൂ. ബാക്കിയെല്ലാം ആട്ടങ്ങളാണ്. കല്യാണസൗഗന്ധികത്തിലെയോ തോരണയുദ്ധത്തിലെയോപോലെ ഹനുമദ്ശക്തിയുടെ മൂർത്ത ദൃശ്യങ്ങൾ ലവണാസുരവധത്തിൽ ഇല്ല. ഹനുമാൻ ഏറ്റവും അധികം വാത്സല്യവാനാകുന്നതും രാമഭക്തിയാൽ വൈകാരികമായി ആനന്ദമൂർച്ഛയനുഭവിക്കുന്നതും ലവകുശവന്മാരോടു തോറ്റുകൊടുത്ത് ആ തോൽവി മധുരമാക്കുന്നതും ഈ കഥയി ലാണ്.

തന്റെ ഉപാസനാമൂർത്തി കഥകളിയരങ്ങിൽ പ്രത്യക്ഷനായതിന്റെ ആവേശമാണ് ഇടശ്ശേരിയെ ആ കഥകളിപ്പിറ്റേന്നുതന്നെ ആട്ടക്കഥാകാരനാക്കിയത്. മുപ്പതാം വയസ്സിലാണ് ഇടശ്ശേരി ഈ കവിത എഴുതുന്നത്.

മൗനശില്പം കളിക്കോപ്പു പുതക്കുകെ-
ന്നാനന്ദ ഹേമന്ത സന്ധ്യകൾചൊൽകിലും.

കവളപ്പാറയുടെ കീഴിൽ ലവണാസുരവധം ചൊല്ലിയാടാൻവരെ ഇടശ്ശേരി മോഹിച്ചിരുന്നിരിക്കണം. ഇടശ്ശേരിയുടെ ഹനുമാനായിരുന്നുവെങ്കിലുള്ള ലവണാസുരവധമാണ് ഈ കവിത. ഹനുമാന്റെ വിചാരത്തിലും വികാരത്തിലും നിറഞ്ഞ രാമസാന്നിധ്യമുണ്ട്. ശ്രീരാമനിൽ അർപ്പിതമായ ഉടലും മനസ്സുമായിട്ടാണ് എപ്പോഴും ഹനുമാന്റെ സഞ്ചാരം. യാഗാശ്വത്തെ തേടി ആശ്രമത്തിലെത്തുന്ന ഹനുമാന്റെയുള്ളിലും രാമചിന്ത തന്നെ.

ശ്യാമളം വനം രാമചന്ദ്രന്റെ
കോമള തനു തന്നെയോ

എന്ന ഹനുമദ് വിചാരത്തിലാണ് പന്ത്രണ്ട് ഖണ്ഡങ്ങളിൽ മുന്നൂറ്റി എഴുപത്തിരണ്ടുവരികളുള്ള കാവ്യം ആരംഭിക്കുന്നത്. 'കന്നിവിണ്ണിലെ കന്നൽക്കാർ ചിന്നിയപോലെ കാണപ്പെട്ട അർഭകൻ' ഹനുമാന്റെ മനസ്സിളക്കി. 'രൂപംകൊണ്ടു തന്നെ സൽക്കരിക്കുന്ന' ഈ കുമാരന്മാരിൽ രാമചന്ദ്രന് മാത്രമായി സമർപ്പിച്ച തന്റെ മനസ്സ് ഇവർ ചോരണം ചെയ്യുകയാണോ എന്നുവരെ ഹനുമാൻ ആശങ്കപ്പെടുന്നു. ഭയമല്ല കൗതുകമാണ് കുട്ടികളുടെ നോട്ടത്തിലുള്ളതെന്ന് മനസ്സിലാക്കിയ ഹനുമാന് അവരിൽ പ്രീതിയേറുകയാണ്.

ഇത്രയും മൂത്തമർക്കടത്തിനെ-
പ്പാർത്തിട്ടുണ്ടാകയില്ലിവർ

എന്നായിരുന്നു ഹനുമാന്റെ സമാധാനം. ഹനുമാന്റെ ചോദ്യങ്ങൾക്കൊന്നും കുട്ടികൾ ശരിയുത്തരം പറയുന്നില്ല. ഈ കുട്ടികൾ രാമനെ കേട്ടിട്ടുണ്ടത്രെ! ഭാർഗവ ജേതാവായ, രാവണാന്തകനായ, സാധുസേവന വ്രതനായ രാമനെയല്ല. പെൺകൊലചെയ്ത പാപിയും പൊന്മാനെ തേടിയ പൊണ്ണനും വാനരത്തെ ഒളിവേട്ടയാടിയ വനവാസിയുമായ രാമനെയാണ് അവർ കേട്ടിരിക്കുന്നത്.

അല്ലെങ്കിൽ മഹാന്മാരുടെ തുലാ
സ്സങ്ങാടിപ്പിള്ളരല്ലല്ലോ.

എന്ന് ക്ഷോഭത്തെ ആയാസപ്പെട്ടു നിയന്ത്രിച്ചു സമാധാനിക്കുകയാണ് ഹനുമാൻ. ഇവിടെയാണ് ഇടശ്ശേരി പൊന്നാനിക്കാരനാവുന്നത്. ശ്രീരാമോപാലംഭം കേട്ട ഹനുമാന് ഈ കുട്ടികളെ അങ്ങാടിപ്പിള്ളരോട് സാമ്യപ്പെടുത്താതെ നിവൃത്തിയില്ല. ഹനുമാന്റെ വിചാരങ്ങളിൽ ഇപ്രകാരമുള്ള നാട്ടുവഴക്കങ്ങൾ ഇടശ്ശേരി കൊണ്ടുവരുന്നുണ്ട്. ബാലകർ തന്നെ അമ്പെയ്യുമെന്ന് തീർച്ചപ്പെടുത്തിയ ഹനുമാൻ.

കൊച്ചലത്തല്ലു കൊള്ളുകതന്നെ-
യുച്ചുപാറയ്ക്കൊരാനന്ദം

എന്നാണ് ചിന്തിക്കുന്നത്. പ്രകൃതിയുമായി ബന്ധപ്പെട്ട ഈ കല്പന കഥാസന്ദർഭത്തിലേക്ക് ഉചിതമായി അദ്ദേഹം സന്നിവേശിപ്പിക്കുന്നു. പാറയുമായി ഹനുമാനെ ബന്ധപ്പെടുത്തി മറ്റൊരു കല്പനകൂടി ഇടശ്ശേരി

പ്രയോഗിക്കുന്നുണ്ട്. പ്രകൃതിയുമായി ഹനുമാനെ കൂട്ടിയിണക്കുമ്പോൾ പാറ എന്ന പ്രതീകത്തിന് നല്ല ഔചിത്യവുമുണ്ട്. കുട്ടികളുടെ അസാധാരണമായ അസ്ത്രവേഗവും പ്രയോഗപാടവവും കണ്ട് അമ്പരന്ന ഹനുമാന് രാമലക്ഷ്മണരുടെ അഭ്യാസപാടവമാണ് ഓർമ വരുന്നത്.

രാമലക്ഷ്മണർ വീണ്ടുമിങ്ങനെ
ബാലരായ് വന്നിരിക്കയോ!

ലവകുശന്മാരുടെ കാല്പാദങ്ങൾ കാണുന്ന ഹനുമാൻ ശ്രീരാമന്റെ കാലടികൾ ഓർമിക്കുന്നത് കീഴ്പ്പടംകുമാരൻ നായർ ഉദാത്തമായി ആവിഷ്കരിക്കാറുണ്ട്.

'ലവണാസുരവധ'ത്തിലെ ഹനുമാനായി ആടുന്നവർക്ക് പുതുതായി കാണിക്കാൻ പാകത്തിലുള്ള അനവധി വരികൾ ഈ കവിതയിലുണ്ട്. 'കൂറ്റനായോരു നെൽക്കറ്റയുടെ കൂട്ടുക്കാരനായിത്തീർന്നു' ഹനുമാൻ. 'മൃദുല വാത്സല്യവികൃതിക്കെന്നുടെ/ഹൃദയത്തിലെമ്മട്ടിടമുണ്ടായി' എന്ന് ആലോചിക്കുന്നു. 'മുതുപാറയ്ക്കുള്ളിലെ പുതുവെള്ളം' എന്നാണ് ഇടശ്ശേരി ഈ വിചാരത്തെക്കുറിച്ച് എഴുതുന്ത്.

ലവകുശവന്മാർ ഹനുമാനെ ബന്ദിയാക്കി സീതാസന്നിധിയിലെത്തിലെത്തിച്ചു. അന്തസ്സുറ്റ വിചാരങ്ങളാണ് ഹനുമാനിൽ നിന്നുണ്ടാവുന്നത്.

ഇക്കഴൽ പൂമ്പൊടിയേറ്റിടുന്നു
ത്വൽക്കാന്ത പാദാബ് ജമത്തഭൃംഗം

എന്ന ഉൾക്കനമുള്ള വിചാരത്തോടെയും വിനയഭക്തിയോടെയുമാണ് ഹനുമാൻ സീതയെ വന്ദിച്ച് നമിക്കുന്നത്. ആട്ടക്കഥയിലെ 'സുഖമോ ദേവീ' എന്ന പദം ഇവിടെ ഓർമിക്കാം. സീതയുടെ ആജ്ഞപ്രകാരം തന്നോടു മാപ്പു ചോദിക്കാൻ വന്ന ലവകുശന്മാരെ ഹനുമാൻ ആശ്വസിപ്പിച്ചാശ്ലേഷിക്കുന്ന രംഗത്തോടെ കവിത അവസാനിക്കുന്നു.

അമ്പേറ്റ പാടുകൾ തോറുമേറെ-
യമ്പാർന്ന ചെന്തളിൽപ്പാണികളാൽ
മന്ദം തലോടിയിവ, രെനിക്കാ-
നന്ദ സമ്മൂർച്ഛതാൻ നല്കിടുന്നു.

മുത്തച്ഛന് പേരക്കുട്ടികളോട് തോന്നുന്ന സ്നേഹവാത്സല്യത്തിലെ വൈകാരികാംശമാണ് ഹനുമാൻ അനുഭവിച്ചത്. ശ്രീരാമചന്ദ്രന്റെ മക്കളോട് എങ്ങനെയൊക്കെ വാത്സല്യം കാട്ടിയാലാണ് ഹനുമാന് മതിയാവുക? ഹനുമാൻ ഭൗതിക ജീവിതത്തിലെ ചില വൈകാരികമുഹൂർത്തങ്ങളുടെ അനുഭവസ്ഥനാവുന്നു.

ഇടശ്ശേരിയുടെ ഈ കവിതയ്ക്ക് രംഗാവിഷ്കാരം നല്കിയാൽ അത് ലവണാസുരവധത്തിലെ ഹനുമദ് ബന്ധനഭാഗത്ത് പുതിയൊരു പാഠമായിരിക്കും: മുദ്രയ്ക്ക് പാകമല്ലാത്ത പ്രയോഗങ്ങളും കല്പനകളും ഉണ്ടാകുമെങ്കിലും ഭാവത്തിന്റെ കാര്യത്തിൽ ഉജ്ജ്വലമായൊരു

കലാസൃഷ്ടിയായി അത് നിലനിൽക്കും. ആട്ടക്കഥയിലെ ഒരു രംഗം പുനരാവിഷ്കരിച്ച് മനോഹര ദൃശ്യങ്ങൾ വാർത്തെടുക്കാമെന്ന് ഇടശ്ശേരി തെളിയിക്കുന്നു. ഹനുമാന്റെ വിചാരങ്ങൾക്ക് കാവ്യാത്മകത നല്കുക എന്നതാണ് ഇടശ്ശേരി പരീക്ഷിച്ച കലാതന്ത്രം.

രണ്ടു കർമയോഗികളെ ഹൃദയത്തിൽ ഒപ്പമിരുത്തി പൂജിക്കാൻ ചെയ്ത ശ്രമം കവിതയായതാണ് 'ഹനുമൽ സേവ തുഞ്ചൻ പറമ്പിൽ'. ഹനുമാൻ ഉപാസനയ്ക്ക് ഹനുമൽസേവ എന്നാണ് പറയുക. പ്രത്യക്ഷപ്പെടുത്താൻ എളുപ്പമല്ലാത്ത, പ്രത്യക്ഷപ്പെടുത്താൻ എളുപ്പമല്ലാത്ത, പ്രത്യക്ഷപ്പെട്ടാലോ എല്ലാം എളുപ്പമാവുന്ന പ്രാർത്ഥനയാവുന്നു ഹനുമത്സേവ. അൻപത്തിയാറാമത്തെ വയസ്സിലാണ് ഇടശ്ശേരി ഈ കവിതയെഴുതുന്നത്. ആ പക്വത ഈ കവിതയിൽ കാണാനുമുണ്ട്.

'ഭക്തലോകോത്തംസമേ' എന്നാണ് ഇടശ്ശേരി ഹനുമാനെ സംബോധന ചെയ്യുന്നത്. സ്വാമിഭക്തിയുടെ ഉടൽ രൂപമായിട്ടാണ് ഹനുമാനെ ഇടശ്ശേരി കാണുന്നത്.

രാമകിങ്കര, നമസ്കരിപ്പൂ നിന്നെ, ക്കനി-
ഞ്ഞീ മന്ദപ്രജ്ഞന്റേതാം പൂജകൾ കൈക്കൊണ്ടാലും

എന്ന് ഇടശ്ശേരി വാണിമാതാവിനെ വണങ്ങുന്നു. ഇടശ്ശേരിയുടെ കഥകളി ദർശനത്തിന്റെ കാതലാണ് ഈ കവിത. ഈ കവിതയ്ക്കും കഥകളി ആവിഷ്കാരം സാധ്യമാണ്. വൈലോപ്പിള്ളിയും ഇടശ്ശേരിയും കുഞ്ഞിരാമൻ നായരും മൂന്നു വിധത്തിൽ കഥകളി കണ്ട കവികളായിരുന്നു.

കാലംഹരിച്ച കളിയച്ഛൻ

കഥകളി കാണാത്തവരും കഥകളിക്കാരന്റെ ജീവിതകഥയറിഞ്ഞ കവിതകൂടിയാണ് കളിയച്ഛൻ. അസ്തിത്വദുഃഖം പ്രമേയമാക്കി സാഹിത്യം മാറിയ കാലത്തും കളിയച്ഛൻ വായിക്കപ്പെട്ടു.

എഴുതിയകാലത്ത് (1953) പ്രസക്തമായിരുന്ന ഒരു കലാന്തരീക്ഷമാണ് കളിയച്ഛനിലേത്. കഷ്ടപ്പെട്ട് കഥകളി പഠിച്ച ചെറുപ്പക്കാരൻ വേഷം കെട്ടാൻ അവസരമില്ലാതെ നട്ടം തിരിയുന്നതും അതിന് കാരണക്കാരനായ (?) ഗുരുവിനെ വെല്ലുവിളിക്കുന്നതും കവി ഇടപെട്ട് മോക്ഷമാർഗ്ഗം ഉപദേശിക്കുന്നതുമാണ് കാവ്യപ്രമേയം. ചെറിയ വേഷക്കാരും കൂട്ടുവേഷങ്ങളും കെട്ടി ആദ്യവസാനവേഷക്കാരനാവുകയാണ് കഥകളിയിലെ കലാനീതി. അഭ്യസിച്ചിറങ്ങിയ ഒരു നടനെ സംബന്ധിച്ച് ഗുരുനാഥന്റെ പ്രീതി പ്രധാനമാവുന്നു. ശിഷ്യവാത്സല്യം ഒരു ഗുരുനാഥന് ശിഷ്യനെ വളർത്താനുള്ള കാരണം കൂടിയാണ്. 'ഗുരുത്വം' ശിഷ്യന് വളരാനുള്ള കാരണവും. തന്റെ വളർച്ചയ്ക്ക് ഗുരുനാഥൻ തടസ്സമാവുന്നു എന്ന ബോധം മൂലം ഗുരുവിനെ പ്രതിനായകസ്ഥാനത്തു നിർത്തി വിചാരണചെയ്യുകയാണ് ശിഷ്യൻ. 'കളിയച്ഛൻ' കഥകളി സംഘത്തലവനാണ്. ശിഷ്യന് വേഷം നിശ്ചയിക്കുന്നതിൽ, ശിഷ്യനെ വളർത്തുന്നതിലും തളർത്തുന്നതിലും ഗുരു നിർണ്ണായക ഘടകമായിരുന്ന കാലം ഉണ്ടായിരുന്നു. പ്രത്യേകിച്ചും ഗുരുകുലരീതിയിൽ അഭ്യസിച്ച ശിഷ്യന് കഥകളി പഠനം സ്ഥാപനങ്ങളിലേക്ക് മാറിയപ്പോൾ പലകാലങ്ങളിൽ പല ഗുരുക്കന്മാരായി. ഗുരുവിന്റെ ഏകപക്ഷീയത അവസാനിച്ചു. ഏകഗുരുകേന്ദ്രിതമായ അധ്യാപനവും അധ്യയനവും ഓർമ്മയായി. പുതിയകാലത്തിന്റെ സന്തതികൾ പഴയ കാലത്തെ ഗുരുനാഥന്മാരെ പൂർണ്ണമായും ആശ്രയിക്കുന്നില്ല. കഥകളിയുടെ ഭാവുകത്വം മാറി. ആസ്വാദനത്തിൽ മാറ്റങ്ങൾ വന്നു. കളിയച്ഛൻ ഇന്ന് വായിക്കുമ്പോൾ അമ്പതുകളിലെ കഥകളിരംഗത്തെ സാംസ്കാരിക അവസ്ഥയും നടന്റെ ജീവിതാവസ്ഥയും ചരിത്രരേഖപോലെ തെളിഞ്ഞുവരും. മറ്റൊരുവിധം വായിക്കുമ്പോൾ മുഴുവനായും മാറിയ ഒരു കഥകളി അന്തരീക്ഷത്തിൽ കളിയച്ഛനിലെ പ്രമേയം കാലഹരണപ്പെടുന്നതായും കാണാം.

വർത്തമാന സാഹചര്യവുമായി പൊരുത്തപ്പെടുമ്പോഴാണ് കവിത കാലാതിവർത്തിയാവുന്നത്. കുഞ്ഞിരാമൻ നായരുടെ രചനാകലയുടെ പൂർണ്ണതശേഷിക്കുന്നു; എങ്കിൽക്കൂടി കളിയച്ഛനിലെ വിഷയത്തിന് ഇന്ന് പ്രസക്തി ഇല്ലാതായിരിക്കുന്നു. ശിഷ്യന് വേഷം നിശ്ചയിക്കുന്നതിൽ ഗുരു അവസാനവാക്കല്ലാതായിത്തീർന്നിരിക്കുന്നു. ഒരു പുതുനടനെ പരീക്ഷിക്കാനും പരിരക്ഷിക്കാനും കഥകളിസംഘാടകർ തയ്യാറായിരിക്കുന്നു. ശിഷ്യനെ തിരസ്കരിക്കണമെന്ന് നിർബന്ധബുദ്ധി പിടിക്കാൻ ഗുരുനാഥനാവില്ല. അതിന്റെ പേരിൽ താൻ ഒഴിവാക്കപ്പെട്ടേക്കാവുന്ന അവസ്ഥയെക്കുറിച്ച് അയാൾ ബോധവാനാണ്. പുതിയ കാലത്തിന്റെ കലാതന്ത്രങ്ങളെ പ്രായോഗികമായി പ്രയോജനപ്പെടുത്താൻ തന്നേക്കാൾ ശിഷ്യനറിയാമെന്ന ബോധ്യം ഗുരു പിൻപറ്റുന്നു. തന്നിൽ നിറയുന്ന പഴക്കത്തിനു തുല്യം ശിഷ്യനിൽ പുതുമ നിറയുന്നതായും അത് വരവേൽക്കപ്പെടുന്നതായും ഗുരു ഭീതിയോടെ തിരിച്ചറിയുന്നു. കളിയച്ഛനിലെ 'ശിഷ്യനി'ൽ പ്രവർത്തിച്ച മനോനില പുതുതലമുറ സാക്ഷാൽക്കരിക്കുമെന്നും ഗുരു ഭയക്കുന്ന അന്തരീക്ഷമാണ്. ആശാന്റെ നിയന്ത്രണങ്ങളെ കൂസാതെ സ്വതന്ത്രവും സ്വൈരവുമായി വിഹരിക്കുന്ന ശിഷ്യഗണങ്ങൾ. അവരെ വ്യത്യസ്തവേഷങ്ങൾകെട്ടി പരീക്ഷിക്കുന്ന കഥകളിക്ലബ്ബുകൾ. കഥകളി അരങ്ങ് പരീക്ഷണവേദികളായി മാറുകയും സംഘാടകർ ഇരുപതുകാരനെ കഠിനമായ ആദ്യവസാനവേഷങ്ങൾ കെട്ടിച്ച് പ്രാപ്തനാക്കുകയും ചെയ്യുന്ന കാഴ്ച സുലഭമാകുന്നു.

ഗുരുനാഥന്മാർക്ക് വിനീതവിധേയരായി നിന്ന് അവരെ മറുചോദ്യമില്ലാതെ അനുസരിക്കുന്ന ഒരു ശിഷ്യതലമുറ ഓർമ്മയാവുകയാണ്. മുദ്ര പഠിപ്പിച്ച ഗുരുനാഥനെതിരെ മുദ്രാവാക്യം വിളിക്കാനും അവർക്ക് കൂസലില്ല. ('മുഷ്ടി' മുദ്ര പരിഷ്കരിക്കപ്പെടുകയാണ്.) ശിക്ഷയും ശാസനയും അവകാശം പോലെ ശിഷ്യനിൽ നിർവ്വഹിച്ചിരുന്ന ഗുരുനാഥന്മാരെ ഗുരുത്വത്തിന്റെ പേരിൽ സഹിക്കാൻ വിധിക്കപ്പെട്ട തലമുറയും അന്യമായി. മനുഷ്യാവകാശക്കമ്മീഷനും പുതിയ കോടതിവിധികളും ശിഷ്യരെ സുരക്ഷിതരും ഗുരുനാഥന്മാരെ നിസ്സഹായരുമാക്കുകയാണ്. ക്ലാസിക്കൽ കലാഭ്യസനം അതിന്റെ മൗലികവും മൂല്യവത്തുമായ കണിശതയിൽ നിന്ന് വിടുതിചെയ്തിരിക്കുന്നു. ആ നിലയ്ക്കും അനുസരണശാലിയായ ശിഷ്യൻ ഗുരുവിന് അന്യമാവുന്നു. ആഢ്യഗൃഹങ്ങളുടെ തണലിൽനിന്ന് കഥകളി സ്ഥാപനവൽക്കരിക്കപ്പെട്ടതിന്റെ തുടർച്ചയായിവേണം ഈ സ്വാതന്ത്ര്യത്തെ വിലയിരുത്തേണ്ടത്.

കളിയച്ഛനിലെ ശിഷ്യനിൽ സ്വാതന്ത്ര്യദാഹിയായ ഒരു യുവനടനുണ്ട്. ഗുരുനിന്ദയോ നിഷേധമോ ആയിട്ടല്ല അയാളുടെ നിലപാടുകൾ പുറത്തുവരുന്നത്. തന്നിലെ കലാകാരനെ അസ്വതന്ത്രനാക്കുന്ന ഗുരുനാഥന്റെ അനീതിക്കെതിരെയാണ് അയാൾ പൊരുതുന്നത്.

തോഴനാം കൊച്ചുമിടുക്കന്റെയുർവ്വശീ -
വേഷമിരുട്ടത്തു കണ്ടുമിരണ്ടനാൾ.

ഒക്കില്ലൊരിക്കലും മേലിലെനിക്കിനി
ഇക്കളിവട്ടത്തിലൊത്തുകളിക്കുവാൻ
ഒക്കില്ലൊരിക്കലും മേലിലെനിക്കിനി
ഇക്കളിയച്ഛനോടൊത്തുകളിക്കുവാൻ

എന്ന് അയാൾ അസന്ദിഗ്ദ്ധനാവുന്നു. ഗുരുനാഥന്റെ പ്രതാപവും അനിവാര്യതയും അറിയുന്ന ശിഷ്യൻ 'ഗുരുകൃപ'യായി ഒരു നല്ല വേഷം പ്രതീക്ഷിച്ച് നിരാശപ്പെടുമ്പോഴുള്ള പ്രലപനമാണ് ഈ വരികൾ. ഇന്ന് ഇത്തരമൊരു പ്രതിജ്ഞയുടെ ആവശ്യകതയില്ല.

കഥകളിയുടെ മാറിയ കാലസ്ഥിതിയിൽ കളിയച്ഛനിലെ യുവവേഷക്കാരന്റെ കലാനുഭവങ്ങളും ഇന്നത്തെ ഒരു ചെറുപ്പക്കാരനായ കഥകളിനടന്റെ അനുഭവവും തമ്മിലുള്ള അന്തരം വിശകലനം ചെയ്യാം. അന്നത്തെ 'കളിയച്ഛന്റെ' അധികാരം ഇന്നത്തെ കഥകളി സംഘാടകർക്കാണ്. അവരാണ് കഥയും വേഷവും നിശ്ചയിക്കുന്നത്. ഗുരുകേന്ദ്രിതമായ അധികാരവ്യവസ്ഥകളും ചോദ്യം ചെയ്യപ്പെടാനാവാത്ത ഏകപക്ഷീയതയും അവസാനിച്ച കാലമാണ് ഇന്നത്തേത്.

സ്മേരമനോഹര വേഷങ്ങൾ കച്ചുപോയ്
ഘോരഗുരുശാപകാമിലബാധയാൽ

ഘോരസ്വരൂപിയായ ഗുരുവിന്റെ ശാപശക്തിയെ പ്രതിരോധിക്കാൻ മനസ്സിനു കെല്പുള്ളവരാണ് യുവതലമുറ. കയ്പിനെ മധുരീകരിക്കാനുള്ള കലാതന്ത്രങ്ങൾ അവരിലുണ്ട്.

താവിത്തുളുമ്പും സഭാകമ്പമേല്ക്കയാൽ
മെയ്വിയർക്കുന്നു തുടവിറയ്ക്കുന്നു മേ!

'വിറ'യുടെ ശരീരഭാഷ പുതുതലമുറയ്ക്ക് അന്യമാണ്. സഭാകമ്പം എന്ന ഒന്ന് അവരുടെ കലാനിഘണ്ടുവിൽ ഇല്ല. സദസ്സിലെ കാണികളിൽ തന്റെ പ്രായോജകർ ഉണ്ടെന്നത് നടന് കൂസലില്ലായ്മയുണ്ടാക്കുന്നു.

ദുർമുഖംകാണേണ്ടെനിക്കോതിദേശികൻ
ദുർമൃതിഘോരഗ്രഹണമാം ശാപമായ്

താൻ രസം പകർന്നുകൊടുത്ത മുഖത്തെ ദുർമുഖമായി കണ്ട് നിരാകരിക്കാൻ ഇന്നത്തെ ഗുരു ധൈര്യപ്പെടില്ല. അഥവാ ഗുരു നിരസിച്ചാലും അതൊരു ശാപമായി പിന്തുടരാൻ പര്യാപ്തമായ മാനസികനിലയാവില്ല ശിഷ്യന്റേത്. ശാപത്തിന്റെ ഘോരത ഏല്ക്കാൻപാകത്തിൽ ഗുരുത്വം നൽകുന്ന ആശാന്മാരും കുറവായിരിക്കുന്നു. ശാപഗ്രസ്തനായി ശിഷ്യൻ അലയണമെന്ന് ഗുരുനാഥൻ മോഹിച്ചാലും ഫലിക്കാത്ത കാലമാകുന്നു ഇന്നിന്റേത്.

ക്രൂരമിടിത്തിയ്യിൽവെന്തുപോയി
കേശഭാരകിരീടമണിയേണ്ടമസ്തകം

ശിഷ്യവാത്സല്യം; ശിഷ്യന്റെ ഉയർച്ചയിലുള്ള മോഹം, പുത്രതുല്യനായി ശിഷ്യനെകണ്ട് അവന്റെ ഭാവിയിലുള്ള ആകാംക്ഷ എന്നിവ കൈമുതലായുള്ള ഗുരുവിന്റെ ക്രൂരശാപം ഫലിച്ചേക്കാം. ആ ശാപാഗ്നിയുടെ ശക്തിയിൽ കേശഭാരമുറപ്പിക്കേണ്ട സ്ഥലം വെന്തുപോകാം. ആത്മാർത്ഥമായ, മനസ്സുരുകിയ ശാപത്തിന് ശക്തരായ ഗുരുപരമ്പരയുടെ കാലം അവസാനിച്ചു എന്നു പറയാം. ആ നിലയിൽ ഒരു പൊള്ളൽ യുവനടന് ഏല്ക്കേണ്ടിവരില്ല.

പോവാതെയായന്നുതൊട്ടുഞാൻപൊന്മണി
കോവിലിലുത്സവപ്പന്തൽക്കളികളിൽ

കളിസ്ഥലങ്ങളിൽനിന്ന് സ്വയം മാറി നിൽക്കുന്ന, ആത്മകലയെ നിരാശയുടെ പേരിൽ ബലികഴിക്കുന്ന തലമുറ ഇന്നില്ല. അവർ അവസരങ്ങൾ നേടിയെടുക്കുന്നു. ഫേസ്ബുക്ക് അടക്കമുള്ള സോഷ്യൽ മീഡിയകളെ പ്രയോജനപ്പെടുത്തുന്നു. സന്ധ്യയ്ക്കുള്ള 'കേളി' കഥകളിയുടെ വിളംബരമാവുന്നത് അനുഷ്ഠാനമായി മാറുകയാണ്. കളിയരങ്ങിനെക്കുറിച്ച്, വേഷത്തെക്കുറിച്ച് എസ്.എം.എസ്. അയച്ച് 'കേളി' കൊട്ടാൻ അവർക്ക് വശമാണ്. പത്രവാർത്തകളും ലേഖനങ്ങളും അവർ അലങ്കാരമാക്കി ലോകം മുഴുവൻ കാഴ്ചപ്പുറത്തെത്തിക്കാനുള്ള നവമാധ്യമതന്ത്രങ്ങൾ അവർക്കറിയാം. വാട്സപ്പ് അടക്കമുള്ള നൂതനസംവിധാനം വിരൽത്തുമ്പുകൊണ്ട് ആത്മാഭ്യുന്നതിക്കായി പ്രയോജനപ്പെടുത്തി ഗുരുവിന്റെ പഴയകാലശീലങ്ങളെയും ദുശ്ശാഠ്യങ്ങളെയും മൗനമായി അവർ വെല്ലുവിളിക്കുന്നു.

വ്യഗ്രനാമെന്നെപ്പിന്തുടർന്നെത്തി
ഉഗ്രഗുരുത്വപ്പിഴതൻകരിനിഴൽ
സ്മേരം ഗുരുവിൻമുഖംകറുത്തീടവേ
ഘോരതമസ്സിലേക്കൊട്ടൊട്ടുനീങ്ങിഞാൻ

ഗുരുത്വപ്പിഴയുടെ കരിനിഴൽ വീണ്, അനാഥത്വത്തിന്റെ ഇരുട്ടിലേക്ക് കൂപ്പുകുത്തുന്ന ശിഷ്യസമൂഹം അന്യമായി. അത്തരം ഒരു 'ഇരുട്ടിനെ കീറിമുറിക്കുന്ന വജ്രസൂചിയാകാ'ൻ ശ്രമിക്കുന്നവരാണ് നവതലമുറ. ഇവരുടെ കടന്നുവരവും കടന്നുകയറ്റവും ഒരുപക്ഷേ ഗുരു അടക്കമുള്ള തലമുറയെ തിരസ്കാരത്തിന്റെ ഇരുട്ടിലേക്ക് തള്ളിയിടാൻ പര്യാപ്തമായ കാലസ്ഥിതിയാണുള്ളത്.

'ഇന്നൊരുവേഷവുംകിട്ടാതുഴന്നുഞാൻ
ഒന്നാംകിടക്കാരനാവാൻ മുതിർന്നവൻ.'

എല്ലാവരും ഒന്നാം കിടക്കാരനാവാനുള്ള യാത്രയിലാണ്. ഒരു വേഷവുമില്ലാതെ ഉഴറിനടക്കുന്ന തലമുറ ഇന്നില്ല. ലേശമെങ്കിലും കഴിവുള്ളവർക്ക് ഇവിടെ അവസരങ്ങളുണ്ട്. ഇരുപതുതികയാത്ത ഒരു വേഷക്കാരൻ 'നരകാസുരൻ' പോലുള്ള വൻവേഷങ്ങൾ കെട്ടുന്ന കാലമാണ്. ചെറിയ നരകാസുരനല്ല എന്നതും ശ്രദ്ധിക്കുക. ഇവരെ ധൈര്യത്തോടെ

അരങ്ങിലേക്കയയ്ക്കുന്ന സംഘാടകരാണ് ആധുനിക കഥകളി നിയന്ത്രിക്കുന്നതും നിർണ്ണയിക്കുന്നതും: പുതുനടന്മാരുടെ പരീക്ഷണങ്ങൾക്കും വേദി ഒരുക്കുന്നവരുണ്ട്. ഒന്നാംകിടക്കാരനാവാൻ 'മുതിർന്ന'വൻ ഒന്നാംകിട വേഷങ്ങൾ കെട്ടുകതന്നെ ചെയ്യുന്ന, അതിന് അരങ്ങ് ഒരുക്കുന്നതായാണ് കാഴ്ച.

നിസ്ത്രപമിക്കളിക്കോപ്പുചുമന്നു
കൊണ്ടെത്രപടികൾ കയറിയിറങ്ങിഞാൻ

എന്ന വരികളിൽ പഴയ കഥകളികാലമാണ്. ഇന്ന് യുവനടന്മാർ ക്ഷണിക്കപ്പെടുകയാണ്. അവരുടെ സെൽഫോണുകളിലേക്ക് ആവശ്യകതയുടെ, അനിവാര്യതയുടെ ക്ഷണങ്ങൾ വന്നുകൊണ്ടിരിക്കുന്നു. എഴുപത്തൊമ്പതും കഴിഞ്ഞ വേഷക്കാരന് മുപ്പത്തിയഞ്ച് തികഞ്ഞ നടൻ നായികയാവുന്നു. സിനിമയിലെ പ്രധാന നടന്മാരുടെ പ്രായവും നായികമാരുടെ പ്രായവും തമ്മിലുള്ള അന്തരത്തെ പരിഹസിക്കുന്നവർ കഥകളി കാണുന്നില്ല. മികച്ച നടന്മാർക്കൊപ്പം കൂട്ടുവേഷം കെട്ടാനുള്ള അവസരം ഇന്ന് സുലഭമാവുകയാണ്. കഥകളി വേഷത്തിന് പ്രായാധിക്യം അനുഭവപ്പെടാത്തതുകൊണ്ട് നവതിയിലെത്തിയ നാലാം ദിവസത്തിലെ നളവേഷക്കാരന് പേരമകന്റെ പ്രായമുള്ള ദമയന്തിയും യോജിക്കും. കാണിക്ക് പ്രായം അനുഭവപ്പെടില്ല എന്നതാണ് കഥകളി കാഴ്ചയിലെ രസതന്ത്രം.

ധാടിയും മോടിയുമാർന്ന ഞാനെങ്ങനെ
താടിനരച്ചദുർവാശിക്കുകീഴ്പ്പെടും?

താൻ ധാടിയും മോടിയുമാർന്നവനെന്ന് ചുരുക്കം ചിലരിലെങ്കിലും ആത്മബോധം പ്രവർത്തിക്കുന്നത് ചെറുത്തുനില്പിന് ഉപകരിക്കും. അത്തരമൊരു വിചാരമേ ഇന്നത്തെ കഥകളിനടന് വേണ്ടതില്ല. കാരണം ആ വക ദുർവാശികൾ ഒരു ഗുരുവിൽ നിന്നും അയാൾ അനുഭവിക്കേണ്ടതില്ല. ശിഷ്യനെ അവന്റെ 'പാട്ടിനു വിടുന്ന'ഗുരുക്കന്മാരുടെ കാലമാണിത്.

'പച്ചയിൽ ഇച്ഛയാകത്തിയും താടിയും കൂട്ടികലർത്തിയ' അവസ്ഥയെക്കുറിച്ചും പി. എഴുതുന്നുണ്ട്. ഇതൊരു അതീതയാഥാർത്ഥ്യമാകാം. ഇച്ഛയ്ക്കൊത്തുള്ള വേഷങ്ങളുടെ തെരഞ്ഞെടുപ്പിനുള്ള അരങ്ങുകൾ ഇന്നുണ്ട്. മേളത്തിന് ഇണങ്ങാത്ത മുദ്രകൾ, താളം പിഴയ്ക്കൽ, കൈവളയും കച്ച മണിയും തെറിച്ചുപോവൽ, ചൊട്ടി അടരൽ (അന്ന് അരിചുട്ടിയായിരുന്നു. കടലാസു ചുട്ടി വന്നതോടെ 'ചൊട്ടി അടരൽ' എന്ന നടന്റെ ഭയം എന്നേക്കുമായി ഇല്ലാതായി.), കിരീടം ചെരിയൽ തുടങ്ങിയ ദുശ്ശകുനങ്ങൾ ഗുരുത്വപ്പിഴയായി അന്ന് വ്യാഖ്യാനിക്കപ്പെട്ടിരുന്നു. ഇന്ന് ആഹാര്യഭദ്രതയെക്കുറിച്ച് തീർത്തും ബോധവാനാണ് ഓരോ വേഷക്കാരനും. കൊട്ടിനുപാക ആട്ടത്തെ വിന്യസിക്കാൻ; കാലപ്രമാണം ദീക്ഷിക്കാൻ, കിരീടം ഉറപ്പിക്കാൻ അയാൾ സദാജാഗരൂകനാവുന്നു. 'കോപ്പില്ല വേഷത്തിന്' എന്ന വിലയിരുത്തൽ ഒരു നടനെ സംബന്ധിച്ച് ഇന്ന് അപ്രസക്തമാണ്. ഒന്നിന് കോപ്പില്ലെങ്കിൽ മറ്റൊന്ന് പരീക്ഷിക്കപ്പെടുകയാണ്.

നടനുനേരേ 'ഗുരുനിന്ദിതൻ' എന്ന പ്രതികൂലമനോഭാവത്തിൽ അരങ്ങ് നൽകാത്ത സംഘാടകരും ഇന്നില്ല. ഗുരുവിനെ പകർത്തുന്നവരെയല്ല മറികടക്കുന്നവരെയാണ് സംഘാടകർ പരീക്ഷിക്കുന്നത്. ആ നിലയ്ക്ക് ഗുരുവിന്റെ തിരസ്കാരത്തെ ഉയർച്ചയിലേക്കുള്ള കാല്പാടുകളായി

സർവ്വാപരാധം പൊറുക്കണമെന്നൊരു-
സാഷ്ടാംഗവീഴ്ച - വിജയിയായ്പ്പൊങ്ങിനീ.

തെരഞ്ഞെടുക്കുന്ന; ആ വെല്ലുവിളി സ്വീകരിക്കുന്ന നടന്മാരുണ്ട്. 'കളിയച്ഛന്റെ ഇച്ഛയ്ക്കനുസരിച്ച് വേഷമെടുക്കാൻ പറ്റില്ലെന്ന' അന്നത്തെ നിലപാട് ഇന്നത്തെ തലമുറ പുലർത്തുന്നു. പക്ഷേ 'കളിയച്ഛന്റെ ഇച്ഛ' എന്നൊന്ന് ഇന്ന് അപ്രസക്തവുമാകുന്നു.

പൂർണ്ണാധികാരമുണ്ടാവണമന്നന്നു
തോന്നിയവേഷങ്ങൾകെട്ടിനടക്കുവാൻ

കളിയച്ഛനിലെ നടന് അതിനുള്ള അധികാരമോ അവസരമോ ഗുരു നിഷേധിക്കുകയായിരുന്നു. ഈ 'അധികാരം' എന്നത് ഒരാളുടെ സൗന്ദര്യദർശനവുമായി ബന്ധപ്പെട്ടുകിടക്കുന്നു. 'കത്തി' മോഹിച്ചുവന്നയാൾ 'ചുവന്നതാടി'ക്കാരനാവുന്ന അവസ്ഥ ഇന്നില്ല. ഏതുവേഷവും കെട്ടി ഫലിപ്പിക്കാമെന്ന ആത്മവിശ്വാസം പുതിയ വേഷക്കാരിൽ ഉണ്ട്. അവർ മറ്റൊരുവിധത്തിൽ ഗുരുവിന്റെ ദർശനങ്ങളെ വെല്ലുവിളിക്കുകയാണ്. വേഷത്തിന്റെ തെരഞ്ഞെടുപ്പിൽ കളിയച്ഛന്റെ നിലപാടിന് ഇന്ന് സാംഗത്യമില്ല. ആദ്യവസാനവേഷത്തിന് തനിക്ക് അവസരം നൽകാത്ത കളിയച്ഛനു നേരേ ആശങ്കയുണർത്തുന്നു; അദ്ദേഹത്തിനുനേരേ കലഹിക്കുന്ന, തെറിവിളിക്കുന്ന, മാപ്പ് പറയില്ലെന്ന് ഉറച്ചുനിൽക്കുന്ന; അതിനെത്തുടർന്ന് ഭ്രഷ്ടനാകേണ്ടിവന്ന, പിച്ചക്കാരനെപ്പോലെയാകുന്ന, സ്വയം തോൽവി അറിയുന്ന, ഭീരുവേഷങ്ങൾ കെട്ടുന്ന, പലപലവേഷങ്ങൾകെട്ടി പരാജയപ്പെടുന്ന നടനാണ് കളിയച്ഛനിൽ ഉള്ളത്. ഇന്ന് ഈ അനുഭവമണ്ഡലങ്ങളിലൂടെ ഒരു യുവനടന് സഞ്ചരിക്കേണ്ടതില്ല. കളിയച്ഛന്മാർ പലതായി. കേരളത്തിൽ എത്രയോ കഥകളി സംഘടനകൾ. ഒരിടത്ത് തിരസ്കരിക്കപ്പെട്ടാൽ, ഇവരുമായി സ്വരച്ചേർച്ചയില്ലാത്തവരുമായി സഹകരിക്കാം. ഒരിടത്തെ തോൽവി മറ്റൊരിടത്ത് വിജയമാക്കാം. ഒരു ആശാനും ഒരു നടനെ നിയന്ത്രിക്കാനാവില്ല. തന്റെ അരങ്ങിനുശേഷം ശിഷ്യന്റെ ആദ്യവസാനവേഷം കാണാനും ഗുരുനാഥന് അവസരമുണ്ട്. ആദ്യവസാനവേഷത്തിനു വിലക്കു കല്പിച്ചതിന്റെ പേരിൽ ഒരു ആശാനോടും ഇന്നത്തെ നടന് കലഹിക്കേണ്ടിവരില്ല. വിലക്കുകൾ നിലനിൽക്കാത്ത കാലമാണിത്. അതിനെ അതിജീവിക്കാൻ കലാബാഹ്യമായ ബുദ്ധി

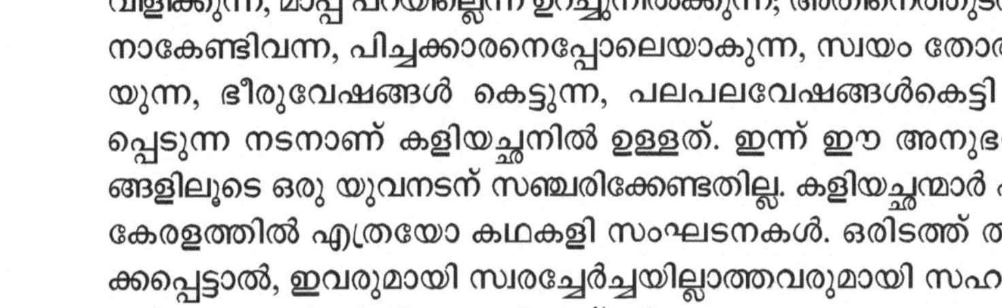

വികാസവും വൈഭവവും പുതുനടന്മാർക്കുണ്ട്. മാപ്പിന്റെ വിഷയമേ ഉത്ഭവിക്കുന്നില്ല. ഒരു തെറ്റ് മറ്റൊരു ശരിയായിമാറുന്ന അവസ്ഥയുണ്ട്. ഗുരുനിയന്ത്രിക്കുന്ന ഒരുകഥകളി കാലം ഇല്ലാതായിക്കഴിഞ്ഞസ്ഥിതിക്ക് ഭ്രഷ്ടിനോ, തോൽവിക്കോ, അലച്ചിലിനോ, കൃത്യമായ വേഷമില്ലായ്മയ്ക്കോ സാധ്യതയില്ല. പച്ചയും കത്തിയും മിനുക്കും തുല്യനിലയിൽ കെട്ടിവിജയിപ്പിക്കുന്നവരുണ്ട്. ശില്പശാലകളും സെമിനാറുകളും സോദാഹരണ പ്രഭാഷണങ്ങളും പരീക്ഷണവേഷങ്ങളുടെ അരങ്ങുകളുമായി പുതിയ കഥകളി സംഘടനകൾ പുതുതലമുറയെ വാർത്തെടുക്കുന്നു. പല പുതുനടന്മാരിലും പഴയകാല ആവർത്തനത്തിന്റെ വിചാരണ കാണുന്നുണ്ട്. മേലാഗുരുവിൻ പദം പറ്റി ഈ കലാലോലമാം കാലം തുലയ്ക്കുവാൻ എന്ന് അബോധമായിട്ടെങ്കിലും അവ അരങ്ങുഭാഷയിൽ അവർ പ്രാവർത്തികമാക്കുന്നു. ഗതാനുഗതികത്വത്തെ അവർ തിരസ്കരിക്കുന്നു. 'രാവണവേഷവും ഞാനുമൊന്നായ് ചമഞ്ഞുപോയ്' എന്നഗതി നടന് സംഭവിക്കില്ല. 'കാര്യം മറന്ന കളിക്കാരനായും' ഒരാൾ അധഃപതിയ്ക്കില്ല അവർ ജീവിതകഥമറന്ന് ആടില്ല. കേരളീയമായ കലാകാലാവസ്ഥ തിരിച്ചറിയാൻ അവർക്കറിയാം. കഥകളി പഠിച്ചത് ജീവിക്കാനാണ് എന്ന ബോധ്യം അവർക്കുണ്ട്. തൊഴിലധിഷ്ഠിത വിദ്യാഭ്യാസമായിട്ടാണ് പലരും കഥകളിയെ കാണുക. അതിന്റെ തുടർച്ച അവർ ജീവിതത്തിൽ കാര്യമാത്ര പ്രസക്തമാകുന്നു. കളിവിട്ട കാര്യവും കാര്യം വിട്ട കളിയും ഇല്ലാതെ സ്വയം സുരക്ഷിതനാകാൻ അവർക്കറിയാം. ദേശികശാപത്തിൽ നട്ട കളിപ്പന്തലിനെ നരകദുർഗ്ഗങ്ങളായികണ്ട് ആടേണ്ട അവസ്ഥ അവർക്കില്ല. ഒന്നിലധികം ഗുരുനാഥന്മാരുള്ള സ്ഥിതിക്ക് ഏത് ഗുരുവിന്റെ ശാപം ഫലിക്കും? ഒരു ഗുരുശാപത്തെ പ്രതിരോധിക്കാൻ മറ്റൊരു ഗുരുപ്രീതി മതിയാകും. ഒന്ന് മറ്റൊന്നിനെ ഇല്ലാതാക്കുന്നു.

'ഗുരുവിന്റെ കാലുപിടിക്കാതെ അരങ്ങത്തുപോയതിന്റെ' ശിക്ഷയാണ് കളിയച്ഛനിലെ നടനെ സദാ പിന്തുടരുന്നത്. 'കെട്ടുന്നവേഷത്തിനേതിന്നുമൊന്നാണുലക്ഷ്യം ഗുരുവരാനുഗ്രഹം' എന്ന് പി. കുഞ്ഞിരാമൻനായർ ഗുരുവും ശിഷ്യനും തമ്മിലുള്ള ആശയപരമായ അകൽച്ചയിൽ ഇടപെട്ട് സമവായം നിർദ്ദേശിക്കുന്നുണ്ട്. ഇന്ന് ഇത്തരമൊരു മധ്യസ്ഥന്റെ ആവശ്യകതയില്ല. പലരുടെയും 'ഗുരുഭക്തി'യിലെ പ്രകടനപരത നമ്മൾ കണ്ടുകഴിഞ്ഞതുമാണ്. 'ആര്യപരമ്പരാദർശം' മറന്ന കഥകളിക്കാരനെയാണ് പി. അവതരിപ്പിക്കുന്നത്. പശ്ചാത്താപവിവശനായി, ദൈവതുല്യനായ ഗുരുവിന്റെ കാൽക്കൽ വീണാൽ, ആ കൈ സ്പർശം ഇരുട്ടിൽ നിന്ന് പ്രകാശത്തിലേയ്ക്കു നയിക്കുമെന്ന പ്രതിവിധിയും പി. നിർദ്ദേശിക്കുന്നുണ്ട്. അത് കലയുടെ പുതിയ സൂര്യോദയമായി തിരിച്ചറിയാനുള്ള ഉപദേശവും കവി നൽകുന്നു. ഇന്നത്തെ നടന് അത്തരമൊരു "സാഷ്ടാംഗവീഴ്ചയ്ക്കു ശേഷമുള്ള വിജയിയായി എണീയ്ക്കേണ്ട." സാഹചര്യമില്ല. ഒരു ഗുരുവിന്റെയും വിലക്കിൽ ഒരു കഥകളി നടൻ ഭ്രഷ്ടനായ സംഭവം ആധുനിക കഥകളിചരിത്രത്തിൽ ഇല്ല. 'കാലവിചാരത്തിൽ' ആരും ഉൾ

പ്പെടുന്നും ഇല്ല. ഒന്നോ രണ്ടോ നടന്മാരെ വളർത്താനായി മാത്രം കഥകളികേന്ദ്രങ്ങൾ, പുതുപരീക്ഷണങ്ങൾക്കായി കഥകളി ക്ലബുകൾ തുടങ്ങി വർത്തമാന കഥകളിരംഗം സജീവമാകുമ്പോൾ 'ഭ്രഷ്ടന്മാർ' ചിത്രത്തിലേ ഇല്ലാതാവുന്നു. തനിക്ക് ഹിതമല്ലാത്ത ആട്ടങ്ങൾ ആടിയാൽ; തനിക്കറിയാത്ത കഥകൾ ആടി സന്ദിഗ്ദ്ധാവസ്ഥയിലാക്കിയാൽ ആ നടനെ തിരസ്കരിക്കാൻ ഒരു വേഷക്കാരന് കഴിയും. എങ്കിലും അയാൾ ആ നടനു മാത്രമേ അനഭിമതനാകുകയുള്ളൂ. കലാലോകം അയാളെ സ്വീകരിക്കുന്നു. ആധുനിക വിദ്യാഭ്യാസവും കലാബോധവും ലഭിച്ച പുതിയ കഥകളി നടന്മാരുടെ കാലത്ത് കളിയച്ഛനിലെ പ്രമേയം കാലഹരണപ്പെടുകയാണ്. കുഞ്ഞിരാമൻനായരുടെ മികച്ച കവിതയായി. കാലാതിവർത്തിയായി കളിയച്ഛൻ നിലനിൽക്കുക അതിലെ കഥാംശം കൊണ്ടായിരിക്കും.

കേരളത്തിലെ എത്ര കഥകളി നടന്മാർ 'കളിയച്ഛൻ' വായിച്ചിരിക്കും? കളിയച്ഛൻ ഇന്നു വായിക്കുന്ന ഒരു ചെറുപ്പക്കാരനായ കഥകളിനടൻ മുൻഗാമിയുടെ ദുരന്തത്തെ എങ്ങനെ കാണും? അയാളോട് സഹതാപം മാത്രം ബാക്കിയാവും. ഗുരുശിഷ്യബന്ധത്തിലെ ഏകാധിപത്യത്തിന്റെയും കലയിലെ ഭരണകേന്ദ്രത്തിന്റെയും യാഥാസ്ഥിതിക കാഴ്ചശീലങ്ങളുടെയും ചരിത്രരേഖയായി അവർ കളിയച്ഛൻ വായിക്കും. ഒപ്പം നിഷേധത്തിന്റെയും വെല്ലുവിളിയുടെയും ശബ്ദവും ശരീരവുമായ ഒരു വേഷക്കാരന്റെ 'വേഷ'വും അവർ കണ്ടെടുക്കും. കാലാതിവർത്തിയാവുമ്പോഴും കാലഹരണപ്പെടുന്ന പ്രമേയമായി അവർ കളിയച്ഛനെ വിചാരണ ചെയ്യും. ഒരു കഥകളി നടന്റെ ആത്മകഥ മലയാളത്തിൽ ആദ്യമായി എഴുതപ്പെടുന്നത് കവിതയിലാണ്. അതാണ് പി. കുഞ്ഞിരാമൻ നായരുടെ 'കളിയച്ഛൻ'. ആത്മകഥാകാരൻ ഓർമ്മയാവുമ്പോൾ അത് ജീവചരിത്രമായിമാറും. ചരിത്രപ്രാധാന്യമുള്ള, പ്രമേയം സ്വയം റദ്ദാവുന്ന കവിതയായി, കഥയായി, കളിയച്ഛൻ വായന തുടങ്ങാനുള്ള കാലമായിരിക്കുന്നു. കളിയച്ഛനെ കാലം ഹരിച്ചിരിക്കുന്നു.

പി. കുഞ്ഞിരാമൻനായർ

പി.യുടെ വെള്ളിനേഴി

അവധൂതൻ എന്ന വാക്ക് വിശേഷണമായി ഏറ്റവും അധികം പ്രയോഗിക്കപ്പെട്ടത് പി. കുഞ്ഞിരാമൻ നായരുടെയും ഞെരളത്ത് രാമപ്പൊതുവാളുടെയും പേരുകൾക്ക് മുമ്പിലാണ്. ജോൺ എബ്രഹാമും എ. അയ്യപ്പനും ഇപ്പോൾ ഈ പരിധിയിൽ ഉണ്ട്. യാത്രയിൽ പി.യുടെ പില്കാലത്തുടർച്ചയായി പുസ്തകപ്പരസ്യങ്ങളിൽവരെ അയ്യപ്പൻ അവരോധിക്കപ്പെട്ടു. അവനവന്റെ കലയോടൊപ്പം ജീവിതവും കലയാക്കിയതിന്റെ പേരിലാണ് പി.യും ഞെരളത്തും അവധൂതപരിവേഷരാവുന്നത്. ഒരാൾ കവിത തേടി അലഞ്ഞു. മറ്റേയാൾ പാട്ട് തേടിക്കൊണ്ടിരിക്കുന്നവർക്കിടയിലേക്ക് ചെന്നു കേരളത്തിൽ ഞെരളത്ത് എത്താത്ത ദേശങ്ങളില്ല. ഭജിക്കാത്ത ക്ഷേത്രങ്ങളും കുറവാകണം. പി. യുടെ കാല്പാടുപതിയാത്ത ദേശങ്ങളും കുറവാകാനാണ് സാധ്യത. ഏതാണ്ട് ഒരേ കാലത്ത് കേരളമാകെ സമാന്തരമായി അലഞ്ഞ ഇവർ ഒരിക്കൽ ഗുരുവായൂരിൽ വെച്ച് കണ്ടുമുട്ടുകയുമുണ്ടായി. പി. യുടെ പിറന്നാളിന് ഞെരളത്ത് സോപാനസമ്പ്രദായത്തിൽ 'ആ മലനാടൻ മങ്കമാർ' പാടി ആശീർവാദം ചൊരിഞ്ഞു. പൂവിനോടും പുഴുക്കളോടും കുശലമന്വേഷിച്ച കഥകൾ വരെ പറയുന്ന പി.യുടെ സ്വന്തം കഥകളിൽ ഈ ഉജ്ജ്വല മുഹൂർത്തം ഇല്ല. ഞെരളത്തിന്റെ ഓർമപ്പുസ്തകത്തിൽ ഈ പിറന്നാളിന്റെ ഓർമയുണ്ട്.

യഥാർത്ഥത്തിൽ നമ്മുടെ നല്ല ആത്മകഥകളൊക്കെ യാത്രയുടെ കഥയല്ലേ? പി. കുഞ്ഞിരാമൻനായർ. വി.ടി. ഭട്ടതിരിപ്പാട്. ചെറുകാട് എന്നിവരാണ് ആത്മകഥയെഴുത്തിലെ ത്രിമൂർത്തികൾ. ജീവിതത്തെയും യാത്രയെയും രണ്ടല്ലാതെ കണ്ടവർ ജീവിതയാത്രയുമായി ബന്ധപ്പെട്ട ശീർഷകങ്ങളാണ് അവരുടെ ആത്മകഥകൾക്ക് കവിയുടെ കാൽപ്പാടുകൾ, ദക്ഷിണായനം, ജീവിതപ്പാത എന്നിവ ശ്രദ്ധിക്കുക. കണ്ടുമുട്ടിയവരുടെ ചരിത്രത്തിലൂടെ അവനവനെ അവതരിപ്പിക്കുകയാണ് അവരുടെ ശൈലി.

യാത്രാവിവരണമെന്ന നിലയ്ക്കും വായിക്കാവുന്നതാണ് പി. യുടെ ആത്മകഥകൾ. ഒരാൾക്ക് ഒരു ആത്മകഥ. ഭാഗം ഒന്നും രണ്ടുമാകാം. പക്ഷേ ഒരൊറ്റ ആത്മകഥ എന്ന സാഹിത്യനിയമം തെറ്റിച്ചു പി. കുഞ്ഞി

രാമൻ നായർ ഗദ്യത്തിലെഴുതിയതിലൊക്കെ തന്റെ ആത്മാംശം വേണമെന്ന് പി. ശഠിച്ചു.

കവിത അന്വേഷിച്ചുനടന്ന കുഞ്ഞിരാമൻ നായർ കേരളകലകളെയും അന്വേഷിച്ചിരുന്നു. പി. യുടെ കലാന്വേഷണത്തിന്റെ ചരിത്രരേഖ കൂടിയാവുന്നു. ഈ പുസ്തകങ്ങൾ. തെയ്യത്തിന്റെ നാട്ടിൽ ജനിച്ച കുഞ്ഞിരാമൻ നായർക്ക് അതിനേക്കാൾ കാതലുള്ള കലയായി കഥകളിയാണ് അനുഭവപ്പെട്ടത്. വീട്ടിലെ കളിയോഗാനുഭവങ്ങൾ ഇതിന് കാരണമായിട്ടുണ്ടാകാം. പിന്നീട് അദ്ദേഹം കളിയോഗങ്ങളുടെ നാട്ടിലൂടെ സഞ്ചരിച്ചു. അവിടങ്ങളിൽ പാർത്തു. നാട്ടിൽ പാർക്കാത്ത കാഞ്ഞങ്ങാട്ടു കാരനായി കേളിപെറ്റ കലകളുടെ കളിയരങ്ങെന്ന് പി. തന്നെ വിശേഷി പ്പിച്ച തിരുവില്വാമലയിൽ താമസിച്ചു. പാർപ്പിടം നഷ്ടപ്പെട്ടു. കളിയോഗത്തിന്റെ നാടായ കഥകളി പഠിപ്പിക്കുന്ന കൊല്ലങ്കോട് സ്കൂളിൽ അധ്യാപകനായി. അവിടെ ജോലിക്കുവന്ന കോട്ടയ്ക്കൽ ശിവരാമനോട് "ഇത് കഥകളി പൂവ്വാനുള്ള ഏർപ്പാടാണ്" എന്ന് മുന്നറിയിപ്പ് നൽകി. ശങ്കരക്കുറുപ്പും, വൈലോപ്പിള്ളിയുമൊക്കെ സ്കൂൾ അധ്യാപകർ കൂടിയായ കവികളായിരുന്നു. എങ്കിലും അധ്യാപകജോലിയിലെ വിരസതയെപ്പറ്റി പ്രാരബ്ധം പറഞ്ഞ കവി പി. യായിരുന്നു. ഈ ജോലിക്കാലത്തെല്ലാം കവി യാത്ര ചെയ്തിരുന്നു. യാത്രയ്ക്കിടയിൽ കഥകളി കണ്ടതിന്റെ അനുഭവങ്ങൾ സാഹിത്യകാരന്മാരെ കഥകളിവേഷക്കാരും പാട്ടുകാരും മേളക്കാരുമായി സങ്കല്പിച്ചുവരെ കഥകളി കണ്ടതിന്റെ ചിത്രങ്ങൾ ഈ ആത്മകഥയിലുണ്ട്.

പി. കുഞ്ഞിരാമൻനായർ നല്ലൊരു കഥകളിനിരൂപകൻ കൂടിയാവുന്നു. കാശ് മോഷ്ടിച്ച് കളിക്കാർക്ക് ചായവാങ്ങിക്കൊടുത്ത ബാല്യത്തെപ്പറ്റി 'എന്നെത്തിരയുന്ന ഞാനി'ൽ പി. എഴുതുന്നുണ്ട്. പി. കുഞ്ഞിരാമൻ നായർക്ക് എഴുത്തുകാരെപ്പോലെ പ്രിയപ്പെട്ടവരായിരുന്നു കഥകളിക്കാരും. കോട്ടയ്ക്കൽ ശിവരാമന്റെ സ്ത്രൈണലാവണ്യം തിരിച്ചറിഞ്ഞ് ദമയന്തിശിവരാമനെന്ന് ആദ്യമായി പേരിട്ടുവിളിച്ചത് കുഞ്ഞിരാമൻനായരായിരുന്നു. വാഴേങ്കട കുഞ്ചുനായരുടെ വേഷത്തോടായിരുന്നു കുഞ്ഞിരാമൻനായരുമാഷ്ക്ക് ഏറ്റവും താത്പര്യമെന്ന് പി. യുടെ സഹപ്രവർത്തകൻ കൂടിയായിരുന്ന കോട്ടയ്ക്കൽ ശിവരാമൻ എഴുതിയിട്ടുണ്ട്. അപ്പുക്കുട്ടി പൊതുവാൾ, കൃഷ്ണൻകുട്ടിപ്പൊതുവാൾ, നമ്പീശൻ, നാണുനായർ, രാമൻകുട്ടിനായർ, കൃഷ്ണൻ നായർ, ചന്തുപ്പണിക്കർ അങ്ങനെ വലിയൊരു സുഹൃദ്വലയം പി. ക്കുണ്ടായിരുന്നു. കോട്ടക്കൽ ശിവരാമനും അപ്പുക്കുട്ടിപ്പൊതുവാൾക്കും കുഞ്ഞിരാമൻ നായരെക്കുറിച്ച് പറയാൻ അനവധി കഥകളുണ്ടായിരുന്നു.

മലയാളത്തിൽ കഥകളിയെക്കുറിച്ച് അതിചിന്ത വഹിച്ച ഏക കവി പി. കുഞ്ഞിരാമൻ നായരാണ് എന്നതിനെക്കുറിച്ചൊരു ഭൂമികയായി. കവിതയുടെ സൗന്ദര്യത്തിന് സമാന്തരമായി അദ്ദേഹം കഥകളിയുടെ സൗന്ദര്യത്തെയും ഉൾക്കൊണ്ടു. കവിത തേടിയുള്ള തീർഥാടനമെന്ന

നിലയ്ക്കുള്ള യാത്രയിൽ കുഞ്ഞിരാമൻനായർ നിശ്ചയമായും പലപ്പോഴും എത്തേണ്ട ഒരു സ്ഥലമുണ്ടായിരുന്നു. പാലക്കാട് ജില്ലയുടെ പലഭാഗത്തും പി. സഞ്ചരിച്ചതിന്റെയും താമസിച്ചതിന്റെയും വാങ്മയങ്ങളുണ്ട്. പക്ഷേ പോകേണ്ട ഒരു ദിക്കിൽ അദ്ദേഹം അധികം എത്തിയില്ല. കഥകളി ഗ്രാമമായ വെള്ളിനേഴി പി. യുടെ കാല്പാട് വേണ്ടത്ര പതിയാത്ത ഗ്രാമമാകുന്നു. മനോഹരമായ ഭൂപ്രകൃതിയാണ് വെള്ളിനേഴിയുടേത്. പി. യിലെ കാല്പനികനെ ഉദ്ദീപിപ്പിക്കുന്ന ഭൂമി. "പാടങ്ങൾ, തോട്, കുന്നുകൾ, ഇടവഴികൾ എന്നിങ്ങനെ സമനിരപ്പില്ലാത്തതാണ് ഭൂപ്രകൃതി. കുന്നും കുഴികളും നിറഞ്ഞ ഈ പ്രദേശങ്ങളിൽ താണ സ്ഥലങ്ങളിലാവട്ടെ ശുദ്ധജലാശയങ്ങളും സസ്യലതാദികളും നെൽപ്പാടങ്ങളുമാണ്. ഈ പ്രദേശത്തെക്കുറിച്ചു ചിന്തിക്കുമ്പോൾ കഥകളിയിലെ പച്ചവേഷത്തെ അനുസ്മരിച്ചു പോകും" എന്ന് പട്ടിക്കാംതൊടിയുടെ ജീവചരിത്രത്തിൽ കവിയല്ലാത്ത കെ.പി.എസ്. മേനോൻ എഴുതുന്നുണ്ട്. വെള്ളിനേഴി അന്നും ഇന്നും ഒരുപോലെയാണ്. (ഒലി നിന്ന് പുഴയിൽക്കുഴികളിൽ വെള്ളം, ഓഴക്കുവെള്ളം, ഒലിക്കാത്ത വെള്ളം എന്ന് 'ഉടകുട'ത്തിൽ ഒളപ്പമണ്ണ എഴുതിയത് ശരിയാവുന്നു).

പി. ക്കു പറ്റിയ പ്രകൃതി. പി. ക്കു പാകത്തിലുള്ള കഥകളി എല്ലാം വെള്ളിനേഴിയിലുണ്ടായിരുന്നു. വെള്ളിനേഴി നാണുനായരെ പി. ക്ക് ബഹുമാനമായിരുന്നു. എന്നിട്ടും ആ നാട്ടിൽ പി. ജീവിക്കാത്തതെന്തേ? ഒ.എം.സി. യുടെ അറുപതാം പിറന്നാൾ ഘോഷയാത്രയുടെ മുന്നിൽ പി. യെ കാണാം. വെള്ളിനേഴിക്കാരായിരുന്ന കഥകളിക്കാർ കുഞ്ഞിരാമൻ നായരെ അങ്ങോട്ടു ക്ഷണിച്ചില്ലേ? ഒളപ്പമണ്ണ മനയെക്കുറിച്ചും കളിയോഗത്തെക്കുറിച്ചും പി. അജ്ഞത നടിച്ചതാണോ? ഒളപ്പമണ്ണയുമായി പി.ക്ക് ചില പിണക്കങ്ങൾ ഉണ്ടായിരുന്നു. പക്ഷേ ഒളപ്പമണ്ണ അന്നേക്ക് പാലക്കാട്ടുകാരനായിക്കഴിഞ്ഞിരുന്നു.

ഭാരതപ്പുഴപോലെ കുന്തിപ്പുഴയും (കരിമ്പുഴ) കവിതയ്ക്കു വിഷയമാക്കാമെന്ന് ഒളപ്പമണ്ണ തെളിയിച്ചിട്ടുണ്ട്. നിളാ നദി കല്പനകൾക്ക് തുല്യമായ കല്പനകൾ കുന്തിപ്പുഴകൊണ്ടും സൃഷ്ടിക്കാമെന്ന് ഒളപ്പമണ്ണ: പരിസ്ഥിതി സാഹിത്യ പഠനക്കാർ കാണാതെ പോകുന്ന ഉടകുടം എന്ന കവിത ഒരുദാഹരണം.

നീയുറങ്ങുക! നിന്നെ-
ത്തട്ടിഞാൻ കരിമ്പുഴ-
നീരുപോൽത്തെറിക്കുന്നി-
തർദ്ധരാത്രികൾ തോറും

എന്ന് 'സുഫല'യിൽ ഒളപ്പമണ്ണ. കുന്തിപ്പുഴയുടെ തീരത്തുകൂടിയും കുഞ്ഞിരാമൻ നായർ സഞ്ചരിക്കേണ്ടതായിരുന്നു. കഥകളി ഉപാസകരുടെ പുണ്യഭൂമിയായ വെള്ളിനേഴി കുഞ്ഞിരാമൻ നായർക്ക് ഋഷ്യമൂകാചലമായതെന്താണ്? ആത്മകഥ തിരുവില്വാമലയിൽ നിന്നുതുടങ്ങി.

താളം വിളഞ്ഞ മലയുടെ സൗന്ദര്യത്തിൽ അഭിരമിച്ച പി. തൗര്യത്രിക ഗ്രാമത്തെ പരാമർശിക്കാത്തതെന്തേ? ഡോ. ഒ.എം. അനുജനോട് ഇക്കാര്യത്തെപ്പറ്റി സംസാരിച്ചപ്പോൾ അദ്ദേഹത്തിനും അദ്ഭുതം. കുഞ്ഞിരാമൻ നായരുടെ സന്തത സഹചാരിയായിരുന്ന ഇയ്യങ്കോട് ശ്രീധരനോട് ചോദിച്ചു. പി. വെള്ളിനേഴിയിൽ പോയതായോ, പോയതിനെക്കുറിച്ച് പറഞ്ഞതായോ ഇയ്യങ്കോടും ഓർമിക്കുന്നില്ല. ഒന്നുകൂടി ആലോചിച്ച് ഇല്ല എന്ന നിഗമനത്തിലെത്തി ഇയ്യങ്കോട്. അതുവഴി വന്നതായി കോട്ടയ്ക്കൽ ശിവരാമനും ഓർമിക്കുന്നില്ല. പി. കുഞ്ഞിരാമൻ നായരെന്നു കേട്ടാൽ കവിയെന്നു മനസ്സിലാവുന്ന ചില വെള്ളിനേഴിക്കാരോട് ചോദിച്ചുനോക്കി. പഴയകാലത്ത് അങ്ങനെയൊരാൾ മീറ്റിംഗിനുപോലും വന്നതായി അറിവില്ല. അദ്ദേഹത്തിന്റെ നിത്യകന്യക വെള്ളിനേഴിയിൽ കഥകളി കാണാൻ ചെന്നിട്ടുണ്ടാവില്ല.

പി. കുഞ്ഞിരാമൻ നായർ എന്തുകൊണ്ട് വെള്ളിനേഴിയിൽ അധികം ചെന്നില്ല എന്ന ചോദ്യത്തെ മറ്റു കവികളെല്ലാം വെള്ളിനേഴിയിൽ ചെന്നിട്ടുണ്ടോ എന്നൊരു മറുചോദ്യംകൊണ്ട് നേരിടുക എളുപ്പമല്ല. മറ്റു കവികളെപ്പോലെയായിരുന്നില്ല കുഞ്ഞിരാമൻ നായർക്ക് കഥകളിയോടുള്ള സമീപനം. എഴുത്തിൽ കഥകളി സാക്ഷാത്ക്കരിച്ചവരെല്ലാം വെള്ളിനേഴിയിൽ വന്നുപോയാലേ തൽരചനകൾ മൗലികമാവുകയുള്ളൂ? അല്ല എന്ന് ഉത്തരം.

ഒരുപക്ഷേ വെള്ളിനേഴിയിൽ ഇടയ്ക്കിടെ വന്നിരുന്നുവെങ്കിൽ പി.യുടെ കഥകളി സങ്കല്പം മറ്റൊന്നാകുമായിരുന്നു. ഈ തൗര്യത്രിക ഗ്രാമക്കാറ്റ് കുഞ്ഞിരാമൻനായർക്ക് ഏറെ കഥകളി കവിതകൾ നൽകുമായിരുന്നു. വെള്ളിനേഴിയിലെ കഥകളിസംസ്കാരം മുഴുവൻ ഒളപ്പണ്ണ ആവാഹിച്ചതുകൊണ്ടാണോ പി. അവിടേക്ക് തിരിഞ്ഞുനോക്കാഞ്ഞത്? കേളിപെറ്റ കലയുടെ കളിത്തൊട്ടിൽ എന്ന് പി. തിരുവില്വാമലയെയാണ് വിശേ ഷിപ്പിച്ചത്. വില്വാദ്രിയുടെ സൗന്ദര്യം തന്നെയാണ് കുഞ്ഞിരാമൻക്കവിതയിലും കാണുന്നത്. തിരുവില്വാമലയിലെ ജീവിതം സമ്മാനിച്ച കാവ്യകടാക്ഷമാണ് ഒറ്റപ്പാലത്തിരുന്ന് പി. യെക്കൊണ്ട് കളിയച്ഛൻ എഴുതിച്ചത്.

ധനാശി

കേരളത്തിൽ കവി സമ്മേളനങ്ങൾ സാർവത്രികമായ കാലമുണ്ടായിരുന്നു. മഹാകവികളുടെ അപൂർവ്വ സംഗമശബ്ദവേദികളായിരുന്നു അവ. ഒരുപക്ഷേ ഏറ്റവും സാർഥകമായ കവി സമ്മേളനമാവാം ഒറ്റപ്പാലം സാഹിത്യ പരിഷത്തിലേത്. അവിടേക്ക് പി.കുഞ്ഞിരാമൻ നായർ ക്ഷണിക്കപ്പെട്ടില്ലായിരുന്നുവെങ്കിൽ മലയാളത്തിന് മഹിതവും മഹനീയവും ഉദാത്തവും ഉത്കൃഷ്ടവുമായ ഒരു കവിത നഷ്ടപ്പെടുമായിരുന്നു. അവിടേക്ക് മറക്കാതെ എത്തിയ പി.യുടെ ഓർമ്മയ്ക്ക്, അദ്ദേഹത്തിന് കഥകളിനടന്റെ വർത്തമാനം പറഞ്ഞുകൊടുത്ത കൂടാളിനമ്പ്യാരോട് മലയാളം കടപ്പെട്ടിരിക്കുന്നു.

കളിയച്ഛൻ

പി.കുഞ്ഞിരാമൻ നായർ

(കൊട്ടാനും പാടാനും ആടാനും മാത്രമല്ല, ചൊട്ടിക്കരിയരയ്ക്കാനും വിയർപ്പു വിഴുപ്പുണക്കാനും ചുമടു ചുമക്കാനും തനിക്കുതാൻ മാത്രം തുണപോരുന്ന കളിവട്ടമൊന്നുണ്ട്; പഴഞ്ചനിൽപ്പഴഞ്ചനെങ്കിലും പുത്തനിൽപ്പുത്തനായി എന്നെന്നും വിളികൊള്ളുന്ന ആ കഥകളിയോഗത്തിന് മാലോകർ വിളിച്ച മറ്റൊരു കുറ്റപ്പേരുകൂടിയുണ്ട്; ജീവിതം? നവരസപരമ്പരകളിടവിടാതെ കരയോരത്തെത്തൊട്ടു തലോടുന്ന ജീവിതം! – അനാദ്യന്തവും അത്യത്ഭുതകരവും ആയ പ്രപഞ്ചജീവിതം!)

മൗനശില്പം കളിക്കോപ്പു പുതുക്കുകെ-
ന്നാനന്ദഹേമന്തസന്ധ്യകൾ ചൊൽകിലും;
വിണ്ടലമേറിയ താരകൾ – 'നിൻ കളി
വീണ്ടുമരങ്ങേറുകെ'ന്നറിയിക്കിലും;
'പൊന്നിൻ മലരുതിരികെ' ന്നുഷസ്സുകൾ
തെന്നൽക്കുറിപ്പുകൾ വീണ്ടുമയയ്ക്കിലും:
'സോത്സാഹമാരായുകെ'ന്നു നിരന്തര-
പ്രോത്സാഹനമലയാഴിയേകീടിലും;
'ആശാമനോജ്ഞകവനമതിക്കൊടും-
ക്ലേശനിരാശ'യെന്നാറു പാടീടിലും,
ഒക്കില്ലൊരിക്കലും മേലിലിനിക്കിനി-
യിക്കളിവട്ടത്തിലൊത്തുകളിക്കുവാൻ.
സ്മേരമനോഹരവേഷങ്ങൾ കച്ചുപോയ്
ഘോരഗുരുശാപകാമിലബാധയാൽ.
താവിത്തുളുമ്പും സഭാകമ്പമേല്ക്കയാൽ
മെയ് വിയർക്കുന്നു; തുട വിറയ്ക്കുന്നു മേ!

സുന്ദരോഷസ്സു മലരിനെയെന്നപോ-
ലിന്നു മധുരമയവിറക്കുന്നു ഞാൻ;
ദേശികവര്യൻ തിരുമിഴിക്കോണിനാൽ
ദേഹമുഴിഞ്ഞ സുരഭിലവാസരം
ആശാന്റെ തൃക്കരപ്പൊന്മുടി ചൂടിയ-
ന്നാദ്യം കളിയരങ്ങേറിയ വാസരം !
ഫുല്ലനേത്രത്താൽത്തഴുകിയന്നൊന്നിച്ചു
ചെല്ലമായ്ച്ചെല്ലും ചെറുക്കനെ ശ്രീഗുരു
ഒക്കില്ലൊരിക്കലും മേലിലിനിക്കിനി-
യിക്കളിയച്ഛനോടൊത്തു കളിക്കുവാൻ.
'ദുർമ്മുഖം കാണേണ്ടെനി'ക്കോതി ദേശികൻ
ദുർമ്മൃതിഘോരഗ്രഹണമാം ശാപമായ്!
ക്രൂരമിടിത്തിയ്യിൽ വെന്തുപോയീ;- കേശ-
ഭാരകിരീടമണിയേണ്ട മസ്തകം!
പോവാതെയായന്നുതൊട്ടു ഞാൻ; പൊന്നണി-
ക്കോവിലി; ലുത്സവപ്പന്തൽക്കളികളിൽ,
വ്യഗ്രനാമെന്നെത്തുടർന്നെത്തി പന്തലി-
ലുഗ്രഗുരുത്വപ്പിഴതൻ കരിനിഴൽ!
ചൂടുറ്റ വീർപ്പോടുമേകാന്തവിശ്രമം
തേടി വലഞ്ഞിരുൾമുടുമീയന്തിയിൽ,
മാടിവിളിക്കുന്നു പൊൻ താഴികക്കുടം
ചൂടിയ കോവിലിൻഗോപുരവീഥികൾ!
ലോലമയവിറക്കുന്നു കരൾത്തട-
മാലും കുളവുമരയാൽത്തറകളും!
സ്മേരം ഗുരുവിൻമുഖം കറുത്തീടവേ
ഘോരതമസ്സിലേക്കെ114
ാട്ടൊട്ടു നീങ്ങി ഞാൻ
ഇന്നൊരു വേഷവും കിട്ടാതുഴന്നുപോ-
യൊന്നാംകിടക്കാരനാകാൻ മുതിർന്നവൻ!
ഉച്ചണ്ഡഗർവ്വമൊരുങ്ങീല; വൻകളി-
യച്ഛന്റെയിച്ഛക്കു വേഷമെടുക്കുവാൻ.
പൂർണ്ണാധികാരമുണ്ടാവണം; മന്നന്നു

തോന്നിയ വേഷങ്ങൾ കെട്ടിനടക്കുവാൻ
ആദ്യവസാനത്തിനെന്നെ ക്ഷണിക്കാത്തൊ-
രാശാനിലാശങ്ക വാരിയെറിഞ്ഞു ഞാൻ !
ഇച്ഛകൾക്കൊക്കെക്കടിഞ്ഞാണിടും, കളി-
യച്ഛന്റെ നേർക്കു തെറിവാക്കു തുപ്പി ഞാൻ,
തോപ്പിൽക്കിളർത്തു കളിയച്ഛനോടു ഞാൻ
മാപ്പിരക്കില്ലെന്ന ഭീകരമുൾച്ചെടി.
വേഷത്തിനാരും ക്ഷണിക്കാതെയായ് വന്ന
നേരത്തു കോപ്പുകളേറ്റിത്തുടങ്ങവേ;
പോംവഴിയില്ലിനി വേഗം പെരുംകളി-
യോഗത്തിൽനിന്നുമൊഴിയുകയെന്നിയേ!
കാളിമപൂശുന്നു വന്ന മൂവന്തികൾ;
കേളികൊട്ടുമ്പോൾ നടുങ്ങുന്നു മാനസം!
കോലം ചുളുങ്ങി; - യിലയില്ലപോലഗ്ര-
ശാലയ്ക്കകത്തെക്കഥകളിപ്പന്തിയിൽ!
കൂട്ടരോടൊത്തു ചിരിക്കാൻ കളിക്കുള്ള
ചൊട്ടിക്കരയ്ക്കാനൊരിക്കലും വയ്യ മേ.
പിച്ച വെറും പിച്ച, സാക്ഷാൽപ്പെരുംകളി-
യച്ഛനുമായിട്ടിടഞ്ഞ കാലങ്ങളിൽ.
പിച്ചനെപ്പോലെയായ്പ്പോനി ഞാ; നെൻ പെട്ടി
വെച്ചു കളിയീ ഞൊടിയിൽ നടക്കണം!
തോറ്റു തുലഞ്ഞു ഹാ; വയ്യെനിക്കിപ്പടു-
കൂറ്റൻ കഥകളിപ്പെട്ടികളേറ്റുവാൻ!
പോരുമിപ്പാഴ്ക്കളി; വീട്ടിലേക്കൊന്നിനി-
പ്പോയിവരുവാൻ മുതിരുന്നു മാനസം.
മൂടി മാറാലയിൽച്ചാടീകയങ്ങളിൽ
വീടിനെത്തേടിയൊരോർമ്മകൾ കൂടിയും!
ഭാഗത്തിലോഹരി കിട്ടിയ വീടന്നു
തീരുവിറ്റിക്കളിവട്ടത്തിലെത്തവേ;
ഒട്ടു രസിക്കുവാൻ ഭീരുവിൻ വേഷങ്ങൾ
കെട്ടി ക്രമാലൊരു ഭീരുവായ് വന്നു ഞാൻ !
ചുമ്മാ പലപല വേഷങ്ങൾ കെട്ടിയി-

ന്നാത്മസ്വരൂപത്തെയോരാതെയായി ഞാൻ;
ബോധമില്ലാതെ കിടക്കുമവസ്ഥയ്ക്കു
മീതെയായ് ഘോരവിപത്തെന്തു ഭൂമിയിൽ?
വേദനാപൂർണ്ണമാണിക്കഥ; രാവണ -
വേഷവും ഞാനുമൊന്നായിച്ചമഞ്ഞുപോയ്!
ആര്യപരമ്പരാദർശം തകർന്നുപോയ്;
ക്കാര്യം മറന്ന വെറും കളിക്കാരനായ്
നിസ്ത്രപമിക്കളിക്കോപ്പു ചുമന്നുകൊ-
ണ്ടെത്ര പടികൾ കയറിയിറങ്ങി ഞാൻ!
മുറ്റുമിദ്ദുർല്ലഭജീവിതമങ്ങിങ്ങു
ചുറ്റിയലഞ്ഞു വലഞ്ഞു കഴിഞ്ഞുപോയ്!
മഞ്ഞിൽക്കുളിച്ചു കുളിരാർന്നൊരാതിര-
ത്തെന്നൽക്കുറുനിരയൊന്നു മുകരണം
മുന്തിരിച്ചാറു പിഴിയുന്ന മൂവന്തി-
യൊന്നായ്ച്ചിരട്ടയിലിത്തിരി മോന്തണം.
രാകാശശാങ്കമുഖിയാം രജനിതൻ
വാർകൂന്തലിൽ മുല്ലമാല ചൂടിക്കണം;
വായ്ക്കും രസത്തിൻകസാലയിൽ വീണുടൻ
വാനത്തു മോഹപ്പുകക്കോട്ട കെട്ടണം!
മേലാ, ഗുരുപദം പിൻപറ്റിയിക്കലാ-
ലോലമാം ജീവിതകാലം തുലയ്ക്കുവാൻ!
ധാടിയും മോടിയുമാർന്ന ഞാനെങ്ങനെ
താടി നരച്ച ദുർവാശിക്കു കീഴ്പ്പെടും?
മെച്ചംതഴച്ചവ; നാരു ഞാനിക്കളി-
യച്ഛന്റെ മുമ്പിലോച്ഛാനിച്ചു നില്ക്കുവാൻ?
മേളത്തിലങ്ങനെ ഭാവനാഹുങ്കൃതി
കാളസർപ്പംപോലിഴഞ്ഞുനടക്കവേ;
തോഴനാം കൊച്ചുമിടുക്കന്റെയുർവ്വശീ-
വേഷമിരുട്ടത്തു കണ്ടു മിരണ്ടനാൾ;
കോലവും കെട്ടു; കൈവിട്ടുപോയ്ക്കൂട്ടരും
'കാലവിചാര'ത്തിലുൾപ്പെട്ട ധൂർത്തനെ!
കച്ചു കളിപ്പന്തൽ, കൂടിക്കലർത്തി ഞാൻ

പച്ചയിലിച്ഛയാ കത്തിയും താടിയും!
ആരാലലഞ്ഞു മുഷിപ്പിച്ചു കഷ്ടമി-
ങ്ങാരുമെടുക്കാത്ത വേഷമെടുത്തു ഞാൻ!
വല്ലനേരത്തും പതിഞ്ഞ പദം നിന്നു-
ചൊല്ലിയാടുമ്പോളുറക്കം വരുന്നു മേ;
മേളക്കൊഴുപ്പിലിണങ്ങീല മുദ്രകൾ
താളംപിഴച്ചു തരിച്ചു ചവിട്ടടി,
ലോലമാം കൈവള രോഷാലിടഞ്ഞുപോയ്;
കാലിലെപ്പൊന്മണിച്ചാർത്തു ചെറുത്തുപോയ്;
വാങ്ങിക്കളിക്കെക്കിടയ്ക്കും പുറത്തുടൻ
ചേങ്ങലക്കോലിന്റെ വീക്കുകളെങ്കിലും;
മെച്ചം മുറുക്കും പുറപ്പാടുവേളയിൽ
മെയ്യുമിക്കയ്യും മയങ്ങുന്നു മൂർച്ഛയിൽ!
വട്ടംതിരിയുന്നു പന്തൽ; അടരുന്നു
ചൊട്ടി; കിരീടം ചെരിയുന്നു മേല്ക്കുമേൽ;
കോപ്പില്ല വേഷത്തിനാർപ്പുവിളിയാകെ
മാറ്റൊലിക്കൊണ്ടു; മുരണ്ടു കല്ലേറുകൾ!
പൊട്ടിത്തെറിച്ചു പ്രതിഷേധഭാഷിതം
"കെട്ടേണ്ട വേഷം മുഖശ്രീ തൊടാത്തവൻ!"
ചൂളുന്നു ലജ്ജയാലെൻമുഖം കാൺകവേ,
പാളിക്കളിക്കും കളിവിളക്കിൻ തിരി.
തക്കത്തിൽനിന്നൊന്നലറവേ, തങ്ങളിൽ
നോക്കിച്ചിരിപ്പൂ മറ പിടിക്കുന്നവർ
പൊട്ടിത്തഴച്ചു പ്രതിഷേധഗീരുകൾ
"കെട്ടേണ്ട വേഷമീച്ചൊട്ടിയടരുവോൻ!"
നാലുഭാഗത്തുമലച്ചുപൊങ്ങീ; "തിര-
ശ്ശീല തൊടേണ്ട കിരീടം ചെരിഞ്ഞവൻ."
ശ്യാമളവാനിൻ തിരുമിഴി ചോന്നുപോയ്
താമസമില്ലിനി നേരം പുലരുവാൻ.
മെല്ലെത്തിരിക്കുകയായിതാ നക്ഷത്ര-
മുല്ലമലരുകൾ ചൂടിയ യാമിനി
വ്യോമരജതദീപത്തിലണഞ്ഞുപോയ്

ഹേമന്തരാത്രിതൻ ശീതളമുത്സവം.
ഇന്നിപ്പുരാതനക്ഷേത്രനടയിലെ-
യുത്സവകാലക്കളിയവസാനമായ്!
രാകാശശാങ്കൻ തിരിച്ചുപോയേകാന്ത,
മൂകശോകത്തിൻ ധനാശിയടുത്തുപോയ്.
ഭോഷൻ ശ്രമിച്ചുനോക്കുന്നു പുതിയൊരു
വേഷവുമായിട്ടങ്ങരങ്ങത്തു കേറുവാൻ.
പൊട്ടിത്തെറിച്ചു പ്രതിഷേധഗർജ്ജിതം:
"കെട്ടേണ്ട വേഷം ഗുരുശാപമേറ്റവൻ!"
ചെത്തവും ചൂരുമടങ്ങി, പടുതിരി
കത്തിക്കരിഞ്ഞു കളിവിളക്കിൻമുഖം.
അന്ധകാരത്തിൽക്കളികഴിഞ്ഞാടുന്ന
പന്തലുപോലെ കുഴയുന്നു വിണ്ടലം;
പാട്ടുകഴിഞ്ഞൊരു ഗായകൻ വെച്ചതാം
ചേങ്ങലംപോലെ മയങ്ങുന്നു ഭൂതലം.
തോടും പുഴയുമുറക്കമായ് മുറ്റത്തു
വടിത്തളർന്നു കിടക്കുന്നു താരകൾ.
നീങ്ങുന്നു ദൂരെ കഥകളിപ്പെട്ടികൾ,
നീലാഭ്രമേചകമേഘങ്ങൾപോലവേ.
കൂട്ടുകാരൈക്യം മുറുക്കിപ്പിരികയായ്,
നോട്ടമില്ലാർക്കുമെൻ നേർക്കെന്നു നിർണ്ണയം.
നാണിച്ചു തൻമുഖം താഴ്ത്തുന്നു കണ്ടവ-
രോണപ്പുടവ തടവിയ കൂട്ടുകാർ.
വേവിച്ചു തീവ്രാനുതാപ; മരങ്ങത്തു
വേണ്ടവിധമൊന്നു ചൊല്ലിയാടീല ഞാൻ.
പിത്തതമോഗർവ്വദുർഗ്ഗം തകർന്നിരു-
മുത്തുമണികളടർന്നു തെറിക്കവെ.
അവ്യക്തമാരോ മധുരമനോഹര-
ദിവ്യസ്വരത്തിൽക്കുഴലൂതി നില്ക്കയായ്;
"തോടിന്നലയാഴിയായ കലവറ
തോടയും തേടുമരങ്ങിന്നണിയറ;
'സമ്പൂർണ്ണതതന്നണിയറപ്പാഴ്പ്രതി-

ബിംബമരങ്ങെ'ന്ന സത്യം മറന്നു നീ;
ഒന്നാമതായിട്ടണിയറയ്ക്കുള്ളിൽ നീ
ചെന്നുടൻ പറ്റിയ തെറ്റു തിരുത്തുകിൽ,
വിട്ടുപോകേണ്ട നീ യോഗം കരയേണ്ട-
മാറ്റിത്തമെല്ലാമെരിചാമ്പലാം സ്വയം.
നില്ക്കൊല്ല ചിന്തിച്ചരങ്ങത്തുനിന്നെത്തി-
നോക്കുകകണിയറവാതില്ക്കലേക്കു നീ.
പൊങ്ങും പരിവേഷവായ്പിൽത്തിളങ്ങുന്നു
മങ്ങിയെരിയും നിലവിളക്കിൻ തിരി.
ലോലപീതാംബരച്ചാർത്തുകൾക്കപ്പുറം
പീലിമുടിവനമാലകൾക്കപ്പുറം
പ്രീതിപ്പൊലിമതൻ പൊൻതിടമ്പാം മഹാ-
ജ്യോതിസ്സ്വരൂപനെക്കാണുന്നതില്ലയോ?
ആർതൻ കരുണയാൽ ആദ്യമായ് നീ ചോടു-
വെച്ചതീ ഭൂമിയി,ലക്കൃപാവാരിധി,
തെറ്റുകളെന്തും പൊറുത്തിങ്ങരങ്ങത്തു
തോറ്റവർക്കുറ്റ കളിയച്ഛനല്ലയോ?
മോഹാന്ധകാരം തിരുത്തുമീ സൽഗുരു
ദ്രോഹിക്കഭയമരുളുമി പ്രേമവാൻ
ഭഗ്നസർവ്വസ്വനാം നിന്നിലൊരു മണി-
ക്കണ്ണുനീർ തൂകുമാ നീലകാളാംബുദം.
വൈകേണ്ടൊരുങ്ങിയിരിപ്പൂ; നിറുകയിൽ
ഒക്കെവെച്ചനുഗ്രഹവൃഷ്ടി ചൊരിയുവാൻ.
ദുഷ്ടമാം ദുർഗ്ഗർവ്വരൂക്ഷക്കരിമ്പാറ
പൊട്ടിക്കരഞ്ഞു ശരണംവിളിക്കവേ,
അന്ധകാരാദ്രി തകർക്കും ഹിമാംശുവായ്-
പ്പുഞ്ചിരിക്കൊണ്ടടുത്തെത്തുമപ്രേമവാൻ
ആർത്തിഹരൻതൻ പദമുഴിഞ്ഞാലുമി-
ക്കീർത്തിക്കു നീ കുമ്പിൾകുത്തിയ കൈകളാൽ.
പട്ടുപോലുള്ളാപ്പവിത്രപദങ്ങളിൽ
മുട്ടിക്ക പൊന്മുടി വീണ ശിരസ്സിനെ.
ശിഷ്ടഗുരുവിൻ വിരലിൻതലപ്പൊന്നു

തൊട്ടാലകലും തിമിരവശേഷവും.
കഷ്ടമിങ്ങെന്തിനു ശങ്കിപ്പൂ? കാരുണ്യ-
ഭിക്ഷ തരുവാനുഴറുന്നു സൽഗുരു,
ഊരി വലിച്ചെറിഞ്ഞേക്കുക, ഭോഷ, നി-
ന്നാത്മസമർപ്പണവിഘ്നമിക്കഞ്ചുകം.
ഭാസുരഭാവിക്കു രാഹുവാണി ഭക്തി -
ഭാവം തളിക്കാത്തൊരുന്മത്തഗൗരവം.
ദേശികശാപത്തിൽ നട്ട കളിപ്പന്ത-
ലോരൊന്നുമോരോ നരകദുർഗ്ഗങ്ങളാം.
വിശ്വവിജയപ്പടി തുറക്കാ ദൃഢം
ദേശികൻ കണ്ണുമിഴിക്കുംവരേയ്ക്കുമേ.
സുന്ദരസ്മേരം ഗുരുവരനേൽക്കുകി-
ലന്നു വിടരുമീ ബ്രഹ്മാണ്ഡഖണ്ഡലം.
ബുദ്ധിഭ്രമമാം തമസ്സൊഴിയും കളി-
യച്ഛന്നു വന്ന മുഷിച്ചലൊഴിയുകിൽ.
മെച്ചം ലഭിച്ചു നിനക്കിപ്പെരുംകളി-
യച്ഛന്റെയിച്ഛക്കു കീഴ്പ്പെട്ടിരിക്കുകിൽ
കാണായ തോൽവിലെന്തെന്നോ, ഗുരുവിന്റെ
കാലുപിടിക്കാതരങ്ങത്തു പോയി നീ.
സർവ്വാപരാധം പൊറുക്കേണമെന്നൊരു
സാഷ്ടാംഗവീഴ്ച - വിജയിയായ്പ്പൊങ്ങി നീ.
ബ്രഹ്മസ്വരൂപൻ ഗുരു കനിഞ്ഞീടുകിൽ
ബ്രഹ്മാണ്ഡമൊക്കെയും നിൻ കളിപ്പന്തൽതാൻ
കെട്ടുന്ന വേഷത്തിനേതിനുമൊന്നാണു
ലക്ഷ്യം - ഗുരുവരാനുഗ്രഹപ്രീണനം.
കൈ മെയ് മറന്നു നീ വീഴുക; ചൂടുക
കോമളപാദകമലദളങ്ങളെ.
മന്ദപവനൻ തഴുകവേ കൂരിരുൾ
ഗ്രന്ഥി ഭേദിച്ചു വിരിയുന്നു കോരകം.
ദേവൻ ദിനേശൻ തൊടുമ്പോൾ തമിസ്രമാം
രാവുവെളിച്ചം വിതറും പ്രഭാതമാം!"

സഹായകഗ്രന്ഥം

- കഥകളിരംഗം : കെ.പി.എസ്. മേനോൻ മാതൃഭൂമി ബുക്സ്
- കവിയുടെ കാല്പാടുകൾ - പി. കുഞ്ഞിരാമൻനായർ ഡി.സി.ബുക്സ്
- എന്നെത്തിരയുന്ന ഞാൻ - പി. കുഞ്ഞിരാമൻനായർ ഡി.സി.ബുക്സ്
- നിത്യകന്യകയെ തേടി - പി. കുഞ്ഞിരാമൻനായർ ഡി.സി.ബുക്സ്
- പി. യുടെ സമ്പൂർണ്ണ കവിതകൾ - പി. കുഞ്ഞിരാമൻ നായർ ഡി.സി. ബുക്സ് (വാല്യം 1, 2)
- ഹിഗ്വിറ്റ - എൻ.എസ്. മാധവൻ ഡി.സി.ബുക്സ്
- മലയാളിയുടെ രാത്രികൾ - കെ.സി. നാരായണൻ ഡി.സി.ബുക്സ്
- കഥകളിയുടെ കൈപ്പുസ്തകം - ഡോ. വെള്ളിനേഴി അച്യുതൻകുട്ടി (തിരനോട്ടം - ദുബായ്)
- കാവ്യവ്യുത്പത്തി എം.പി.ശങ്കുണ്ണിനായർ മാതൃഭൂമി ബുക്സ്